कोकणातील दलितांचे रीतिरिवाज आणि लोकगीते

उर्मिला पवार यांची इतर पुस्तके

कथासंग्रह

सहावं बोट (१९८८)

चौथी भिंत (१९८९)

हातचा एक (२००४)

एकांकिका

इलास पावन्यानू बसा बसा आणि मुक्ती (१९९६)

आत्मकथन

आयदान (२००३)

प्रवासवर्णन

मॉरिशस : एक प्रवास (१९९४)

भाषांतर

उदान (बौद्ध तत्त्वज्ञानपर कथा) (१९८९)

संशोधन

आम्हीही इतिहास घडवला (सहलेखिका) (१९८९)

डॉ. बाबासाहेब आंबेडकर जीवन कालपट (सहलेखिका) (२००३)

दलित लेखिका आणि त्यांचं साहित्य (२०१०)

कोकणातील दलितांचे रीतिरिवाज आणि लोकगीते

(१९४७ ते १९५६)

उर्मिला पवार

पॉप्युलर प्रकाशन, मुंबई

कोकणातील दलितांचे
रीतिरिवाज आणि लोकगीते
(म-१३१६)
पॉप्युलर प्रकाशन
ISBN 978-81-7991-992-7

KOKANATIL DALITANCHE
REETIRIWAS AND LOKGEETE
(Marathi : Social Science)
Urmila Pawar

पहिली आवृत्ती : २०१९/१९४१
पुनर्मुद्रण : २०२२/१९४४

मुखपृष्ठ : सरदार जाधव

प्रकाशक
अस्मिता मोहिते
पॉप्युलर प्रकाशन प्रा. लि.
३०१, महालक्ष्मी चेंबर्स
२२, भुलाभाई देसाई रोड
मुंबई ४०० ०२६

अक्षरजुळणी
संतोष गायकवाड
पिंपळे गुरव
पुणे ४११ ०६१

कोकण पिंजून काढताना काटेरी वाटेवर भेटलेल्या
मोलाची माहिती, गाणी देणाऱ्या
समस्त भावाबहिणींना...
सावलीसारख्या पाठीशी उभ्या असलेल्या
उषा अंभोरे, प्रिया खरे, वहिनी निर्मला, बहीण सरला, भाऊ शाहू
आणि
मालविका, मानिनी या माझ्या लेकींना

अनुक्रमणिका

कारण विशेष...

सह्याद्री पर्वत आणि अरबी समुद्राच्या मधला, उत्तरेकडे गुजरातमधील दमणपासून दक्षिणेकडे गोव्यापर्यंतचा चिंचोळा प्रदेश म्हणजे कोकण. कोकणात आज मुंबई प्रदेश तसेच ठाणे, रायगड, रत्नागिरी आणि सिंधुदुर्ग अशा चार जिल्ह्यांचा समावेश आहे. साधारणतः साठ-सत्तर वर्षांपूर्वीचा कोकण नैसर्गिक सौंदर्याने परिपूर्ण नटलेला होता. चंदेरी वाळूने वेढलेले फेसाळते समुद्रकिनारे, त्यांवर डौलाने डुलणारी आंब्या-फणसाची, काजू-माड-पोफळीची झाडे... जास्वंदी, सुरंगी, मोगरा, शेवंती, बकुळी अशा सुगंधी फुलांनी डवरलेली झाडे, त्यांवर भिरभिरणाऱ्या विविधरंगी फुलपाखरांच्या रंगछटांनी नटलेल्या कुंपणांतली शेंदरी कौलारू घरे... वर निळ्या आभाळाला कवेत घेत तरंगणारी विविध स्वररंगांची पाखरे, पावसाळ्यात ओथंबून आलेले काळे ढग आणि त्यांमधून सूर्य किरणांनी उमटवलेली इंद्रधनुष्याची सप्तरंगी कमान... असे असीम सौंदर्य लाभलेला प्रदेश म्हणजे कोकण... कोकणाला सौंदर्याच्या दृष्टीने 'दुसरे काश्मीर' म्हटले जाते. हा अतिवृष्टीचा प्रदेश म्हणून चेरापुंजीनंतर कोकणाचा उल्लेख होतो. मात्र हे घनघोर पावसाचे पाणी साठून न राहता जमिनीची धूप करत समुद्राला मिळते. त्यामुळे इथले जनजीवन आर्थिकदृष्ट्या अत्यंत ओढगस्तीचे होते. म्हणूनच घाट उतरून डोंगरदऱ्यांनी वेढलेल्या कोकणात सोयरीक करायला देशावरची माणसे तयार नसत. ती केली तर आपल्या मुलीची कशी अवस्था असेल याची कल्पना करणाऱ्या, सरोजनी बाबर यांच्या 'जा माझ्या माहेरा' या पुस्तकातल्या दोन ओळी अशा आहेत:

बापानं दिली लेक देस सोडून कोकनात,
आली बापाच्या सपनात, गेंद रुतली चिखलात.

असे असले तरी कोकणाला छत्रपती शिवाजी महाराजांच्या राजवटीचा इतिहास

आणि लोकमान्य टिळक, स्वातंत्र्यवीर सावरकर, डॉ. बाबासाहेब आंबेडकर यांच्या विचारांची, सामाजिक कार्याची प्रत्यक्ष, अप्रत्यक्ष बैठक आहे. कोकणाच्या निर्मितीपासून इथे झालेल्या अनेक संघर्षांतून, संकरांतून आणि संस्कारांतून कोकणाने आपला सांस्कृतिक वारसा जपला आहे. हा वारसा माणसाच्या जन्मापासून मृत्यूपर्यंतच्या संस्कारांतून, रूढिपरंपरांमधून तसेच खेळे, दशावतार यांसारख्या लोकनाट्यांतून व गौरीगणपतीसारख्या सणाला म्हटल्या जाणाऱ्या लोकगीतांमधून दिसून येतो

लोकगीतांमधून मानवाच्या भौतिक स्थितीचे चित्रण तसेच त्याच्या भूत, वर्तमान आणि भविष्याबाबतच्या जाणिवा, आशा, आकांक्षा, विश्वास, भ्रम, समजुती, श्रद्धा, भक्ती आणि एकूणच त्याच्या समूहाच्या जगण्याचे प्रतिबिंब प्रकट होत असते. त्यामुळेच आता लोकगीतांना साहित्यिक दर्जा प्राप्त झालेला आहे. लोकसाहित्याबाबत अनेक समीक्षकांनी, अभ्यासकांनी विविध व्याख्या सांगितल्या आहेत, त्यांचे मुख्य सूत्र हेच आहे की, लोकांच्या सांस्कृतिक जीवनातील परंपरेने चालत आलेल्या घटना-घटितांचे उत्सवीकरण या साहित्यात असते.

आदिम काळापासून पिढ्यान् पिढ्या अव्याहतपणे पुढे येत राहिलेल्या अशा साहित्याच्या पार्श्वभूमीवर कोकणातील लोकसाहित्य पाहता या साहित्याचेही निर्माते अनामिक आहेत, ते शिक्षित असण्याची शक्यता नाही. शिवाय हे साहित्य प्रामुख्याने इथल्या स्त्रिया आणि तळागाळातल्या लोकांनीच आपापल्या प्रतिभेने टिकवून ठेवलेले, पुढे नेलेले दिसते. हे साहित्य म्हणजे कामाच्या प्रचंड रेट्याखालीही आपल्या दैवतांशी, निसर्गाशी जोडलेले रितीरिवाज आणि आपल्या भोवतीची नाती सांभाळण्याच्या निमित्ताने शरीराचा आणि मनावरचा ताण हलका करत आळवलेले स्वर आणि लय असलेले आलाप आहेत. यांत लयीत केलेल्या शरीराच्या विशिष्ट हालचाली आहेत. सामुदायिकरीत्या केलेला जल्लोश आहे. याला यमनियमांची चौकट नसली तरी समूहातून आलेली शिस्त आहे, वळण आहे आणि अंतिमतः, आपला विश्वास, समजुती, पिढ्या दर पिढ्या पुढे नेण्याची ओढ आहे. बरेचदा यातील क्रियाप्रक्रियेतून, गीतातील शब्दरचनेतून एखादी ओळ ओघळून गेलेली आहे, काही नवे जुळलेले आहे; मात्र त्या गीतातला भाव खंबीरपणाने त्या नव्याशी जोडून घेत पुढे पुढे सरकत राहिलेला आहे.

देश स्वतंत्र झाल्यानंतर घडत गेलेल्या आर्थिक-शैक्षणिक बदलांतून

शहरातील वस्ती हळूहळू वाढू लागली आणि खेडी ओस पडू लागली. त्यातून दलितांचे सांस्कृतिक जीवनही बदलू लागले. सण, उत्सव, रूढी, परंपरा नकळत आटोपशीर रूप घेऊ लागल्या. खेड्यात जाऊन पारंपरिक गोष्टी पाळणारा चाकरमानी त्या रूढी, परंपरा नोकरीच्या वस्तीच्या ठिकाणी पाळण्याच्या वृत्तीचा बनू लागला. सणवारांप्रमाणे गीतांवरही हळूहळू नवा पोषाख दिसू लागला. याच सुमारास डॉ. बाबासाहेब आंबेडकरांबरोबर दलितांनी बौद्ध धर्मात प्रवेश केला. कोकणातील दलितांमधल्या महार जातीनेही मोठ्या संख्येने धर्मांतर करून पूर्वीच्या सणवार अीण रूढिरिवाजांचा त्याग केला. बदलाचा हाच टप्पा मध्यवर्ती मानून याच टप्प्याच्या आधीचे सण, जन्मापासून मृत्यूपर्यंत करण्यात येणारे विधी, रितीरिवाज आणि त्याप्रसंगी म्हटली जाणारी गाणी, गीते संकलित करावी, त्याबाबतची अधिक माहिती मिळवावी, जमेल तिथे निरीक्षण नोंदवावे, काही भाष्य करावे असा माझा हेतू आहे.

महाराष्ट्रातल्या नाशिक, सातारा, नागपूर, जळगांव अशा भागांतल्या लोकगीतांचे बरेचसे संकलन, संशोधन झालेले आहे. डॉ. रा. चिं. ढेरे, सरोजिनी बाबर, डॉ. तारा भवाळकर, डॉ. मधुकर वाकोडे, विश्वनाथ खैरे, डॉ. प्रतिमा इंगोले, डॉ. प्रभाकर मांडे अशा अनेक संशोधकांनी ग्रंथ निर्माण केले आहेत. त्यांच्या मार्गदर्शनाखाली अनेकांनी लिहिले आहे. पण कोकणातील जातिजमातींच्या विविध संस्कृती, बोलीभाषा यांवर फारसे लिहिले गेलेले दिसत नाही. प्रा. बी. ए. देशमुख, प्र. श्री. नेरूरकर, विद्या प्रभू, विजय साखळकर अशा काहींनी कोकणातील गीते संकलित केली आहेत, एक दोघांनी लिहिले आहे. पण कोकणात मोठ्या संख्येने असलेल्या महार, चांभार व काही प्रमाणात असलेल्या मातंग या जातींतील रूढी, परंपरा, त्यांनुसारची लोकगीते यांचे संकलन वा त्यांवरचे लेखन दिसत नाही. सुप्रसिद्ध कवयित्री इंदिरा संत आपल्या 'मालन गाथेची कहाणी' पुस्तकात म्हणतात, ''इथे म्हणजे कोकणात मला हरिजन मुलींकडूनही ओव्या मिळवता आल्या; पण मी त्या ओव्या ग्रामीण ओव्याच समजून घेतल्या.'' असेही लक्षात येते की, कोकणातील दलितांच्या रूढि-परंपरांची नोंद महाराष्ट्राच्या गॅझेटीअरमध्ये झालेली आहे, तीही अत्यंत संक्षिप्त व त्रोटक आहे.

कोणत्याही परंपरा, पूजा, सण हे स्त्रीप्रधान व पुरुषप्रधान व्यवस्थेतून निर्माण झालेले संस्कृति-संघर्ष आहेत. ते त्यांच्या पराक्रमाची थोरवी सांगणारे आहेत. हे सण व रितीरिवाज पितृप्रधान व्यवस्थेने टिकवून ठेवलेले आहेत. यांत

पुरुषांचा पुढाकार दिसतो तर स्त्रिया या वाहक आहेत. गणपती व अन्य देवी-देवतांची सामुदायिकरीत्या पूजा करणे, गणपतीपुढे जाखडी नृत्य करणे, शेतात भलरी गीत गाणे, मृताला अग्नी देणे, पितरपूजा करणे, त्या प्रसंगी विविध वाद्ये वाजवून गाणी म्हणणे वगैरेंमध्ये पुरुषांचा प्रत्यक्ष पुढाकार दिसतो. तर नवजात बाळाबाबतचे सर्व संस्कार करणे, विवाहाप्रसंगीचे रितीरिवाज, नागपंचमी, गौरी वगैरे पूजा, त्या वेळच्या नृत्यगीतांतून स्त्रियांचा सहभाग दिसतो. काही ठिकाणी दोघांचाही प्रत्यक्षाप्रत्यक्ष वावर असतो. त्यामुळे स्त्रिया व पुरुषांचे वेगवेगळे सण, रितीरिवाज, गीते अशी वर्गवारी न करता मी त्यांचा एकत्रच धांडोळा घेतला आहे.

इंग्रजी, हिंदी तसेच शहरी प्रमाणभाषेच्या संपर्काने आणि बदलत्या जीवनशैलीने कोकणातल्याही ग्रामीण बोलीभाषेवर बराचसा आघात केला आहे. सिनेमा आणि टीव्हीसारखी प्रसारमाध्यमे गावखेड्यापर्यंत पोचू लागली. कोकणात एन्रॉन, एच. पी. सी., एल. ताज., एम. आय. डी. सी. सारखे मोठमोठे प्रकल्प उभे राहू लागले. १९९५ ला रेल्वे खेडपर्यंत आली व पुढे १९९६ मध्ये सावंतवाडीला येऊन कोकण प्रदेश महाराष्ट्र व अन्य प्रदेशांना जोडला जाऊन कोकणाशी अन्य भाषकांचा संपर्क वाढला. कोकण हे पर्यटन क्षेत्र बनले, त्यातून इथले समाजजीवन झपाट्याने बदलू लागले. भाषिक व्यवहाराबाबत बोलायचे तर दर दहा-बारा कोसांवर भाषा बदलते म्हणतात. तशा कोकणातील जाति-पोटजातींच्याही वेगवेगळ्या अनेक भाषा आहेत. तो एक अत्यंत व्यापक असा स्वतंत्र अभ्यासाचा असाधारण विषय आहे. मी इथे कोकणातल्या दलितांची त्या त्या जिल्ह्यातली जी सर्वसाधारण बोलीभाषा होती, तिचाच विचार केला आहे.

ज्यांचा जन्म धर्मांतराच्या आधीच्या काळातला आहे, ज्यांची भाषा ही फारशी बदललेली नाही आणि ज्यांची स्मरणशक्ती चांगली आहे अशा व्यक्तींकडून त्यांच्याच बोलीभाषेतली माहिती मी ग्रथित केली आहे. लोकगीतांबरोबरच प्रत्येक जिल्ह्यातील म्हणजे ठाण्यातील प्रामुख्याने झाडी बोली, गोष्टी, मांगेली तसेच रायगडातील बाणकोटी, रत्नागिरीतली संगमेश्वरी आणि सिंधुदुर्गातली लांब हेल काढून बोलली गेलेली मालवणी अशा बोलीभाषा आणि त्यांच्यामधला वेगळेपणाही समोर ठेवण्याचा प्रयत्न केला आहे.

साठ-पासष्ठ वर्षांपूर्वीचे सण, रितीरिवाज सांगणाऱ्या, गाणी म्हणणाऱ्या

सत्तर-ऐंशी वयाच्या विशेषतः स्त्रियांचा विचार करताना हेही लक्षात आले की, त्यांतल्या बऱ्याच जणी आज हयात नाहीत. काहींना नीट ऐकायला येत नाही तर काहीजणी विकलांग झालेल्या आहेत. काहींना सलग आठवत नाही. गाण्याची सुरुवात किंवा शेवटाच्या अर्ध्यामुर्ध्या ओळीच आठवतात. एखादीकडे वेळ ठरवून जावे तर ती आजारी किंवा कामाला गेलेली असायची. कुणी अलीकडे म्हटली जाणारी सिनेमागीताच्या चालीवरची गाणी म्हणायची. कधी असेच कुणाकडे वाटा आडवाटा तुडवत जावे तर ती दुसरीकडे कुठेतरी गेलेली असायची. तिथे जाऊन तिला गाठावे तर ती 'गानी म्हननारी मी नाय, माजी भैन हाय, जाव हाय,' असे म्हणून आणखी कुणाकडे तरी पाठवायची. 'गानी म्हननारी ऱ्हवली हत खय' म्हणत बऱ्याचजणी धुडकावायच्या. बौद्ध स्त्रिया 'आता आमी त्या धर्मात ऱ्हालीलं नाय, आता त्या धर्मातलं कशाला म्हनायचं?' असे म्हणून हिंदू धर्मातील गाणी म्हणायला नकार द्यायच्या. बौद्ध स्त्रिया साठ-सत्तर वर्षांत ती गाणी खरोखरच विसरून गेलेल्या आहेत. त्यामुळे त्यांना पुन्हा पुन्हा धर्मांतराआधीच्या गीतांची, त्या रितीरिवाजांची आठवण द्यावी लागत होती. पुरुषांचाही साधारण असाच प्रतिसाद असायचा. काहींना आपापली बोलीभाषा नीट बोलणे जमत नव्हते, तर काहींना पुस्तकात आपली भाषा जाणार तर ती शुद्धच असावी या समजुतीने बोलीभाषेतून बोलणे कमीपणाचे वाटायचे. अर्थात अनेकांनी अगदी आपला बहुमोल वेळ आणि त्यांना माहीत असलेली माहिती आनंदाने दिली.

सर्वांशी बोलताना काही म्हणी, वाक्प्रचारही हाती आले. त्यांत भर घालून शेवटी परिशिष्टामध्ये तेही अर्थासह जोडले आहेत. तसेच नवबौद्ध समाजातील मृत्यूपर्यंतचे रिवाजही नमूद केले आहेत. अत्यंत साधेपणाने, कमीत कमी खर्चात आणि वेळात कायदेशीर पद्धतीने होणारे नवे संस्कार हे या रिवाजांचे वैशिष्ट्य आहे. ठाणे, रायगड, रत्नागिरी जिल्ह्यांतल्या नवबौद्धांमध्ये धर्मांतरानंतर लग्न, साखरपुडा प्रसंगी गाणी नव्याने तयार करून म्हणण्याचा रिवाज पुन्हा सुरू झाला. कदाचित या तीन जिल्ह्यांतील माणसांचा मोठ्या प्रमाणात मुंबई शहराशी असलेला संपर्क आणि तिथल्या आधुनिकतेचा, नाट्य आणि चित्रपटसृष्टीचा त्यांच्यावर पडलेला प्रभाव हेही या निर्मितीमागचे कारण असावे. ही नव्याने तयार केलेली गाणी फक्त खेड्यापाड्यांतच प्रामुख्याने म्हटली जातात. सिंधुदुर्गातल्या लोकांनी हा रिवाज सुरू केला नाही याचे कारण देता येणार नाही, तसेच महाराष्ट्रात अन्यत्रही हा रिवाज नाही.

कोकणातील मुख्यतः महार समाजातल्या पुरुषांच्या नावामागे लावल्या जाणाऱ्या 'नाक' या उपपदावरून त्यांचा संबंध कोकण भूमीचे मूळ रहिवासी म्हणून 'नाग' संस्कृतीशी लावला जातो. रत्नागिरीतील सह्याद्री पर्वताच्या पायथ्याशी असलेल्या देवडे, भोवडे, भडकमे या आणि अशा काही गावांमध्ये नागाची प्रतिमा नेहमीच पूजण्याची प्रथाही होती. धर्मांतरानंतर ती बंद पडली. तसेच बौद्धसंस्कृतीच्या झालेल्या पाडावातून कोकणातील डोंगरदऱ्यांत आश्रयाला आलेल्या आणि इथेच रुजल्या वाढलेल्या बौद्ध संस्कृतीशीही महार-मातंगांचा संबंध लावला जातो. खरे तर कोकणात आजूबाजूच्या प्रदेशातून येऊन अनेक धर्म, पंथ आणि जाति-जमातींमधील लोक वेगवेगळ्या कारणांनी स्थलांतर करून राहिलेले आहेत. घराघरांतून याचे दाखले मिळतील. शिवाजी महाराजांच्या काळात त्यांचे अनेक किल्ले, दुर्ग बांधण्याचे काम करण्यासाठी मोठ्या संख्येने दलित समाजातील लोक पुणे, कोल्हापूर, सातारा वगैरे भागांतून सह्याद्रीचा कडा उतरून कोकणात येऊन इथेच राहिले. असे म्हणतात की, कांबळे आडनावाचे लोक यांपैकीच होते. रत्नागिरी जिल्ह्यातील खेड तालुक्यातील आयनीमेटे या गावात कान्हेरे आडनाव असलेली पूर्वीपासूनची सहा घरे आहेत. त्यांचे पूर्वज राजस्थानातून घाटाला बोगदे पाडून उंटावरून चांदीचे नऊ लाख रुपये घेऊन आले. इथे येऊन त्यांनी व्यापारउदीम सुरू केला असे सांगतात. या मौखिक कथेपलीकडे सध्या तिथे असलेल्या कान्हेरे यांनाही काही माहीत नाही. थोडक्यात असे की, महारांच्या किंवा दलितांच्याच नव्हे तर इथल्या कुणाच्याही संस्कृतीची मुळे हजारो वर्षांचा इतिहास खणत.शोधत जाणे सोपे नाही. हे जरी खरे असले तरी लोकसाहित्यातील काही गीते, कथा, कहाण्यांतून आपल्याला इतिहासातील काही घटनांचे संदर्भ सापडू शकतात. कोकणातील दलितांच्या रितीरिवाजांतून, लोकगीतांमधून अशा काही खुणा सापडल्या तर पाहाव्या हाही या संकलनामागचा माझा एक आंतरिक हेतू आहे. शिवाय काळाच्या या तुकड्यातील कोकणातील जनजीवन कसे होते रितीरिवाज काय होते त्या संदर्भातल्या त्यांच्या कलाविष्काराचे दर्शन व्हावे आणि या लोकगीतांची कुठेतरी नोंद व्हावी असेही वाटले.

ठाणे, रायगड, रत्नागिरी सिंधुदुर्ग अशा चारही जिल्ह्यांतील बोलीभाषा आणि ती बोलणारी साधीसुधी माणसे इथे संदर्भ म्हणून समोर आली आहेत. त्या काळात फोटो काढण्याचा रिवाज फारसा नसल्याने माहितीला उजाळा देणारे फोटो फारसे सापडले नाहीत. असो.

माझ्या या प्रयत्नात मला ज्यांनी ज्यांनी अत्यंत आपलेपणाने गाणी दिली, माहिती दिली, सहकार्य केले त्या सगळ्यांच्या नावांची यादी मी सोबत जोडलेली आहे. त्या सगळ्यांचे मनापासून आभार. त्यातही विशेष आभार मानायला हवे ते उल्हासनगरचे दादासाहेब खरे आणि प्रिया खरे यांचे. या उभयतांनी ठाण्यातील जव्हार, मोखाडा, वाडा अशा दूरवरच्या ठिकाणी जाणे, तिथली माहिती मिळवणे या कामांत मला शब्दातीत असे सहाय्य केले आहे. पालघरच्या अनुसूया भातणकर आणि वसईचे राजेंद्र गायकवाड यांनीही वसईतील रूढिपरंपरांविषयी अनमोल माहिती दिली. रत्नागिरीतील माझी बहीण सरला जयराम दाभोळकर, भाऊ शाहू अर्जुन पवार आणि वहिनी निर्मला कृष्णा पवार यांनी त्यांच्या आठवणीतील माहितीची या पुस्तकात भर घातली, त्यासाठी त्या तिघांचे आणि माझी मैत्रीण, उषा अंभोरे हिने मला अनेक ठिकाणी सावलीसारखी सोबत केली, तिचे मनापासून आभार. वाचनालयातील पुस्तक सहकार्यासाठी शशिकांत बळीराम पवार यांचेही खूप खूप आभार.

माझ्या मुली मानिनी आणि मालविका आणि जावई रवी अहलावत यांनी मला संगणकावर काम करायला शिकवून नव्या युगाशी जोडून दिले त्यामुळे लिहिणे सोपे झालेच. शिवाय मिळवलेली माहिती साठवून ती हवी तिथे वापरता आली. डॉ. भालचंद्र मुणगेकर यांचे विशेष आभार. त्यांच्यामुळे साहित्य अकादेमी, दिल्लीकडून आर्थिक मदत मिळाली आणि हे संकलन व लेखन शक्य झाले. तसेच साहित्य अकादेमी, दिल्लीच्या सर्व पदाधिकाऱ्यांचे आणि या पुस्तक निर्मितीत सहकार्य करणाऱ्या पॉप्युलर प्रकाशन संस्थेतील अस्मिता मोहिते, मेघा भगत आणि सर्वांचे मन:पूर्वक आभार.

दि. १ मे २०१९ **– उर्मिला पवार**

ब-६०७, विल्मर अपार्टमेंट
दत्तानी पार्क, कांदिवली (पूर्व)
मुंबई ४००१०१

१

कोकणाविषयी थोडेसे

कोकण हा सह्याद्री पर्वताच्या पश्चिमेला गुजराथच्या सीमेपासून दक्षिणेकडे कर्नाटकापर्यंत समुद्र किनाऱ्याला भिडलेला प्रदेश होय. कोकणाच्या प्राचीन सीमा कच्छपासून केरळपर्यंत आहेत. सह्याद्री ते अरबी समुद्रामधल्या निमुळत्या प्रदेशाचे सात भाग करून त्यांना 'सप्तकोकण' म्हटले जाते. 'कुंकण नावाच्या एका नाग कुलाने आपले अधिराज्य प्रस्थापिल्यामुळे या प्रदेशाला सप्तकुंकण म्हणजेच कोकण नाव प्राप्त झाले, असा प्राचीन ग्रंथात इ. स. चौथ्या शतकापासून कोकणाचा उल्लेख आढळतो.'[१] परशुरामाच्या आईचे नाव 'कुंकणा' होते त्यावरून या प्रदेशाचे नाव 'कोकण' झाले किंवा इथल्या आदिवासींच्या 'कोंकणा', 'कुंकण', 'कोकणी' अशा मूळ नावाशी साधर्म्य असल्यामुळेही या प्रदेशाचे नाव कोकण झाले असावे, असे तर्क आहेत. कोकण शब्दाची निर्मिती अशीही समोर येते की, 'चंकण मंकण' देश म्हणजे सूर्य मावळायच्या दिशेचा देश... किंवा 'कोंठकण', 'कोट्ट' म्हणजे डोंगर आणि 'कण' म्हणजे फोडणे ज्या प्रदेशाला फोडून निर्माण केले गेले त्यास कोकण म्हणतात.[२]

'नाग वंशीय लोक सिंध-काठेवाडपासून मलयगिरी पर्वताच्या पश्चिमेकडे समुद्रकाठाच्या मुलखातले म्हणजेच कोकणातले असल्याचे अनुमान आहे. महाभारतातील उद्योगपर्वातून आणि आदिपर्वातील अध्यायावरूनही माहिती मिळते की, समुद्रकाठच्या या भागाला तल, अतल, महितल, पाताल आणि रसातल म्हणजे खोल असा समुद्रकाठचा मुलूख अशी नावे होती.[३] महाभारताच्या खंड ३ मधल्या ९७ व्या अध्यायात पृष्ठ २१६ वर असे म्हटले आहे की, इंद्राचा सारथी मातली याच्या मुलीला, गुणकेशीला वर

शोधण्यासाठी भार्येचा निरोप घेऊन नागलोकात जावे म्हणून कन्येचे मस्तक हुंगून तो भूतलात शिरला. नारद म्हणतात 'आपण पातालात आलो'. पुढे अध्याय ९९ पृष्ठ २१८ वर कोकणातल्या पावसाचे पाताल शब्दाशी नाते जोडून म्हटले आहे की, 'पाताल' असे नाव देण्याचे कारण की जेवढ्या मिळून वरिष्ठ जलमूर्ती-ढग-आहेत तेवढ्यांपासून अलं म्हणजे प्रचुर असा जलाचा पात म्हणजे स्रोत येथे होत असतो.'[४] म्हणून हे पाताल. त्यानंतर पुढे अध्याय १०१ पर्यंत पातालाचे वर्णन आले आहे. मातलीच्या वरील संदर्भावरून मातली हा नागवंशातला असावा किंवा तत्कालीन नागवंशीयांशी देवलोक मानले गेलेल्या प्रदेशातल्या लोकांची सोयरीक होत असावी, असे वाटते.

'कोकणात बौद्ध, चालुक्य, शिलाहार, कदंब, यादव अशा अनेक संस्कृतींचा प्रभाव होता. कोकण हा मुळातला महार, मांग, भिल्ल, ठाकूर, कोळी, कोंग या लोकांचा होता. कदंबांनी महारांपासून, चालुक्यांनी मांगांपासून आणि मौर्यांनी कोळ्यांपासून राज्ये जिंकून घेतली व आर्यांनी या भूमीला 'अपरांत' म्हटले आहे' असे विठ्ठल रामजी शिंदे यांचे मत आहे. इ. स. चौथ्या व पाचव्या शतकांतल्या पाली ग्रंथांत म्हटले आहे की, अशोकाच्या काळात भरलेल्या, पाटणा येथील तिसऱ्या बौद्ध महासंघाच्या सभेत ठरल्याप्रमाणे योण धम्मरक्षीत याला धर्मप्रसाराकरता 'अपरांतात' पाठवले. सम्राट अशोकाच्या आज्ञापत्रात अपरान्ताचा असा ऐतिहासिक उल्लेख प्रथम आला आहे. 'अपरांत' म्हणजे पश्चिमेकडील शेवटचा प्रदेश. हीच कोकणभूमी होय. इथल्या डोंगर कपारींत खोदलेल्या गुंफा, बुद्धलेण्या इथे वस्तीला राहिलेल्या बौद्ध लोकांच्या आणि भिख्खूंच्या वास्तव्याची साक्ष देतात. कोकणातल्या नागवंशीयांबरोबर आर्यांनी हजारो वर्षे संघर्ष करून आपले स्थान बळकट केले आणि हरलेल्या नागवंशीयांना शूद्रातिशूद्र बनवले आणि त्यांच्यावर अत्यंत घाणेरडी कामे लादल्यामुळे ते अस्पृश्य झाले. या मताशी अनेक संशोधकांचे. विद्वानांचे एकमत झाले आहे. शूद्रातिशूद्र म्हणजेच महार, मातंग आणि चर्मकार हे अस्पृश्य लोक होत. हे लोक सामाजिक कामाच्या रेट्याखाली नाडले, पिडले आणि भरडले गेल्याने त्यांना पुढे 'दलित' असेही संबोधले जाऊ लागले.

कोकणातील जिल्हे व बोलीभाषा

मुंबई हे सात बेटांना जोडून घेतलेले असे बेट आहे. हे उत्तर कोकणात येते. मुळात ही बेटे वसईचा भाग म्हणून गणली जात. त्यांचा केवळ माहीम म्हणून उल्लेख होई. इंग्लंडच्या चार्लस राजाला मुंबई बेटे १६६१ साली आंदण म्हणून मिळाली होती. इंग्रज सरकारने १६६८ मध्ये ही बेटे ईस्ट इंडिया कंपनीच्या हवाली केली. मुस्लिम, पोर्तुगीज आणि इंग्रज राजवटीपर्यंत मुंबईची मुंबापुरी, मुंबई, बॉम्बे अशी अनेक नावे बदलली. स्वातंत्र्याच्या कालखंडात मुंबईचे नाव बॉम्बे होते. पुढे ते भाषिक अभिमानाचा मुद्दा बनून पुन्हा 'मुंबई' असे झाले. मुंबईत अस्पृश्य समाजातील लोकही मोठ्या संख्येने राहत होते. त्यांचा उल्लेख १८८१ च्या खानेसुमारीत आला असून त्यांची संख्या 'हीनजातींचे हिंदू' या वर्गीकरणात आली आहे. त्यांमध्ये महार, चांभार आणि मांग[५] या जाती नमूद केलेल्या आहेत. मुंबईत त्यांची थोडीफार जातिनिहाय वस्ती होती. गिरणी व कारखान्यांपेक्षा हे लोक मोठ्या प्रमाणात झाडू खात्यात दिसत होते. मुंबईत गुजरात, नाशिक, औरंगाबाद, सातारा, ठाणे, रायगड, रत्नागिरी व थोडाफार सिंधुदुर्गामधून आलेला हा कामगार मोठ्या प्रमाणात म्युन्सिपल चाळींत राहत होता. आपापल्या रितीरिवाजांचे तोही पालन करत होता. मराठी ही मुंबईची प्रमुख भाषा होती.

ठाणे : मुंबईला जोडून असलेल्या सध्याच्या ठाणे या जिल्ह्याला उत्तरेकडे गुजराथ राज्याची सीमा तसेच नाशिक जिल्ह्याचा काही भाग व पूर्वेकडे रायगड म्हणजे पूर्वीचा कुलाबा या जिल्ह्यांच्या सीमा आहेत. मुंबईप्रमाणे ठाणे जिल्ह्याच्याही भौगोलिक सीमा आणि नावे बदलत गेलेली दिसतात. 'ठाण्यात इ. स. पूर्व ४५० च्या सुमारास 'सोपारा' हे भारतातील सर्वांत मोठे व्यापारी केंद्र होते. शिलाहारांच्या काळात आगाशी, केळवे, माहीम, वसई ही महत्त्वाची बंदरे होती, त्यामुळे ठाणे हे पूर्वापार 'व्यापारी ठाणे' या नावाने ओळखले जात होते. इ. स. ९१३ ला अरब इतिहासकार व तत्त्वज्ञ प्रवासी अल् मसूद याने ठाण्याचा उल्लेख तान्हा आणि तबह या नावांनी केल्याचे आढळते. यानंतर कुकीनताना, श्रीस्थानक, स्थानक वगैरे नावांनी ठाण्याचा उल्लेख झालेला आहे.'[६] ठाणे जिल्ह्याचा विस्तार अन्य जिल्ह्यांहून मोठा आहे. ठाण्याच्या उत्तरेकडच्या भागात आदिवासी समाज मोठ्या संख्येने आहे. बाकीच्या भागात महार,

बौद्ध व चर्मकार समाजाची वस्ती आहे. मातंग समाजाची थोडीशी घरे अपवादात्मक आहेत. ठाणे जिल्ह्यात दोन प्रदेश आहेत असे मानले जाते. एक बंदरपट्टी जो समुद्रकिनाऱ्यालगतचा भाग आहे. दुसरा प्रदेश जंगलपट्टीचा जो नाशिक आणि पुण्याच्या सीमांलगतचा आहे. या दुसऱ्या प्रदेशात राहणाऱ्या आदिवासी लोकांचा ठाणे जिह्यातील दलितांच्या सांस्कृतिक जीवनावर प्रभाव आहे. आदिवासींचे 'तारपा' संगीतनृत्य आणि देवादिकांचे मुखवटे धारण करून केलेले 'बोहाडा' नृत्य हे या जिल्ह्याची वैशिष्ट्ये आहेत.

ठाणे जिल्ह्यातील जंगलपट्टी आणि बंदरपट्टी अशा दोन प्रदेशांत तीन बोलीभाषा बोलल्या जातात. १. मुरबाड, किन्हवली, शहापूरच्या भागात **'गोष्टी बोली'** बोलली जाते. या भाषेवर नाशिकमधल्या बोलीभाषेचा प्रभाव आहे. या भाषेत 'स' अक्षराऐवजी 'च' हे अक्षर येते. 'सकाळी' ऐवजी 'चकाळी' म्हणतात. २. पालघर व त्यापलीकडे जव्हार मोखाडा भागात **'पठारी बोली'** आहे. ही बोलीभाषा इथल्या आदिवासी बोलीभाषेच्या जवळची वाटते. ३. ठाणे, भाईंदर, राई, वसई, मिरा वगैरे भागांतल्या भाषेला इंग्रजी भाषेसारखी गती आहे म्हणून हिला **'फिरंगणी बोली'** म्हणतात. ठाणे व रायगड या दोनही जिल्ह्यांमधल्या बोलींमधे 'ड' या अक्षरासाठी 'र' हे अक्षर येते. जव्हार पालघरकडच्या दलितांच्या भाषेत 'त्यांनी' हा शब्द 'त्याही' असा येतो तर भिवंडीतल्या भाषेतले काही शब्द गुजराती भाषेशी साधर्म्य सांगतात. त्यामुळे भिवंडीत आई, ताई, बाई या शब्दांपुढे 'सा' प्रत्यय येऊन आईसा, ताईसा असे होते. ठाण्यातल्या काही शब्दांचे रायगडशी नाते आहे. इथेही लहान मुलाला **'बाला'** म्हणतात.

रायगड : ठाण्याच्या दक्षिणेला रत्नागिरीला जोडून असलेल्या उत्तरेकडील प्रदेशात बाराव्या शतकातला 'रायरी' या नावाचा किल्ला होता. इ. स. १६५६ मध्ये छत्रपती शिवाजी महाराजांनी 'रायरी' किल्ला जिंकून त्याची पुनर्बांधणी करून तो मजबूत केला आणि तो 'रायगड' या नावाने ओळखला जाऊ लागला. १८६९ मध्ये ब्रिटीश आमदानीत रायगड नावाचा हा भूभाग कुलाबा प्रांतात आला आणि 'कुलाबा' या नावाने ओळखला जाऊ लागला. कुलाबा शब्दाची उत्पत्ती अशी की, कूल म्हणजे सर्व आणि आब म्हणजे पाणी. सर्व बाजूने पाणी असलेला प्रदेश. कुलाबा हे संस्थान होते. कुलाब्याचे संस्थानिक रघुजी आंग्रे हे होते. कुलाब्याची

भौगोलिक रचना समुद्रात गेलेली जमिनीची दांडी किंवा भूशिर अशी होती. त्यामुळे या प्रदेशाला 'कुलाब्याची दांडी' असेही म्हटले जात होते.[७]

शिलाहार काळात कुलाबा जिल्ह्यातील नागोठणे, पेण, रोहा, रेवस, उरण, गोरेगाव अशी बंदरे व जलमार्गांना महत्त्व होते. या जिल्ह्यातील गोरेगाव येथे आजही त्या काळाचे अवशेष सापडतात. बॅ. अंतुले मुख्यमंत्री असताना त्यांनी १९८१ साली पूर्वीच्या कुलाबा प्रांतालाच रायगड जिल्हा हे नाव दिले आहे. इतर जिल्ह्यांपेक्षा सह्याद्री पर्वताच्या रांगांपासून हा भूप्रदेश बराचसा वाचलेला आहे. त्यामुळे इथली जमीन जरा सुपीक आहे. हा जिल्हा मुंबईच्या जवळ असल्याने इथले लोक कामाकाजासाठी मोठ्या प्रमाणात मुंबईत राहत असत. त्यांत घरकाम करणारे काही कुणबी समाजातले लोक होते, त्यांना रामागडी किंवा बाले लोक म्हणत. दलित समाज मुख्यत्वे सैन्यात व झाडूखात्यात जास्त प्रमाणात होता. **'बाल्या नृत्य'** हे इथले पूर्वापार सादर होत असलेले लोकनाट्य आहे. यात शक्ती आणि तुरा असे दोन गट एकमेकांना सवाल जबाब करतात, जे प्रामुख्याने अध्यात्मावर आधारित असतात. बाल्यानृत्य ही रायगडमधील 'बाले' लोकांची धरोहर आहे. इथल्या लोकांच्या घरांना पडवीच्या चौकटीला दर्शनीभागी दोन किंवा तीनचार लोकही बसू शकतील अशी बाहेरच्या बाजूला पाठ असलेली पाळण्यासारखी दिसणारी लाकडी रंगीत हवेशीर बैठक जोडलेली असे. या बैठकीला 'मचण' म्हणत. ही बैठक हेही इथल्या घरांचे वैशिष्ट्य होते. आजही अशी घरे तिथे आहेत. रायगड जिल्ह्यातल्या लोकभाषेमध्ये 'ड' या अक्षराचा उच्चार 'र' असा करत. 'तर की' किंवा 'असे की' म्हणायचे असेल तर याला 'तका' असे म्हणत. रायगडची भाषा ही बरीचशी लगतच्या रत्नागिरी जिल्ह्यातील बोलीभाषे-सारखीच असल्याने या दोनही जिल्ह्यांतल्या भाषेला बाणकोटी भाषाच म्हणत.

रत्नागिरी : रत्नागिरी जिल्हा म्हणजे आताचा महाड ते राजापूर हा दक्षिण कोकणातील भूप्रदेश होय. या भागात सह्याद्री पर्वताला जास्त चुण्या पडलेल्या असल्याने इथली जमीन अतिशय डोंगराळ, खडकाळ आणि दुर्गम आहे. इथल्या जमिनीचा फार मोठा भाग समुद्रकिनाऱ्यांनी, खाड्यांनी, वाळूनेही व्यापलेला आहे. म्हणूनच की काय छत्रपती शिवाजी महाराजांनी इथे जास्त सुरक्षिततेच्या दृष्टीने योग्य असा 'रत्नदुर्ग 'या नावाचा किल्ला

बांधला. पुढे या किल्ल्यावरूनच या जिल्ह्याला 'रत्नागिरी' हे नाव मिळाले. यातील मंडणगड तालुक्यातून सावित्री नावाची नदी अरबी समुद्राला मिळते. तिथे ब्रिटिशांच्या काळापासून बाणकोट हे बंदर प्रसिद्ध होते. रत्नागिरीतल्या कुणबी समाजातील तरुण या बंदरातून बोटीने मुंबईत घरकाम करायला मोठ्या प्रमाणावर जात असत. या समाजातही मुलाला 'बाला' असे म्हणत. त्यावरून आणि बाणकोट बंदरातून येतात म्हणून त्यांना 'बाणकोटी बाले' म्हणत. हे बाले कामाच्या अति त्रासामुळे किंवा दुसरे बरे काम मिळाल्याने, नाहीतर अन्य काही कारणानेही अचानक काम सोडून पळून जात. त्यावरून **'सूबाल्या करणे'** म्हणजे पळून जाणे हा वाक्प्रचार तयार झालेला दिसतो. पुढे कोकणातल्या सर्वच लोकांना चेष्टेने **'बाले'** किंवा **'बाणकोटी बाले'** म्हणण्याची पद्धत रूढ झाली होती.

इथले एकमेव पीक म्हणजे भात. पण तेही इथल्या डोंगराळ खडकाळ जमिनीमुळे फारसे होत नव्हते. समुद्रकिनाऱ्यावरची मासेमारी आणि उच्च वर्णीयांच्या, आंब्यांच्या, काजूच्या बागा राखण्याचे काम या भागातल्या तळातल्या लोकांना थोडी मोलमजुरी मिळवून देत होते. इथला दलित वर्ग बऱ्याच प्रमाणात मुंबईत झाडूकामगार म्हणून व काही प्रमाणात गिरणीकामगार आणि सैन्यातही भरती झालेला होता. महारांच्या खालोखाल इथे चर्मकार समाजाची वस्ती आहे, पण मातंग समाजाची वस्ती मात्र इथे अपवादात्मकच आहे. नमन आणि खेळे रत्नागिरीतल्या कुणबी समाजाने परंपरागत जपलेली लोककला आहे. नमनामधून देवांना आवाहन केले जाते तर खेळे या नृत्यनाट्य आणि गायन प्रकारातून देवांचे दहा अवतार सादर करतात. सर्व काही चांगले व्हावे या हेतूने पूजा आणि लग्नकार्याच्या वेळी 'नमन खेळे' नाचवले जातात.

रत्नागिरीतल्या ग्रामीण बोलीभाषेला 'बाणकोटी' भाषा असेच म्हणत असत. पण या जिल्ह्यातल्या चित्पावनी ब्राह्मणांच्या अनुनासिक भाषेचा फार मोठा प्रभाव या बोली भाषेवर पडला आहे. त्यातून ही भाषा रायगडमधल्या बाणकोटी भाषेहून काही प्रमाणात वेगळी आहे. उदाहरणार्थ, चित्पावनी ब्राह्मणीभाषेत 'केलें', 'ठेवलें' किंवा 'केलं', 'ठेवलं' असे टिंब असलेले अनुनासिक शब्दोच्चार येतात. खेड्यातील ब्राह्मणीभाषेत हेच शब्द 'केलनी', 'ठेवलनी' असे येतात. ते ग्रामीण बोलीभाषेत 'केलानी', 'ठेवलानी' असे होतात यामुळे 'केलानी'. 'ठेवलानी' असे शब्द असलेल्या

या ग्रामीण बोलीभाषेतला वेगळेपणा ओळखून अलीकडे मुंबईतील प्रसारमाध्यमांनी या भाषेला '**संगमेश्वरी बोलीभाषा**' म्हणायला सुरुवात केली आहे.

सिंधुदुर्ग : रत्नागिरी ते सावंतवाडी पर्यंतचा रत्नागिरी जिल्ह्याचा भौगोलिक विस्तार मोठा होता. यात सावंतवाडी हे संस्थान होते. १९५६ मध्ये त्याची पुनर्रचना होऊन १९६० मध्ये ते मुंबई राज्यात विलीन झाले. याच प्रदेशात १६६४ साली शिवाजी महाराजांनी मालवण येथे बांधलेला 'सिंधुदुर्ग' नावाचा किल्ला आहे. या किल्ल्याच्या नावावरूनच १९८१ साली रत्नागिरी जिल्ह्याचे विभाजन होऊन दक्षिणेकडील राजापूरच्या सीमेवरील वैभववाडी ते सावंतवाडी पर्यंतच्या भागाचे 'सिंधुदुर्ग जिल्हा' असे नामकरण झाले. सिंधुदुर्ग जिल्ह्याच्या सांस्कृतिक जीवनात 'दशावतार' या नाट्यप्रकाराला खूप महत्त्व आणि फार मोठी परंपराही आहे.

सिंधुदुर्ग जिल्ह्यात बोलल्या जाणाऱ्या 'मालवणी' भाषेचे हे नामकरण एका वादातून प्रस्थापित झालेले आहे. 'सावंतवाडी संस्थानचे मूळ नाव कुडाळदेश असे होते व त्याच्या सीमा उत्तरेला देवगडच्या नदीपासून दक्षिणेला सावंतवाडीतील तिलारी नदीपर्यंत होत्या. या कुडाळदेशची 'कुडाळी' ही बोलीभाषा होती आणि इ. स. १२५० च्या सुमारास ती राजभाषा झाली होती. या देशाचा कारभार कुडाळी बोलीत चाले.'[८] डॉ. रामकृष्ण भांडारकर यांचा जन्म मालवणचा. तालुकाभिमानामुळे कुडाळी भाषेचा उल्लेख १९१४ साली त्यांनी 'मालवणी बोली' असा कुठेतरी आपल्या लेखात केला. त्याचवेळी ए. आर. देसाई यांनी आपल्या 'कुडाळी मराठी भाषा' या निबंधातून यावर आक्षेप घेतला. पण त्याचा परिणाम न होता 'मालवणी' हेच नामकरण पुढे कायम झाले. मालवणी ही मराठीला जवळची बोली असली तरी तिचे मूळ नाते संस्कृतशीही आहे. आजची गोव्यातली 'कोंकणी' भाषा ही मूळ कुडाळी भाषेवर पोर्तुगीज भाषेच्या पडलेल्या प्रभावातून तयार झाली आहे असेही म्हटले जाते. मराठीतल्या 'मला' 'तुला' अशा शब्दांसाठी मालवणीत 'माका' 'तुका' असे शब्द येतात. दलित समाजात यालाच 'मिया' 'तुया' आणि असेच काही वेगळे उच्चार येतात. या भाषेतले हेल, ठेका आणि रोखठोखपणाने लोकांच्या मनावर खूपच गारूड केले. मालवणी भाषेतल्या 'दशावतार' या लोकनाट्य प्रकाराला सिंधुदुर्ग जिल्ह्याच्या सांस्कृतिक जीवनात खूप महत्त्व आहे. या

कलेला फार मोठी परंपराही असून 'दशावतारी' नाटकांनी मालवणी भाषेला सातासमुद्रापलीकडे नेले.

कोकणातील दलित जाती

कोकणात दलितांच्या मातंग, महार आणि चांभार अशा मुख्य तीन जाती आहेत. ढोर जातीची वस्ती इथे सापडत नाही. मांग किंवा मातंग जात, महार जातीतूनच बाहेर पडून स्वतंत्र झाली. तिला पुराणोक्त काळापासूनचा इतिहास आहे तसेच मातंग ऋषींपासून ह्या जातीची निर्मिती झाली अशी संशोधकांची अनेक मते आहेत. या जातीचे लोक दक्षिणेत कानडी व तेलगू देशात 'मादिगा' या नावाने तर मध्य महाराष्ट्रात मांग व उत्तरेकडे सुरतेच्या आसपास गुजरातमध्ये मांगेले म्हणून ओळखले जातात. मातंग जातीचे मुळात तीन प्रकार आढळतात महाराष्ट्रातला मातंग हा कर्नाटक वगैरे दक्षिणेकडील प्रांतांतून आला असे म्हटले जाते. रेणुकेचे मस्तक हे मातंग स्त्रीचे होते असे मानून रेणुकेलाही ते आपली आदिदेवता मानतात. रायगड, रत्नागिरी जिल्ह्यांत मातंगांच्या वस्त्या तुरळक आहेत, पण बाकीच्या दोन जिल्ह्यांत त्यांची एकएकटी घरे आहेत. मातंग समाजातही धार्मिक संस्कार, रितीरिवाज आणि नाच, गाणेबजावण्याच्या कला मूळ कोकणातील एकूण परंपरेनुसारच आहेत. हे लोक आयदाने विणणे, चामडे सोडवणे जोगवा यांबरोबर गावातली हलकी तसेच मिळेल ती कामे करत असत. काहीजण लष्करातही नोकरीला होते.

महार ही जात अतिशय पराक्रमी जात होती असे मानून 'महाअरी' मोठा शत्रू म्हणजे महार अशी या शब्दाची उत्पत्ती महात्मा फुल्यांनी दाखवली आहे. महाराष्ट्र प्रदेशाला हे नाव या जातीमुळेच प्राप्त झाले असेही म्हटले जाते. महार या जातीमध्ये त्रेपन्न पोटजाती आहेत; त्यांत गोपाळ नावाचा एक पोटभेद आहे असेही मानतात. श्री. म. माटे यांनी कोकणातील जातींविषयी म्हटले आहे की, 'महारांमधे ठाणे जिल्ह्यात डोले, पाण आणि सोमवंशी हे आढळतात.' कुलाबा जिल्ह्यात बेलिआ, डोंब, गारदी आणि सोमवंशी या महारांच्या पोटजाती आहेत; तर 'सावंतवाडीकडील महारांत दोन विभाग आहेत. बेल आणि पान हेच ते होत.'

ठाणे जिल्ह्यात भाईंदर, राई, वसई, मिरा वगैरे समुद्र किनारी राहणारे महार समाजातले लोक मासेमारीतील हलक्या सलक्या मजुरीची तसेच बांबूच्या टोपल्या विणण्याची कामे करत असत; शिवाय बलुतेदारी म्हणून कोतवालकी करत असत. या लोकांना 'पाण' म्हणत. ही जात आणि सिंधुदुर्गातली पाणमहार ही जात एकच असावी, कारण किनारपट्टीतल्या लोकांच्या भाषेतल्या काही शब्दांचे साम्य मालवणी भाषेतील शब्दांशी आहे उदा. नारळाला नाल व आरतीला तळी म्हणणे वगैरे. अशा आणखी काही शब्दांवरून रितीरिवाजांवरून 'पाण' यांच्या झालेल्या स्थलांतराचाही हा पुरावा होऊ शकेल. रत्नागिरी जिल्ह्यात मात्र महारांच्या पोटजाती नाहीत. इथे सर्वच महारांना 'सोमवंशी' म्हणतात.[९] कोकणात महार-मागांची वस्ती काही ठिकाणी स्पृश्य लोकांच्या वस्तीच्या आसपास तर मोठ्या प्रमाणात ती डोंगरमाथ्यावर व दऱ्याखोऱ्यांत वसलेली होती. आजही आहे. 'बेदरच्या विठू महाराने दामाजीपंताला बादशहाकडून दिल्या जाणाऱ्या शिक्षेतून मुक्त करून बावन्न अधिकार प्राप्त करून घेतले होते. सातारकर महाराजांच्या दप्तरात नकल केलेला एक महजर सापडला. त्यात शहरांत व खेड्यांत महारांना कोणकोणते अधिकार दिले आहेत यांची यादी दिली आहे. मूळ महजर बेदरचा बादशहा असताना तयार झाला.'[१०] ते हक्क जरी महारांना मिळाले होते तरी त्यांची अंमलबजावणी करायची की नाही, हे उच्चवर्णीयच ठरवत त्यामुळे अस्पृश्यांचे जगणे दुष्करच होते.

कोकणातील अस्पृश्यांचीही वेठबिगारीतून सुटका नव्हती. पण इथे काही अधिकार पूर्वपरंपरेने इथल्या जातींना मिळालेले होते. महार ही सर्वांत जुनी जात मानली जात असे. सिंधुदुर्गात महारांना मंदिरातून काही धार्मिक अधिकार प्राप्त झालेले होते. 'बारा पाच' हा दक्षिण कोकणातील देवस्कीचा प्रकार आहे. यात अतींद्रिय शक्ती अंगात येतात असे मानले जाते.

'दक्षिण कोकणात म्हणजे सिंधुदुर्गात 'बारा पाचा'च्या देवस्कीत महारांना महत्त्वाचे स्थान देण्यात येते, किंबहुना वंसाची देवस्की मूळची त्यांचीच असावी. बारा स्थळांत बेळा व पाना अशी दोन स्थळे आहेत. गाऱ्हाणे घालताना अवसरांच्या देवस्कीत, महारांचे गणित पुरे कर असे म्हटले जाते. अवसरांच्या देवस्कीत निरनिराळ्या वंसांचा मतभेद निर्माण झाला तर महारवंस उभा करतात व तो वंस देईल तो निर्णय ग्राह्य ठरतो.

हा अधिकार न्यायाधीश किंवा वडिलकीच्या अधिकाराप्रमाणे दिसतो. गावात कोणत्याही महाराला 'गावकार', 'थोरले गावकार' असेही म्हणतात.'[११]

कोकणातल्या एकूणच दलित समाजात देवदेवस्की प्रमाण फार मोठे होते. दलित समाजात मरीआई, जाखाई, अशा ग्रामदेवी व म्हसोबा, भैरोबा हे ग्रामदेव आणि खवीस, गिऱ्हा, झोटिंग, जखीण, हडळ अशा भुताखेतांची पूजा, जत्रा, नवस यांचे बरेच प्राबल्य होते, आहे. 'मरीआई जी सप्तमातृकांतली एक प्रखर देवी व ती कंसाच्या हातातून सुटलेली कृष्णाची बहीण आहे असेही मानले जाते. श्रावण शुद्ध सप्तमीत तिची पूजा मानलेली आहे.'[१२] कोकणात लग्नकार्य प्रसंगी रेणुकादेवीच्या नावाने गोंधळ म्हणजेच पूजा घालण्याची प्रथा होती, पण यावेळी पोतराज व मुरळ्यांना नाचवले जात नव्हते, आजही नाही. गरिबीवर, जातीयतेवर मात करण्यासाठी कोकणातल्या महारांनी शिवाजी महाराजांच्या काळापासूनच 'मारीन किंवा मरेन' अशा निधड्या वृत्तीने सैन्यातल्या नोकऱ्या पत्करल्या होत्या. 'ब्रिटिशांच्या आर्मीमध्ये सत्तावीस फलटणींमधून पंच्याहत्तर हजार महार लोक होते. त्यांत कोकणातील लोक जास्त होते. जमादार, सुभेदार, मेजर सारखी पदे काहींनी आपल्या पराक्रमाच्या जोरावर मिळवली होती. 'ईस्ट इंडिया कंपनीने आपल्या जीवित आणि व्यापाराच्या संरक्षणासाठी मराठ्यांच्या धरतीवर 'बॉम्बे आर्मी'ची उभारणी केली. या फौजेमध्ये कोकणातील परवारी वा महारांचा जोरदार भरणा होता.'[१३] डॉ. बाबासाहेब आंबेडकरांचे आजोबा, वडील तसेच त्यांच्या आईचे सर्व भाऊ इंग्रजांच्या लष्करात होते. 'गाव तितं म्हारोडा' या म्हणीप्रमाणे कोकणातही म्हारोडा होता व इतर दलितांहून महारांची संख्या जास्त होती.

चर्मकार ही जात तिच्या उपजीविकेच्या साधनामुळे जगभरातच आढळून येते 'भारतात वैदिक कालीन काही ग्रंथांतून चर्मकार या नावाने हिन्दू धर्मातील काही जातींचा उल्लेख आढळतो. इ. स. पूर्व १५०० ते १०० या काळामधील ग्रंथांमधे, जनावरांची कातडी काढून ती कमावून त्यांपासून पादत्राणे, पखाली, रथांचा व घोड्यांचा सरंजाम, योद्ध्यांचा पोशाख, सोमरस व इतर द्रव पदार्थ साठविण्यासाठी लागणारी बुदली इत्यादी वस्तू तयार करणारी जात, असे चर्मकार जातीचे उल्लेख आहेत.'[१४] मोगल राजवटीत व शिवाजी महाराजांच्या काळात हे लोक बिहार, उत्तर प्रदेश, राजस्थान या प्रांतातून मोठ्या प्रमाणात महाराष्ट्रात आले असे मानले

जाते. सैन्यात आवश्यक असलेला सरंजाम, पाण्याच्या पखाली अशा विविध वस्तू ते बनवत होते. महाराष्ट्रात चांभार या जातीतून 'ढोर' आणि 'होलार' या जाती निर्माण झाल्या. या संपूर्ण जातींचा मेलेल्या जनावराशी संबंध आहे. महार मृत जनावर फाडून कातडे वेगळे करत होते. हे कातडे पाण्यात कुजवून, साफ करून सुकवणाऱ्याला 'ढोर' म्हणत. कमावलेल्या कातड्याच्या वस्तू करणारा 'चांभार' आणि जुन्या तुटलेल्या वस्तू जोडून देणारा 'होलार' अशा कामानुसार जाती बनलेल्या होत्या. 'खेडेगावातील चर्मकारांच्या म्हणण्यानुसार ज्या ढोरांनी फक्त उच्च वर्णीयांचे जोडे तयार करण्याचे काम पत्करले त्यांच्यात जास्त करून देशावरचे व त्या खालोखाल कोकणातले चांभार आहेत.'[१५] अर्थात कोकणात ढोर आणि होलारांचं प्रमाण नसल्यातच जमा असल्याने त्यांची कामे चर्मकारच करताना दिसत. मृत जनावराच्या चामड्याशी संबंध आल्याने ते सर्व लोक अस्पृश्य मानले जाऊ लागले. आर्थिक दृष्ट्या 'चांभार' इतर अस्पृश्यांपेक्षा जरा बऱ्या स्थितीत होते. चर्मकार स्वतःला शिवभक्त आणि शिवाचे पुत्रच असलेल्या आराध्यांचे आपण वंशज आहोत असे समजत. त्यांचे अनेक गट आहेत. कोकणात चेवली, रायगडात रोहिदास चांभार, दाभोळ येथे दाभोळी वगैरे. चर्मकारांमध्ये लिंब, हरियाली, पाचपावली, वड वासनवेल, मर्यादवेल, मोराचे पीस इत्यादी देवके असतात. ते मरीआई व सितलादेवीला पूजतात. उंबर, कळंब, मोराचे पीस, गरुडाचा पंख आणि कोया या देवकांना रत्नागिरीतील चर्मकार मानतात. लग्नकार्यात आपापल्या देवकांची पूजा करतात. व्यवसायामुळे आणि चर्मकार पड खात नसल्यामुळेही चर्मकार स्वतःला इतर दलित जातीहून उच्च समजत. या सर्व जाती बारा बलुतेदारीतल्या होत्या. कमरेला लंगोटी, अंगात बिनबाह्यांची कोपरी, खांद्यावर घोंगडी, हातात काठी असा कोकणातील संपूर्ण दलित पुरुषांचा पेहराव होता.

कोकणातली दलित स्त्री

महाराष्ट्रातील इतर दलित स्त्रियांपेक्षा कोकणातल्या खेड्यापाड्यांतल्या दलित स्त्रीची जीवनरहाटी थोडीशी वेगळी होती. धर्मांतरपूर्व काळात सैन्यात किंवा गिरण्या-कारखान्यांत नोकरीला असलेल्या आणि शहरात राहणाऱ्या दलित कुटुंबांत काही स्त्रिया गिरणीत किंवा झाडू खात्यात नोकरीला होत्या.

काहीजणी सहावी-सातवीपर्यंत शिकून शिक्षका म्हणूनही नोकरीत होत्या. पण अशी उदाहरणे फारच अपवादात्मक होती. सर्वसाधारणतः दलित स्त्री मोठ्या प्रमाणात गावपातळीवरच जगत होती. हिचा नवरा गावातली गावकीची कामे करणारा, चिऱ्याच्या खाणीतले दगड फोडणारा किंवा मुंबईतला चाकरमानी. कचऱ्याच्या घाणीतील आणि दगडाच्या खाणीतल्या कष्टामुळे व्यसनाधीन झालेला. ही स्त्री घरात सासू, सासरे, दीर, नणंदा, त्यातही चुलत सासरे, सास्वा, चुलत दीर, नणंदा अशा चुलत नात्यांच्याही अनेक पिढ्यांच्या आणि पोरांच्या पोरवड्यात खस्ता खाणारी होती.

इथे चार महिन्यांच्या पावसाळी अपुऱ्या भातशेतीबरोबर डोंगराच्या उतारावर कातळावर माती पसरून नाचणी, वरी, हरीक अशा बारीक पिकांसाठीही ती वाकत होती. डोंगरदऱ्यांत लाकूडफाटा गोळा करून मैलोन् मैल रस्ता तुडवत तो बाजारात जाऊन विकत होती. कोकणात फक्त महार या जातीमध्येच बांबूपासून तयार केली जाणारी सुपे, सुपल्या, रोवळ्या, टोपल्या, परड्या, दुरड्या, हातरी, कणगी, खुराडे, पाळणे, डालगी, इरली इत्यादी आयदाने बनवून ही स्त्री आपल्या संसाराला जोड देत होती. उबरवटा पद्धतीने नेसलेल्या फाटक्या लुगड्यातली, उदासलेल्या केसांची. हातात चांदीचे. कथलाचे गोट, गळ्यात गळसऱ्या, पायांच्या बोटांत जोडवी, कपाळाला मध्यम आकाराचे कुंकू असे सर्वसाधारण इथल्या महार आणि मातंग स्त्रीचे चित्र होते. चर्मकार समाजातल्या स्त्रीची स्थितीही याहून वेगळी नव्हती. तिला चामड्याच्या वस्तुविक्रीच्या रोखीची थोडीशी आर्थिक जोड असली तरी एकूणच या सर्व स्त्रिया इथल्या जातीपातीच्या त्रासाला मूकपणे सामोरे जाणाऱ्या आणि नशिबाला दोष देत खस्ता खाणाऱ्याच होत्या. त्यांना या रोजच्या कष्टमय जगण्यात थोडासा विरंगुळा मिळायचा तो पूर्वापार चालत आलेल्या रूढिपरंपरा आणि त्या प्रसंगीच्या गीतांमधून, कथा, कहाण्या आणि नृत्यातून. जन्मापासून मृत्यूपर्यंत पिढीदरपिढी जोपासल्या जाणाऱ्या या रूढी, परंपरा स्त्रियांची सुखदुःख भावना प्रकट करण्याचे एक साधन होत्या. यात दळता- कांडताना म्हटलेल्या ओव्या व शेतातली भलरी गीतेही क्वचित कुठेतरी होती. एकूणच कोकणातील दलित स्त्री-पुरुषांच्या जीवनातील या अत्यंत महत्त्वाच्या मानल्या गेलेल्या रूढिपरंपरा, सणवार आणि त्याप्रसंगीच्या गीतांचा वेगळेपणा लोकसाहित्यात निश्चितच भर घालणारा आहे.

संदर्भ :

१. *रायगड जिल्हा गॅझेट*, १९९३, पृष्ठ ९४

२. पवार, राजेश २००७, *आधुनिक खोतीचे आव्हान*, प्रकाशन, मुंबई, पृष्ठ १५ व १७

३. केळकर, भालबा (संपादन), १९८६, *महाभारत खंड*, अध्याय ९७, पृष्ठ २१७

४. केळकर, भालबा (संपादन), १९८६, *महाभारत खंड*, अध्याय ९९, पृष्ठ २१८

५. आचार्य शिंगणे, (संपादन), १९८०, *मुंबई वृत्तांत*, महाराष्ट्र शासन प्रकाशन, पृष्ठ ७५

६. देवल, रा. बा., १९९३, *ऐतिहासिक ठाणे*, जयजवान प्रकाशन, ठाणे, पृष्ठ ९

७. डॉ. चौधरी, कि. का. (संपादन), १९९३, सुधारित आवृत्ती *महाराष्ट्र ग्याझीटियर रायगड जिल्हा*, महाराष्ट्र राज्य, प्रकरण १, पृष्ठ १

८. डॉ. केळुस्कर, महेश, १९९५, *मालवणी मुलखातील प्रयोगात्म लोककला*, पीएच.डी. प्रबंध, मुंबई विद्यापीठ, मुंबई

९. माटे, श्रीपाद महादेव, १९३३, *अस्पृष्टांचा प्रश्न*, लोकसंग्रह छापखाना, सदाशिवपेठ, पुणे, पृष्ठ ३४

१०. मंगुडकर, पारीख, पवार, पाजणकर आणि घोरपडे (संपादन), १९७६, *भारतीय अस्पृश्यतेचा प्रश्न*, महाराष्ट्र शासन प्रकाशन, मुंबई, पृष्ठ १६०

११. बेहेरे, पु. रा. आणि रवळनाथ, १९५५, *कोकणातली देवस्की*, दुर्गा प्रकाशन, बोरिवली, मुंबई, पृष्ठ १०

१२. डॉ. आकलेकर, भालचंद्र, २००३, *कोकणचा सांस्कृतिक इतिहास*, जयभारत प्रकाशन, गिरगांव, मुंबई ४, पृष्ठ ३६

१३. डॉ. कोठारे, अनिल, *शिवकाळ व पेशवेकाळातील महारांचा इतिहास*, सुगावा प्रकाशन, २००९, पुणे, पृष्ठ १३९

१४. बांदिवडेकर, लीला आणि सहस्रबुद्धे, अविनाश (संपादन), २०००, *विश्व चर्मकारांचे*, ग्रंथाली प्रकाशन, पृष्ठ १

१५. बांदिवडेकर, लीला आणि सहस्रबुद्धे, अविनाश, (संपादन), २०००, *विश्व चर्मकारांचे*, ग्रंथाली प्रकाशन, पृष्ठ १

२

जात्यावरची गाणी

सत्तर ऐंशी वर्षांपूर्वी स्त्रियांच्या दिवसाची सुरुवात दळण्याकांडण्यातून तसेच जात्यावरच्या ओवी गीतांतून होत होती. पहाटे उठून त्या जे काही काम करत असत त्यावेळी देवाचे नाव घ्यावे हा संस्कार होता. पुराणातल्या, रामायण-महाभारतातल्या काही कथाकहाण्या त्यांच्या कानावर पडलेल्या होत्या. स्त्रियांच्या दळणकांडणाचा आणि ओवीगीतांचा संबंध सांगताना सानेगुरुजींनी म्हटले आहे की, 'स्त्रियांच्या या मौखिक ओवीचा आणि दळणकांडणाचा संबंध आपणांस इसवी सनाच्या सहाव्या शतकापासून अनुमानिता येतो... यादव काळापासून महाराष्ट्रातल्या स्त्रिया कांडपाच्या वेळी ओवी गीते गात असत. सोमेश्वर नृपतीच्या 'मानसोल्हास' या ग्रंथात इ. स. बाराव्या शतकात स्त्रियांच्या मौखिक ओवीविषयीचे निर्देश आहेत.'[१] म्हणजेच साधारणतः यादव काळापासून विसाव्या शतकापर्यंत म्हटली जाणारी ही मौखिक ओवीगीते धान्य कांडण्याची आणि दळण्याची गिरण महाराष्ट्रातल्या खेड्यापाड्यांत पोहोचेपर्यंत अव्याहतपणे चालू होती असे म्हणता येईल.

कोकणातील दलित लोकांच्या जेवणाखाण्याबाबत बोलायचे तर हे जेवण म्हणजे प्रामुख्याने भात, पेज, डोंगराच्या उतारावरच्या नाचणीची भाकर, नाचणी व वरीची आंबील आणि तोंडी लावायला निकृष्ट दर्जाचे मासे किंवा रानभाजी हे होते. इथे भाकरी केली जात असे, पण ती भातापेक्षा भुकेला आवरून धरायला बरी वाटे, म्हणून. त्यासाठी लागणारे पीठ इथली स्त्री जात्यावर दळत असे. अर्थात अत्यंत शीण जावा, दुडीने

दळावे किंवा श्रमपरिहारासाठी गाणे म्हणावे अशी स्थिती फारशी नव्हती. पण देवादिकांच्या नावांची, त्यांच्याबाबतच्या गीत आणि कथांची ओढ मात्र या स्त्रियांनाही होती आणि त्याभोवती त्यांचीही मने आणि स्वर फिरत होते. विशेषतः जात्यावरचे दळण दळणारी जनाबाई आणि तिच्या मदतीला धावून येणारा विठोबा यांनी त्यांच्या मनावर गारूड केले होते. तो भाव व्यक्त करणारी काही गाणी इथे सापडतात.

संत जनाबाईला करावे लागलेले कष्ट, तिच्यावर आलेला चोरीचा आळ सांगणारी पुढील ओवी तिची थोरवी सांगते आणि ऐकणाराचे मन अस्वस्थही करते.

या ग पंढरपुरात या ग पंढरपुरात ।
चोरी झाली इट्टलाची चोरी झाली इट्टलाची ।
काय नेला सोना नाना नेली देवाची माल ।
आल आला जनीवरी तिला न्यावी सुलावरी ।
अशी जनी सत्वधार् शूल इरून झाला पानी । (ठाणे)

सिंधुदुर्गातील यशोधरा आप्पाजी पवार यांनी ''आमच्या अक्या गावात मीच एकटा गानारा हुतय पन आता कोनाक आटावताहा'' असे म्हणत त्यांना आठवलेल्या दोनच ओळी म्हणून दाखवल्या. पण त्या दोन ओळीही त्यांच्या मनातल्या संत जनाबाईला मदत करणाऱ्या विठोबाचे चित्र स्पष्ट व्हायला पुरेश्या आहेत.

जनाबाय वडी जाता । जनाबाय वडी गाता ।
जनाबाय वडी गाता । जनाबाय वडी जाता ।
पांडुरंग इटेवर हसा ग ।

जनाबाई जाते ओढतेय. जनाबाई जाते ओढताना गातेय आणि गातानाही जाते ओढतेय. असे तिचे कष्टाचे सततचे काम आणि तरीही नामस्मरण पाहून विटेवर उभा असलेला पांडुरंग हसतोय. असा तो भाव आहे. अशी जात्याचा भार हलका करणाऱ्या विठ्ठलाची काहीजणींना आठवण होत होती तर काहीजणी त्या जात्यालाच भाऊ मानून त्यालाच पीठ नीट दळण्याचे आवाहन करत होत्या.

अग मंडपी कुड घाला जाईचा । काला ग हा दगड पाशनी ।
घरड मांडिला राधाबिंदी । चल बंदवा झडकरी ।
नीट पाड पिटाची चिरी । ... (रत्नागिरी)

"मांडवाला जाईचं कुंपण घालून त्यात मोठ्या काळ्या पाषाणाचा हा घरड राधेच्या कपाळावरील बिंदीसारखा मांडला आहे. तेव्हा हे भाऊराया घरडा, तू आता लवकर पण नीट पिठाची चिरी पाड" असा सुरेख आग्रह पिठाच्या जात्यालाच या गीतात करण्यात आला आहे.

खेडचापाडचांतल्या स्त्रिया परिस्थितिजन्यही शहाण्या होत्या. अप्रत्यक्षरीत्या गाण्याच्या माध्यमातून आपले मनोगत किंवा एखादी बरीवाईट घटनाही ओवीतून, गाण्यातून सांगत होत्या. खालील ओवीतून घरातल्या माणसांचे कौतुक दिसते. कदाचित सासरच्या माणसांना खूष ठेवले तरच आपले जगणे सुसह्य होऊ शकते ही जाण तिला असावी म्हणून ती म्हणते,

वड वड जात्या पड पड बारीक पिटा रं ऽ ।
माज्या मामंजीचा मान लय मोटा रं ऽ ।
वड वड जात्या पड पड बारीक पिटा रं ऽ ।
माझ्या सासूबाईचा भर तांदलानी वटा रं ऽ ।
वड वड जात्या पड पड बारीक पिटा रं ऽ ।
माज्या भावजीचं लिवनं लय बारीक रं ऽ ।
वड वड जात्या पड पड बारीक पिटा रंऽ ।
माज्या आक्काबाईचा बारीक फूलांचा झंपरंऽ ।
वड वड जात्या पड पड बारीक पिटा रं ऽ ।
माज्या भर्ताराच्या खिश्यात विंग्रजी नोटा रं ऽ । ... (रायगड)

ह्या गीतातल्या विंग्रजी नोटांवरून या रचनेचा काळ ब्रिटिश राजवटीतला किंवा आसपासचा होता, हेही स्पष्ट होते.

फणसवळे गावातील पंच्याऐंशी वर्षांच्या जानकीबाई यशवंत पवार यांनी साठ–पासष्ट वर्षांपूर्वी, आपल्या तरुणपणी जात्यावर दळताना शब्द जोडून स्वतःच खालील रचना केलेली आहे. त्या म्हणतात,

सासू म्हणे उठ उठ सिता जानकी ।
कोंबडा आरवला दलान करा ।
कशी मी उटू दलान करू ।
माजेकडं ग बाल झोपला ।
उठ उठ सिता सासूबाई वराडली ।
तिनं मारीली सूनेला मारीली ।

तान्ह्याला घेऊन कडोसरी । जात्यावर बैसली ।
दलान दलते आसवं गालते । ... (रत्नागिरी)

सुनेला पडलेला मार आणि आई उठली की मूलही उठते हे वास्तव या बाईने समोर ठेवले आहे. लेकुरवाळ्या आईला लहान मुलामुळे वेगाने कामे आवरता येत नाहीत. घरातली इतर माणसेही मुलाचे संगोपन ही त्याच्या आईचीच जबाबदारी समजतात, तिला मारहाण करतात याबाबतची तक्रारही या गाण्यात आहे. तसेच सासूच्या मनाला पाझर फुटावा अशी सुप्त अपेक्षाही दिसते.

आपल्या माहेरच्यांबद्दल वाटणारे प्रेम, तिथल्या श्रीमंतीचे कौतुक किंवा एखादी आनंदाची घटना गाण्याच्या आडपडद्याने सासरच्यांच्या कानावर घालण्याची संधी एखादी सासुरवाशीण घेताना दिसते.

एका वडाला बारा खांदी । माजं माहेर चिरेबंदी ।
माजा बंदू ग राजकरी । व्हलटच्या भितल्याला बांदली दोरी
घेऊन गेला गं मी बाजारी । मला कलंलं बाजारात ।
माज्या बंदवाला झाला लेक । साकार घेतली पदरात ।
ती गं वाटली नगरात । ... (रत्नागिरी)

त्याकाळी अशा बातम्या कळण्याचे महत्त्वाचे ठिकाण बाजार असे. लाकडाची मोळी, गवताचा भारा विकायला बाजारात त्या जात. बाजाराच्या वाटेवर एकमेकींचे सुखदुःख एकमेकींना सांगून सर्वांची विचारपूस करून त्या मन हलके करत. बाजाराला स्त्रियांच्या जीवनात महत्त्वपूर्ण भूमिका असे. या गीतातून बाजारात 'व्हलटच्या भितल्याची' म्हणजे लहान मोठ्या लाकडांची भारी घेऊन विकायला जाणाऱ्या स्त्रीची गरिबीही स्पष्ट होते. तसेच आपल्या भावाचे घर चिरेबंदी असावे, त्याला मुलगा व्हावा, आपण साखर वाटावी असे तिचे स्वप्नरंजन आणि पुन्हा पुन्हा अशी बातमी आठवून आनंद घेण्याची ओढही जाणवते.

संदर्भ :

१. साने गुरुजी, १९८०, *स्त्री जीवन*, प्रस्तावना रा. चिं. ढेरे, इंद्रायणी साहित्य प्रकाशन.

३

मुलाचा जन्म ते बालवयापर्यंतचे संस्कार

मानवी आयुष्यातल्या जन्म, लग्न आणि मृत्यू या तीन अवस्था अत्यंत महत्त्वपूर्ण आहेत. जन्माला येणारे मूल हे नवे मन, शरीर, बुद्धी त्याच बरोबर नवे नातेही घेऊन येते. बाळाच्या योगाने मातेचाही नवा जन्म होतो. नऊ महिने बाळ पोटात वाढवल्याची सार्थकता, समाधान आणि बाळाविषयीची कृतज्ञता तिच्या मनात वात्सल्यरूपाने उचंबळून येते.

अंगाई गीत

जगातल्या पहिल्या आईच्या तोंडून बाळासाठी आलेला वात्सल्याने ओथंबलेला पहिला स्वर हा अंगाई गीताचाच असेल. या अर्थाने या गीताची परंपरा आदिम आहे. पुरुषांच्या बरोबरीने कष्ट करण्यासाठी घराबाहेर पडावे लागलेल्या दलित स्त्रीचा त्या गीतांशी क्वचितच संबंध येत असे. अगदी नऊ महिने भरत येऊन बाळंतपणाची वेळ येईपर्यंत तिला कष्ट करावे लागत. या बाळंतिणी काही ठिकाणी निजून तर सिंधुदुर्ग जिल्ह्यात आढ्याला बांधलेल्या दोरीला धरून बसून वेणा देत बाळंत होत. बाळाला लगेच पाजायला घेत. ओल्या बाळंतिणीही काबाडकष्ट करायला जात. घरात बाळाला सांभाळायला माणूस नसे. अशा वेळी बाळाला दुधातून अफू पाजून झोपवून ठेवत. काहीजणी जराशा मोठ्या असलेल्या मुलावर लहानग्याला सोपवून पोटाच्या पाठी जात. अशाच लहान मुलावर सोपवलेल्या एका तान्ह्या बाळाची कथा ऐकून अंगावर काटा येतो. एक

कष्टकरी महिला आपल्या पाच-सहा वर्षांच्या मुलावर पाळण्यातल्या बाळाला सोपवून कामावर गेली. ते छोटे बाळ जागे होऊन रडू लागले तेव्हा तो मुलगा त्याला 'रडू नको, नाहीतर तोंडावर डाग देईन' असा धाक द्यायला लागला; कारण त्याला त्याची आई तसाच धाक देत असे. बाळ रडतच राहिलेले पाहून ते आपले ऐकत नाही असे समजून त्या मुलाने खरोखरच चुलीतले पेटते लाकूड त्या बाळाच्या तोंडाला लावले. जिवाच्या आकांताने ते बाळ आक्रोशत राहिले आणि तो मुलगा त्याला डाग देतच राहिला. त्यातच त्या बाळाचा अंत झाला. ही ऐकीव कथा कुठून आली, माहीत नाही, पण अशीच एक सत्य घटना आहे. एका दीड वर्षाच्या मुलीला भाताच्या राशीवर खेळायला बसवून आई जवळच काम करत राहिली. काही वेळाने मुलगी जोरजोरात रडायला लागली म्हणून, तिला काही कूस काटा तर लागला नाही ना हे तपासून, तिला काम संपेपर्यंत तशीच रडत ठेवून अखेर ती खूपच रडते म्हणून तिला आपटत झापटत, शिव्या घालत वैतागून आईने कडेवर घेतले. तरीही ती मुलगी आक्रोश करत रडत होती. अखेर रडून रडून मुलीने प्राण सोडला. नंतर लक्षात आले... तिच्या मायअंगात भाताचे दाणे गेले होते. असे भीषण आयुष्य जगणाऱ्यांच्या जीवनात पाळणागीतांची शक्यता दिसत नव्हती. पण जराशा ठीक परिस्थितीतल्या घरच्या स्त्रिया उच्च मानले गेलेल्या जातीकडून ऐकून अपवादात्मक अंगाई गीते म्हणत होत्या त्यांपैकीच खालील गीत असावे.

आंब्यारे गोडांब्या चिंचे गे मालणी ।
सूर्यासारा बाळ झाला मामी गे गौळणी।
हे वाटे ते वाटे तेंडलेच्या वेला वेला । मामीला बाळ झाला ।
धाव मामा तेला तेला ।
बाळाच्या बेंबीखाली मोत्याचा झेला झेला । ... (सिंधुदुर्ग)

खालील अंगाई गीतातल्या ओळीही वरच्या समाजाकडून थेट उचललेल्या दिसतात.

ये ग गाई गोठ्यामधी बाळाला दूध दे
वाटीमदी बाळाची वाटी मांजर चाटी

किंवा

चांदोबा चांदोबा भागलास का...
लिंबोणीच्या झाडामागे लपलास का...
तुपात पडली माशी चांदोबा राहिला उपाशी...

वगैरे या ओळींत आलेला वाटीतल्या दुधातुपाचा उल्लेख याची साक्ष आहे. तसेच मुलाला जोजवताना, घास भरवताना म्हटल्या जाणाऱ्या या गीतातला, मांजराने वाटी चाटणे, तुपात माशी पडणे हा भाव जीवनातला नकार दाखवून मुलाला शहाणे करण्याचाही प्रयत्न असावा.

तिकोंडी

जन्माला येणाऱ्या मुलावर होणाऱ्या संस्कारांची त्याच्या जीवनातल्या रितीरिवाजांची सुरुवात तिसऱ्या दिवसापासूनच होत असे. रायगड, रत्नागिरीत तिसऱ्या दिवशी तिकोंडी हा विधी करण्याचा रिवाज होता. ठाण्यात हा रिवाज काही ठिकाणी होता, पण सिंधुदुर्गात नव्हता. या दिवशी बाळबाळंतिणीच्या उशाशी दिवा पेटवून ठेवत व तांदूळ, पानाचा विडा ठेवून जागेवाल्याला रक्षण करावे असे आवाहन करत. बाळबाळंतिणीला या दिवसापासून तिखट जेवण जेवायला देत म्हणून या दिवसाला तिकोंडी म्हणत. तोपर्यंत मिरपूड घातलेला मऊ भात ती जेवत असे. सर्वसाधारण घरातून तांदळाचे घावणे तिला खायला देत. ठाणे जिल्ह्यातील मुरबाड तालुक्यातल्या स्त्रिया म्हणाल्या, ''आमच्या बाजूला बाई बालत झाली का तीन दिस पोराला दूद पाजाचा नाय. साकरचा पानी पाजाचा. तिसऱ्या दिसी तिकोंडीला दूद पाजाचा. बालतनीला कोंबड्या बकऱ्याचा तिकट रस्सा पाजाचा.'' अंबरनाथ तालुक्यातील पालेगावातल्या सीताबाई लक्ष्मण गायकवाड चर्मकार समाजातल्या चालीरिती सांगताना म्हणाल्या, ''तिकोंडीच्या दिशी वव्याच्या पानात हळद, गॉर, खोबरा टाकून कुटाचा आनि तो सरव्याला वाटाचा. मंग आंब्याची पाच पाना आनाची, ती खापरी देवी, गनपती, गावदेवी, मरीआई अशा पाच देवींच्या नावानं पुजाची.'' रायगड जिल्ह्यातील विद्या मोरे म्हणाल्या, ''आमच्या वेली बालंतीनीला तिखटाचा म्हणजे कोंबऱ्या, बकऱ्याचा जेवान करीत पन ते गोऱ्या मसाल्यात करीत. तिकोंडीचे दिशी टोपात पिठाचा दिवा लावून ठेवीत आणि बालंतीनीला त्या दिव्याची पूजा करायला लावीत. मुलाच्या आंगाला

लावलेल्या तेलाचा वास येवन हुंदीर बिदीर दिव्याच्या उजेरामुले मुला जवल येंव नये, चाऊ नये म्हनून बालंतीनी जवल उजेर आसायचा.''

चौथी करणे

मूल जन्मल्यानंतर चौथ्या दिवशी सिंधुदुर्गातील सावंतवाडी येथे दलित समाजात 'चौथी' करण्याची पद्धत होती, आजही आहे. हा तिकोंडीपेक्षा थोडा वेगळा विधी आहे. सावंतवाडीतील सांगेली गावच्या सत्यवती नागेश कदम आणि इन्सुली गावातील राधाबाई नारायण इन्सुलकर म्हणाल्या, ''पोरग्या जलामला का चवत्या दिसाक आयाबायाना बोलावतत. सुपात केळीचा पान ठेवतत. त्यावर पाच तांदळाच्या मुटी, नारळ, पानाचो इडो ठेवून सूप भरतत. सटीचा झाड आसता त्याच्या बारीक काड्यो औषद म्हनान कपड्यात घालून पोरग्याच्या गळ्यात बांदतत. ववो, कातलेला खोबरा, काळ्यामिरीची पूड भिजवून ती चटनी बाळतीनीक आनि सगळ्यांका वाटतत. काळ्या वाटान्याचो नायत कोंबड्याचो तिकट रसो बाळतीनीक खावक देतत. चौतेक भरलेला सूप पाचवेक तसाच ठेवतत.''

पाचवी पुजणे

सटवाई किंवा सटवी या देवीबद्दल अनेक उलटसुलट समजुती आहेत. डॉ. मधुकर वाकोडे म्हणतात, ''षठी देवता म्हणजे अरुंधती सोडून उर्वरित सहा देवता. महाभारतातील वन पर्वात यांची कथा आढळते. स्कंदाने मातृस्थानी लोकमाता म्हणजे दालिमा, काकी, बृहिंता, आर्या, पलाला आणि वैमित्रा मानल्या आहेत. महाभारतात यांना शिशुमाता संबोधले आहे. याबरोबर नदीतले सात गोटे यांची मांडणी म्हणजे सात आसरांची मांडणी. अमर कोषामध्ये या आसरांची नावे मेनका, रंभा, उर्वशी, तिलोत्तमा, सुकेशी, मंजुघोषा, घृताची अशी आहेत. या आसरांची पूजा केल्याने मुले दगावत नाहीत अशी समजूत आहे.''[१] तर ही सटवी महारांची देवी आहे असाही काही ठिकाणी समज आहे. सटवी पाचव्या दिवशी नवजात अर्भकाला ठार मारते अशी दलित समाजात समजूत आहे. त्यामुळे या देवीबद्दल दलितांच्या मनात भीती असते. यातून पाचव्या दिवशी सटवी नशीब लिहून घडवून जाते अशी जी वरच्या समाजात समजूत होती

त्यातली नशीब लिहिणे म्हणजे पिठावर रेघा मारून काहीतरी खुणा उमटवणे, या अर्थाने दलित समाजाने ती उचलली.

रत्नागिरी जिल्ह्यात पाचवीला पाटा तर काही ठिकाणी सूप भरून पुजत. पाचव्या दिवशीच्या संध्याकाळी जेवणाच्या आधी बाळंतिणीच्या अंथरुणाशेजारीची जागा सारवत. तिथे तांदळाच्या पिठाची रांगोळी घालत. त्यावर सुपाच्या कडांना नरवेलीची आणि मिरवेलीची पाने उभी लावलेले सूप ठेवत. मिरवेलीच्या पानांना कूंकू लावत (ती स्त्री या अर्थाने) सुपात मध्यभागी ओंजळभर तांदूळ ठेवत. त्यांवर पाणी भरून तांब्याचा तांब्या ठेवत. आंब्याच्या पानाचा टाळा तांब्याच्या तोंडावर ठेवून त्यावर नारळ उभा करत, त्याला 'कऱ्हा' म्हणत. पिठाच्या पाच पणत्या पेटवून सुपात ठेवत. एक पणती न्हाणीत ठेवत. काही ठिकाणी बाळंतपणानंतर बाळंतिणीला पाचव्या दिवशीच अंघोळ घालत. सुपातल्या कऱ्याभोवती पानसुपारीचे चार विडे आणि दगडाची दिवटी पेटवून ठेवत. मग सुपातल्या आणि न्हाणीतल्या विड्यावर हळद कुंकू वाहत. याला 'न्हानी पूजन' असेही म्हणत. घरात केलेले जेवण केळीच्या उपड्या पानावर वाढून त्याचा सटवाईला नैवेद्य ठेवत. त्यावेळी शेवग्याच्या पानांची भाजी, उकडलेल्या चण्याच्या घुगऱ्या आणि तांदळाचे पीठ उकडून त्याचे मुठीत आवळून केलेले लांबटसर गोळे मुठये पानावर ठेवत. त्या वाढलेल्या पानाला 'बोनं' म्हणत. बाळंतीण आणि घरातली माणसे या सुपालाच सटवाईचे प्रतीक म्हणून नमस्कार करीत. मुलाचे नशीब चांगले घडव, त्याला आयुष्य, सुख, समाधान दे'' असे गाऱ्हाणे घालत. बाळाचे कपडे काढून नरवेलीच्या पानांचा रस त्याच्या पायाच्या तळव्यांना व टाळूवर लावून त्याला उघड्या अंगाने सुपासमोर पालथे घालून त्याचे नाक जमिनीला टेकवत. ताट किंवा थाळ्यावर काठी आपटून रात्र जागवत. या दिवशी सटवाई येते म्हणून घरात मांजर, कुत्रा, उंदीर, अगदी सापही आला तरी त्याला हड हड, शुक शुक वगैरे आवाज, आरडाओरडा न करता बाहेर घालवत. नाहीतर दाराबाहेर आलेली सटवाई घरात येत नाही असे मानत. ठाणे व रायगड मध्ये थोड्याफार फरकाने अशीच पाचवी पूजत.

ठाणे जिल्ह्यातील चर्मकार समाजातल्या सीताबाई म्हणाल्या, ''पाचवी दिशी असाच पाटा भराचा-पुजाचा आमी पन करतॉ. पाटा पुजताना जलामलेल्या मुलाचे कपरे काराचे आन त्याला पाट्यासमोर उगराच

लोळवाचा. मंग त्याच्या पाटीवर ताट धराचा नि वाजवाचा. मंग तो ररतो. नाय ररला तर त्यावर पानी शिपाचा पन तो ररला पायजे. रात्री बारा वाजंपऱ्यान सगल्यानी जाग्या ऱ्हायाचा.''

रायगडातल्या विद्या मोरे आणि काही महिला म्हणाल्या, 'आमचेकरं एका पाटावर कापार ठेवून त्यावर तांदलानी बालतीनीचा आनी बालाचा चित्र कारून त्यावर पिठाचं दिवं, नारल, गूल, इरा ठेवून तं पुजीत. आमचेकरं पाचवी संगं सावी पन करीत. पाचवीसारकाच सावीलापन पाट नायतं पाटा पूजीत. आमचेकरं पाचवीचे राती बालासंगं आयशीला गच पांगरून घालून झोपवीत. आंग उगरं ऱ्हालं तं सटवी वरबारील, तेची नका मुलास लागतील असी म्हनीत. पाचवीला बालतीनीची वटी भराय येनाऱ्या बायांच्या मात्यावर बालतीनीच्या घरातल्या बाया कुलचाभर खोबरेल तेल घालीत.'' काही ठिकाणी ताट किंवा थाळ्यावर काठी आपटून रात्र जागवत. रायगडात माणगाव तालुक्यातील नागावातल्या मातंग महिला म्हणाल्या, ''आमच्यामंदी पाचवीचा पाटा पुजायची रीत तसीच हाय. पन आमी पाचवीच्या दिशी बालतीनीच्या हातुरनाभोवतीनी नाय त बाज आसेल तर बाजेखाली रेती टाकायची, का तं भूतबीत लागाय नको म्हनून.''

सिंधुदुर्गातील सत्यवती व राधाबाई पाचवीबाबत सांगताना म्हणाल्या, ''चौतीचा सूप भरलेला आसता त्याच सुपात पाचवीचो घट ठेवतत. घटाक मंगळसूत बांदतत. पाच वडे, वाटाण्याच्या घुगऱ्या ठेवतत. मगे काशाच्या ताटात पायातली जोडवी टाकून ती रातभर वाजवतत. मगे सकाळी ता भरलेला सूप आनि घट बांदलेला मंगळसूत काडून घराकडसून जरा दूर जावन रिकाम्या करतत. मगे बाळतीनीची झोपण्याची जागा बदलतत.'' तळवडे, ता. देवगडमधील लीला विष्णू जाधव वगैरे स्त्रियांनी सांगितले की, ''पाचवेक आमी हळदीत बुडवून सुकवलेलो काळो दोरो बाळाच्या हातात, गळ्यात, पायात बांदायचा. बाळतीनीच्या गळ्यात हळकुंड बांदायचा. पाचवेचा सूप सुईन भरायची. पोरग्याची नाळ पडली आसतली तर ती सुपात ठेवायची आनकी भाताची एक मूट, पाच नारळ, पाच मूठी तांदूळ, पाच पानाचे पाच इडे आनी गोडा त्याल घातलेलो पिटाचो दिवो पेटवून ता सूप बाळतीनीच्या उशाक ठेवायचा. बाराएक वाजापर्यंत सगळ्यांनी जाग्या ऱ्हायाचा. सकाळी ता पान सुईन घेवन जायाची.'' कुडाळमधल्या ताराबाई नेरूरकर या चर्मकार समाजातल्या बाई

म्हणाल्या, ''सटवाई, म्हनून आमच्याकडन सुपात नदीतले सात खडे ठेवून त्यावर हळद, कुंकू वाहून पुजत. आनी राती बारा वाजता नरयेलीच्या पानाचो रस काडून बाळाच्या अंगाक लावून काशाचो थाळो किंवा ताट सकाळ व्हय पर्यंत वाजवत जागत बसॉ.'' अशा तऱ्हेने थोड्याफार फरकाने सटवी पूजा होत असे. काळोखात काही घातपात होऊ नये म्हणून रात्रभर दिवा ठेवणे, जागणे, देवी नशीब लिहील म्हणून सुपात पीठ पसरून ठेवणे, देवीला वाढलेले ताट म्हणजे बोनं प्रसाद म्हणून खाणे किंवा वाटणे हा रिवाज सर्वत्रच आहे. गोवा प्रांतात बोन्यावर बाळंतिणीची नखे टाकून ते महारणीला देण्याची वरच्या जातींत पद्धत होती.

ठाण्यातील वसई तालुक्यात बाराव्या दिवशी बारशालाच पाटा भरून सटवीपूजन करत असत. एकाच जिल्ह्यात वेगवेगळे रिवाज कसे होते त्याचे हे उत्तम उदाहरण दिसते. हा रिवाज सांगताना अनुसयाबाई म्हणाल्या, ''बाराव्या दिवशी सटी करायची. पाटा भराचा. पाट्यावर तांदूल, कुंकू, अबीर, नारल, खारका, बदाम, वात पेटवून पिटाचा मुटकुला ठेवाचा. एक मुटकुला न्हानीत ठेवाचा. पाट्याजवल सुईनीसाटी नायतर जी बाय बालतपन करील, बालतला आंगोलबिंगोल घालील तिच्यासाटी दारूची बाटली ठेवाची. बालतला पोरग्याला आंगोल, कपडे घालाचे. काजल लावाचा. बालतच्या कपालाला कुकवाचा टिकला लावाचा. हातापायाला लाल कुंकवात घोलवाचा. पाट्यासमोर तांदूल टाकाचा, त्या तांदलात पोरग्याला लोलवाचा. तो ररला पायजे, पन पोरग्याला मुद्दाम नाय ररवाचा. मंग पोरग्याला बालतच्या वटीत देयाचा.'' बाराव्या दिवशी नाव ठेवण्याची पद्धत नव्हती. मुलगा झाला असेल तर 'बाबू' आणि मुलगी असेल तर 'बाई 'म्हणत. नाव नंतर कुणीही ठेवायचे. मुलांच्या जन्माशी कोणतही कारण जोडून त्या नावाने हाक मारत. उदाः जन्माच्या दिवशी पौर्णिमा असेल तर पुनव्या, शुक्रवार असेल तर सुकऱ्या, जन्मतःच सलाईनवर ठेवलेला असेल तर 'सलायन्या' अशीही नावे रूढ होत असत.

नाळ पुरणे

नवजात बाळाची नाळ त्याच्या जन्मानंतर कधी तिसऱ्या-चौथ्या दिवशी तर कधी दहा-बारा दिवसांनंतर पडते. ही नाळ म्हणजे एक मांसपेशीचा निकामी तुकडा, एवढाच त्याला अर्थ नाही, तर आईच्या शरीराबरोबर

तिच्या मानसिक आणि बौद्धिक पेशीशीही तो जोडलेला असतो. बाळाच्या बेंबीतून पडलेली नाळ पक्षी किंवा कुत्र्या-मांजराने खाऊ नये म्हणून ती कुठेही फेकून न देता स्त्रिया ती नदीकाठी किंवा झाडाच्या बुंध्यात खड्डा खोदून त्यात पुरत. काही ठिकाणी नाळेचा औषधासारखा उपयोग करत. नाळेत 'स्टेम सेल' असतात ते मांसाचे दोन तुकडे एकत्र जोडू शकतात, हे शरीरशास्त्र आज लक्षात आलेले आहे. पण या स्त्रियांना ते परंपरेतून मिळाले होते.

रायगड जिल्ह्यातील अंजिराबाई हाटे या बाई म्हणाल्या, ''आम्ही नाळ धुपावर धुपवून चांगल्या कपड्यात बांदून ती बालंतीनीच्या उशाखाली ठेवायचो. बालाचं डोलं लाल झालं, आलं, खरकाटलं की आम्ही ती नाल उगलून त्याचं पानी त्याच्या डोल्यांत घालायचो, त्यानं बालाचं डोलं बरं व्हायचं.'' त्यांच्या म्हणण्याला वीर गावातल्या सुशीला सवादकर यांनीही दुजोरा देऊन, नंतर ती नाळ झाडाखाली पुरत असल्याचे सांगितले. असाच नाळेचा औषधासारखा वापर माणगाव तालुक्यातील नागाव या गावातील मातंग समाजातील स्त्रिया करताना दिसतात. बाळाची नाळ फडक्यात बांधून त्या बाळंतिणीच्या उशाशी ठेवत आणि रोज ती सहाणेवर उगाळून बाळाच्या बेंबीत थेंब पाडत. त्यामुळे बेंबी लवकर सुकून जंतुसंसर्ग होत नाही असे म्हणत.

रत्नागिरी जिल्ह्यातील दापोली तालुक्यात बाळाची नाळ पडली की ती शेवरीच्या काठीला गुंडाळून बाळंतिणीच्या उशाखाली ठेवत आणि अकराव्या दिवशी सुवेर काढताना, केळीच्या बुंध्यात थोडीशी जागा सारवून रांगोळी काढून त्या जागेवर हळद-कुंकू वाहून तिथे नाळ गुंडाळलेली काठी चांगली घट्ट रोवून ठेवत. ती जशी घट्ट उभी राहील तशी बाळ मान लवकर धरेल अशी समजूत होती.

सुवेर काढणे

मुलाच्या जन्मानंतर, त्याच्या संरक्षणासाठी आईच्या गर्भात असलेला द्रव पदार्थ, रक्तस्राव काही दिवस तिच्या गर्भातून बाहेर पडत राहतो त्या स्रावाला 'विटाळ' मानून त्याची अस्पृश्यता पाळली जात असे. बाळंतिणीला त्यामुळे कोणी शिवत नसे. दूर ठेवले जाई. साधारणतः दहाव्या किंवा अकराव्या दिवशी हा स्राव थांबतो असे मानले जाऊन

त्या दिवशी संपूर्ण घर सारवून, गोमूत्र शिंपून, अगरबत्ती धुपाचा वास फिरवून घर शुद्ध झाले असे मानत असत. स्वतःचे कपडे, बाळाची बाळोती या दिवसापर्यंत गोळा करून बाळंतीण केळीच्या बुंध्यात धूत असे. नंतर बाळंतीण अंगाला तेल लावून अंघोळ करत असे. मग बाळंतिणीला घराबाहेर घेवड्याच्या झाडाकडे नेत. घेवडा नसेल तर कोणत्याही फळाफुलाच्या झाडाकडे नेत पण शेवग्याच्या झाडाकडे नेत नसत, कारण शेवगा पुरुष मानत. घेवड्याच्या झाडाच्या बाजूला थोडीशी जागा सारवून रांगोळी काढून त्या जागेवर हळदकुंकू टाकून तिथे उदबत्ती, निरांजन लावून बाळंतिणीला झाडाच्या पाया पडायला लावत आणि नंतर पाच सवाष्णी एकेक पुढे येऊन पाण्याने भरलेला तांब्या तिच्या ढोपरावर मग कमरेवर मग खांद्यावर असे करत डोक्यावर ओतून तिला पुन्हा अंघोळ घालत. यानंतर 'सुवेर' सरला असे मानत आणि मग बाळंतीण घरात वावरायला लागे. सुवेर काढण्याची ही सर्वसाधारण पद्धत होती; पण रत्नागिरीतील काही गावांत भटजीकडून पाणी आणून ते घरादारात शिंपडत इतकेच नाही, तर वाडी-वस्तीतही शिंपडत.

तिजोरा

पालघर, जव्हार, मोखाडा भागात सुवेर काढण्याला 'तिजोरा' म्हणतात. या रिवाजाबाबत सांगताना अनसूया अनंत भातणकरबाई म्हणाल्या, ''आमचीकडं पालघर, जव्हार, मोखाडा भागात तीन दिसानंतर सुवेर जातो असा मानतत. ते दिशी घर शेनान सारवायचं. आनि बाराव्या दिशी तिजोरा करायचा. ते दिशी बालतला खाटंवर बसवायची. तिजजवल पोर दियाचं. भाताची मुटकुली करून त्यावर वात पेटवून खाटच्या चार खांब्यावर ठेवायची. एक बाई उशाला आनी दुसरी पायाला उबी ऱ्हायाची. एकीन दुसरी जवल खाटखालना इला तीन वेला देयाचा. देताना परतेक वेलेला इला खाटच्या लाकडावर ठोकायचा आन बालतला इचारायचा 'सुवेर फिटला का नाय' ती म्हनल 'फिटला.' हा 'तिजारा' झाला. या दिसी बालतला कोंबड्याचा कडा दियाचा. बालत वोवा चावून पोराच्या कानात फूकायची. पोराच्या पोटावर जिबली फिरवायची. खाली बोंडू फुकायचा. त्यातना पोराचा पोट शाप व्हयाचा आनि सुवेर सराचा.'

बारसा

प्रत्येक व्यक्ती एक दुसऱ्यापासून भिन्न आहे. समाजात वावरताना तिचे वेगळे अस्तित्व लक्षात यावे म्हणून जन्मलेल्या बाळाचे नाव ठेवण्याचा संस्कार करणे हा भारतीय जीवनातला महत्त्वाचा भाग मानला जातो. बाराव्या दिवसापर्यंत स्त्रीची, बाळंतपणातून निर्माण झालेल्या आणखी काही वेदनांमधून मुक्तताही झालेली असते. उदाहरणार्थ, अंग फाटणे, वायगोळा उठणे, शिवाय मुलाला दूध नीट पाजता न येणे किंवा मुलाने नीट न पिणे वगैरे. मुलाची नाळ पडणे, सुवेर सरणे वगैरे गोष्टीही मन आनंदी करणाऱ्या असतात. हा आनंद साजरा करण्यासाठी बाराव्या दिवशी बारसा करण्याचा रिवाज सुरू झाला असावा. या दिवसापासून मुलाला पाळण्यात झोपवत. हलणारा पाळणा मुलाला आनंद, झोप आणि किडामुंगी व सरपटणाऱ्या प्राण्यांपासून संरक्षण देतो. आई निर्धास्त होते, जणू तिची जबाबदारी पाळणा घेतो. या दृष्टीनेही बारसा साजरा करत. कोकणात शेतीची बरीचशी कामे पावसाळ्यात असल्याने झाडाला झोळी बांधत नसत. बऱ्या परिस्थितीतल्या घरात लाकडाचा पाळणा दिसे; पण सर्वसाधारणपणे बांबूपासूनच तयार केलेले पाळणे वापरत असत. त्याच्या आयताकृती आकाराला बाजूंनी खिडक्या असत. आणि त्यावर हळद, काजळ, कुंकवाचे ठिपके काढून, रेघा मारून तो रंगवलेला असे. बारशापर्यंत मुलाला जुन्या कपड्यातच गुंडाळून ठेवत. बारशाच्या दिवशी मुलाला नवे झबले-टोपरे आणि बाळंतिणीला नवी किंवा बरी साडी नेसवत.

या रिवाजाबाबत सांगताना रत्नागिरीतील उंबरे गावातल्या सरस्वती कांबळे म्हणाल्या, ''बाराव्या दिशी बालतीनीच्या गल्यात पोरावालं म्हणजे फांदी फुटलेलं सुकं हलकूंड बांदित. घावनं करायच्या भिड्याला लसून नायतं कांदा चोलून गोड्या तेलाच्या दिवटेवर भिडं धरून काजल पाडून तं बालतीनीला डोल्यात घालाय देत. बाराव्या दिवसी त्येच्या मनगटात दोरा नि बालाच्या कमरंत करदोटा बांदीत.'' घराच्या आड्याला पाळणा टांगत. पाळण्यावर उंच जागी तोरणीची काटेरी फांदी बाळाला भूतबाधा होऊ नये म्हणून बांधण्याची पद्धत होती. पाळण्याखालची जागा सारवत. वर रांगोळी घालून चार कोनांवर तांदळाच्या चार मुठी, पानाचे पाच विडे आणि मुलगी झाल्यास बत्तासे किंवा मुलगा झाल्यास पेढे ठेवत. पेटलेल्या पणत्या चार कोनांवर ठेवत. मध्ये कऱ्हा ठेवत. पाळण्यात बाळाला अंथरूण

घालून पाळणा सजवत. पाळणा नवा असेल तरच आधी वरवंटा ठेवत. जुना वहिवाटलेला पाळणा असेल तर वरवंट्याची गरज नसे. वरंवट्याला फडके गुंडाळून त्याला साखळी किंवा करदोटा बांधून तोच बाळ समजून स्त्रिया पाळण्याच्या दोन्ही बाजूला उभे राहून 'घे बाय तुज्या वटीत, दे बाय माज्या वटीत' असे म्हणत तीन वेळेला पाळण्याच्या वरून आणि खालून एकमेकींकडे तो वरवंटा आणि नंतर बाळाला हातात घेऊन 'घे तुजा महादेव, दे माजा सादेव' असे पाच वेळा म्हणत एकमेकींकडे देत घेत. मग पाळण्यात ठेवत. मग बाळाची आत्या बाळाच्या कानात त्याचे नाव सांगून आपल्या पार्श्वभागाने पाळणा हलवत असे. रायगड भागात बाळाला पाळण्यात घालण्याचा मान आत्या आणि मावशीला देत. त्या दोघी तीन वेळा बाळाला पाळण्यावरून खालून घेताना तिसऱ्या वेळी बाळ आत्याच्याच हातात यावा लागे. तसे होईपर्यंत पुन्हापुन्हा बाळाला देतघेत राहत. यात आत्या घरची आणि मावशी दूरची अशी काहीतरी समजूत असे. हे रितीरिवाज सुवासिनींच्याच हातून केले जात. या वेळी कुणीतरी पाळणागीत म्हणावे असा जोरदार आग्रहही होत असे.

बाळाच्या जन्माने सुखावणाऱ्या, त्याला कौतुकाने जोजवणाऱ्या झोपवणाऱ्या आईच्या ओठी धावणारी उत्स्फूर्त गीतरचना म्हणजे 'अंगाई गीत' किंवा 'पाळणा गीत' होय. ''अतींद्रिय शक्तींपासून बाळाचे रक्षण व्हावे व दैवी शक्तींचा आशीर्वाद मिळावा अशा असीम अपेक्षेने केलेली शब्दरचना या गीतांमध्ये दिसते. मातृत्व भावनेच्या गुंजनातून अंगाई तर मातृका शक्तींच्या पूजनातून पाळणागीत आविष्कृत झाले... बाळ रक्षक भक्षक मातृकांचा व्यापार, त्यांचा नवजात बाळाभोवती असणारा संचार याविषयीच्या आदिम धारणा पाळणागीतामागे आहेत.[२]'' मातेच्या कंठातून जन्म घेतलेल्या या गीताला इतर आयाबाया साथ देत. कोकणात पाळणागीत अभावानेच गायले जात होते.

पुढील एकच पाळणागीत थोड्याफार फरकाने कोकणातल्या दोन तीन जिल्ह्यांत फिरलेले दिसते.

हरिचंदर बोरीबंदर बोरीची काठी । पालना हलविते दोन दोन हाती ।
जो बाला जो बाला जो । बालाची आई गेली सोनार आल्या ।
सोनार दादा जुन्या मैतरा । बालाची कडी तोडी झाली का नाही ।
आता देतो घडी देतो उशिर झाला । घरी बालाने टावरा केला ।

जो बाला जो बाला जो । बालाची आई गेली सोनार आल्या ।
सोनार दादा जुन्या मैतरा । बालाचे वाले झाले का नाही ।
आता देतो घडी देतो उशिर झाला । घरी बालाने टावरा केला ।
जो बाला जो बाला जो ।... (रत्नागिरी, दापोली)

सिंधुदुर्गात हाच भाव व्यक्त करणारे गाणे पुढील प्रमाणे आहे.

हरिबंदर बोरीबंदर बोरीची काठी । बा तुजी बा तुजी हिरवी टोपी ।
बा तुजी आई गेली सुतार वाड्या । सुतार दादा सुतार वहिनी ।
बाळाचा पाळना लवकर दे गे । आज देते उद्या देते उशिर झाला ।
बाळानं पाळनी अंकात केला । जो बाळा जो बाळा जो ।
बा तुजी आई गेली सोनार वाड्या । सोनार दादा सोनार वहिनी ।
बाळाची मुदी साकळी लवकर दे गे । आज देते उद्या देते उशिर झाला।
बाळानं पाळनी अंकात केला । जो बाळा जो बाळा जो ।
बा तुजी आई गेली शिंपीया वाड्या । शिंपीन दादा शिंपीन वहिनी।
बाळाचा आंगडी टोपडी लवकर दे गे । आज देते उद्या देते उशिर झाला
बाळानं पाळनी अंकात केला । जो बाळा जो बाळा जो ।
... (सिंधुदुर्ग)

वरची दोन्ही गाणी एकच आहेत. बाळाच्या रडण्याला किंवा आक्रोशाला रत्नागिरीत 'टावरा' शब्द आला आहे तर सिंधुदुर्गात 'अंकात' म्हणजेच आकांत शब्द वापरला आहे. उच्चार चुकीचा असला तरी अर्थ तोच आहे. इकडून तिकडून ऐकून झालेली सरमिसळ दोनही गाण्यांतून स्पष्ट दिसते. या गीतांनी बाळाला सजवण्यासाठी उत्सुक असलेल्या त्या काळातल्या माताभगिनी आणि त्यांना झुलवत ठेवणाऱ्या कारागिरांना आजच्या काळाशीही जोडले आहे.

ठाणे जिल्ह्यातील पालघर तालुक्यातले पुढील गीत प्रभू रामचंद्राने चेंडूसाठी चंद्रासाठी धरलेल्या हट्टाची आठवण देणारे आहे.

वाडवा आंदन नंदन वाडवा आंदन नंदन ।
देवकीचा बाळ रडे पाळण्या झोळण्या ।
बाळानी छंद घेतला आकाशी चांदाचा ।
आई आकाशी चांदवा दे मला आनूनी ।
दे त्याचा झेला बनवूनी ।
आकाशी चांदवा नाय गावनार आपल्याला ।

बालानी छंद घेतला आकाशी चांदन्याचा । चांदन्या दे मला पाडूनी ।
आई खंजीर दे त्याचा बनवूनी । चांदन्या नाय गावनार आपल्याला ।
बालानी छंद घेतला वनीच्या भेकरीचा । आई भेकर दे मला धरूनी ।
आई त्याचा मजला घोडा दे बनवूनी । भेकर नाय मिलनार आपल्याला।
बालानी छंद घेतला बिलातल्या नागीनीचा ।
आई बिलातली नागीन दे मला धरूनी ।
तिचा मजला चाबूक दे करूनी ।
बिलातली नागीन नाय मिलनार आपल्याला ।। ... (पालघर)

रामाने चंद्र मागण्याच्या कल्पनेइतकीच बाळाने चांदण्याचा खंजीर, वनातल्या हरणाचा घोडा आणि बिळातल्या नागिणीचा चाबूक मागण्यातली कल्पकता अप्रतिम आहे. बारशात पेढे किंवा गोडधोड वाटणे हे आनंद व्यक्त करण्याचे निदर्शक आहे, पण सिंधुदुर्ग जिल्ह्यातील सावंतवाडीमधल्या सत्यवती म्हणाल्या, ''मूल झाला की त्याच्या बारशाचे पेडे नायतं गोडधोड मुलाच्या आवसबापसाक देत नसत.'' आईवडिलांना पेढे का देत नाहीत त्याचे कारण मात्र कळू शकले नाही. कदाचित त्यातून उभयतांना काही विषबाधा होऊन नवजात बाळ निराधार होऊ नये, तसे अनवधानाने किंवा संधी म्हणूनही कुणाला करता येऊ नये असाही विचार असावा.

ढास पुजणे

पूर्वी दवाखाने, औषधे वगैरे फार नव्हती. मुले आजारी पडली किंवा त्यांना औषधानेही लवकर बरे वाटले नाही की स्त्रिया घरात परंपरेने चालत आलेला, ऐकून माहिती असलेला काहीतरी उपाय करायच्या. त्यातलाच हा एक उपचार आहे. तो सांगताना रत्नागिरीतील चर्मकार समाजाच्या विजया चव्हाण म्हणाल्या, ''वर्षा दोनवर्षांच्या लहान मुलाला फार खोकला लागला, तो आटपेनासा झाला की त्याला डांग्या खोकला म्हणत. अशावेळी रस्त्याच्या कडेला पावला एवढी जमीन पाच ठिकाणी ढोपरावर रांगत सारवत, वर तांदूळ, हळद-कुंकू, दोन-चार फुलं ठेवत. पिठाचा दिवा आणि धूप पेटवत आणि हात जोडून त्या खोकल्याला निघून जायला विनवत. रस्त्यावरच्या माणसांच्या पावलांनी, सारवलेली जागा नंतर पुसत जाईल तशी ढास कमी कमी होते अशी समजूत होती.'' ही समजूत रायगडमधल्या महार, चर्मकार अशा दोनही दलित समाजांत होती.

रत्नागिरीतल्या कांबळेबाईंनी दृष्ट काढण्याची थोडी गमतीदार माहिती सांगितली ''पोरग्यास कुनाची तरी चाक पडली म्हजे पला नायत वलकीत निकारं ठेवून मीठ मिरची टाकून तं पोरग्यावरनं ववालून हलदीच्या पान्यात टाकीत. चाक मोटीच लागली आसली तं वलकी पल्याअवेजी मोट्याचा फलीटा म्हजे गुराचं मोटं हाड आनून त्यावरं निकारा, मीठ, मिरची जाळून पोरग्यावरनं ववालून पाण्यात टाकून चाक काडीत आनि तं पानी वाटंवर न्हेवन वतीत.''

तान बांधणे

मूल वारंवार आजारी पडत असेल तर तान बांधण्याची पद्धत सिंधुदुर्गातल्या सर्व गावांत थोड्याफार फरकाने पण आहे. या पद्धतीविषयी देवगडमधल्या स्त्रियांनी सांगितले की, ''अमोश्येच्या आदल्या दिशी वाखाड्याची पाना ठेचून त्याचो रस आजारी पोरग्याच्या केसापासॉन पायापऱ्यात चोळतत. असां तीन दिवस करतत. तीन दिसान मग पोरग्याच्या तोंडात दोनतीन थेंब पानांचो रस टाकतत आनि त्याका आंगोळ घालतत.'' तान बांधण्याची अशीच पद्धत कणकवली व आजूबाजूच्या गावांत होती. वाखाट्याच्या पानांच्या रसाऐवजी स्वच्छ पाण्यात दोनतीन चमचे गोडे तेल ओतून ते पाणी चारपाच तास उन्हात तापवत आणि मग तापवलेल्या पाण्यावरचे तेल मुलाच्या अंगाला चोपडून संध्याकाळी त्याला अंघोळ घालत. सावंतवाडीमध्ये मूल आजारी असेल तरच 'तान' बांधतात असे नाही. मूल तीन वर्षांचे झाले की त्याला ऊन बाधू नये म्हणून ब्रह्मीचा पाला ठेचून तो मुलाच्या डोक्यावर घालून त्यावर कापड ठेवून केळीच्या सोपाची दोरी वळून तिने तो पाला टाळूवर बांधत. संध्याकाळी सोडून अंघोळ घालत.

दृष्ट काढणे

एखाद्या व्यक्तीच्या नुसत्या बघण्याने सुंदर माणसांचा, वस्तूचा, समृद्धीचा नाश होतो, ती बिघडते असे मानले जात असे. माणसाच्याच नजरेने नाही तर पशुपक्ष्यांचीही दृष्ट लागते अशी समजूत असे. विशेषतः लहान मूल, नवविवाहित जोडपे, पाळीव प्राणी, नवे घर, फळाफुलांनी बहरलेले झाड वगैरे. दृष्ट काढण्याचे अनेक प्रकार आहेत आणि प्रत्येक

ठिकाणी दृष्ट काढण्याची पद्धतही थोड्याफार फरकाने सारखीच आहे. अंगावरून दगड, वहाण, शस्त्र उतरवणे तसेच मीठमिरच्या ओवाळून टाकणे वगैरे. थोडी वेगळ्या प्रकारेही दृष्ट काढत. त्याबाबत रायगडमधील फलाणीतल्या मोरेबाई म्हणाल्या, "दिट लागली का ती कुनाची लागली हे समजायसाटी चुलीतल्या निकाऱ्यावर तुरटीचा मोटा खरा टाकत. तो इतलून त्याचा कसलातरी आकार व्हयाचा तो बगायचा. पक्षी, प्रानी, मानुस असं कायतरी दिसला मंग त्याच्या नावाने ती लागली असं समजत. मंग दिट कारीत. ताटात हळदीचा पाणी घेयाचा. ताटाजवळ मुलाला मांरीवर (मांडीवर) घेवन मुलाच्या आईला बसवाचा. मंग नदीतलं सात खरं आनि वाटवरच्या खापराचं सात तुकरं चुलीत घालून तापवून लाल भरक करयाचं. ते मोठ्या खापरात घेयाचं. त्यावर मंग सुक्या लाल मिरच्या आनि बोरीची, करदीची नायतं वागाटीची पाना टाकयाची. चांगला धूर मुलावरना ववलायचा व ववलताना म्हनायचा

दीट निगो दीट निगो । आल्या गेल्याची रांर मुरची (रांड मुंडची) ।
वाटं तिटची पावन्यापयाची । मांगा भंग्याची कातकऱ्या मातकऱ्याची।
कुत्र्या मांजराची झारापेराची । ...दिट निगो ।

असं म्हनून त सात खरं हलदीच्या पान्यात टाकला की ता पानी लाल भरक व्हयाचा. "ता तसा झाला का दीट निगाली असा समजायचा." या वेळी काही स्त्रियांचा संवाद व्हायचा.

रायगडमधल्या चर्मकार समाजातल्या स्त्रिया म्हणाल्या, "दिट उतरल्यावर दीट कारनारीला विच्यारायचा दीट कुनाची. तिनं म्हनायचा माजी, नायतर कुनाचं तरी नाव घेयाचा. मंग निगाली काय इचारायचा. होय निगाली म्हनायचा. मंग हातात सुरी घेवन इचारायचा, कापू काय, तिना काप म्हनायचा. मंग ताटातलं पानी सुरीन कापल्यासारका करायचा. पानी लाल भडक दिसायचा मंग दीट गेली समजायचा." रायगडमधील मातंग समाजात पाटाखाली भोकाचा पैसा ठेवून ज्याची दृष्ट काढायची त्याला त्या पाटावर बसवत आणि दृष्ट काढत.

गुरुमंडली

जन्मलेले प्रत्येक मूल हे जीव आणि शरीर धारण करून या जगात येते. त्याच्या ज्ञान संवेदना पाच वर्षांपर्यंत विकसित होऊन ते ज्ञान ग्रहण

करण्यास हळू हळू सक्षम होत असले तरी ते मनुष्य पदाला तेव्हाच पोचते जेव्हा त्याला गुरूकडून मंत्र प्राप्त होतो, अशी समजूत होती. त्यासाठी 'गुरुमंडली' हा विधी करत असत. हा विधी जोयशी, गौसावी, मेंढे जोशी हेच लोक करत. त्यांनाच तो अधिकार असे. गुरुमंडली हा विधी म्हणजे एक प्रकारे उपनयन विधीच असे. कोकणातल्या महार समाजातच हा विधी पाच ते पंधरा वयाच्या फक्त मुलांसाठी होता. विधीच्या दिवशी मुलाला नवे कपडे घालून त्याच्या कपाळाला तेलात हळद मेढवलेले कुंकू, त्यावर तांदूळ टेकत. त्याला पाटावर गुरूसमोर बसवत. मुलाचा बापच फक्त त्याच्या बाजूला बसत असे. तबकात तांदूळ ठेवत. गुरू ते तांदूळ मुलाच्या अंगावर उडवत काही मंत्र म्हणत असे. मग गुरू मुलाला आपल्या मांडीवर बसवून त्याच्या कानात काही मंत्र सांगत असे. तसेच एखादे फळ खाणे त्याला वर्ज असल्याचे सांगे आणि तो त्याचे आयुष्यभर पालन करी. मुलगा जर गोसावी म्हणजेच विधी करणाऱ्या घराण्यातला असेल तर त्याला ती परंपरा पुढे चालवण्याचा अधिकार दिल्याचे चिन्ह म्हणून गुरू काळा दोरा त्या मुलाच्या दंडात आणि इतरांच्या मनगटात बांधत असे. गुरूला दक्षिणा देण्याची अट नव्हती. हा विधी रत्नागिरी तसेच जव्हार, मोखाड्यात मुलांबरोबर मुलींसाठीही असे. गुरुमंडली न झालेल्यांना लग्न करताना लग्नविधीपूर्वी तो विधी करावा लागे.

संदर्भ :

१. वाकोडे, मधुकर, *लोकप्रतिमा आणि लोकतत्त्वे*, लोकवाङ्मय गृह, मुंबई.
२. वाकोडे, मधुकर, *लोकप्रतिमा आणि लोकतत्त्वे*, लोकवाङ्मय गृह, मुंबई, पृष्ठ ९४.

४

लग्नविधी

विवाह म्हणजेच लग्न हा वयात आलेल्या दोन व्यक्तींमधला करार आहे, तो वंशसातत्यासाठी अत्यंत सर्वमान्यही आहे. असे असले तरी पूर्वी एकत्र कुटुंब पद्धतीला अतोनात महत्त्व असल्याने घरातल्या सदस्याच्या लग्न-संबंधाने दोन कुटुंबांबरोबरच परस्परांच्या गणगोताशीही या लग्नाचा संबंध येत असे. मुलांच्या जबाबदारीतून लवकर मुक्त व्हावे तसेच एक खाणारे तोंड कमी व्हावे किंवा कामासाठी म्हणूनही मुलांची लग्ने दलितांमधे त्या काळात अगदी बालवयातच होत.

मुलगी पाहणे

मुलगा लग्नाच्या वयाचा झाला असे वाटल्यावर वडीलधारी माणसे त्याच्या लग्नाच्या तयारीला लागत. मुलाचे लग्न ठरवताना बरेचदा बाजाराच्या ठिकाणी मुलगी दुरून पाहिलेली असे. मुलगा मुलगी एकाच कुळातील नसावी याची काळजी पूर्वापार घेतली जात असे. मुलगी पसंत पडली की, मुलीला, तिच्या आईवडिलांना कोणत्याही प्रकारे कमीपणा न देता मुलाचा बाप आपल्या भावकीतल्या एकदोघांना सोबत घेऊन मुलीच्या गावाला जात असे. तिथे तो थेट मुलीच्या घरी न जाता तिच्या गावातल्या मानकऱ्याच्या घरी जात असे. तिथे मानकऱ्याशी त्याचा पुढीलप्रमाणे संवाद होत असे...

मानकरी : कोण गावचे कोण पाहुणे तुमी?

मुलाचा बाप : आमी अमुक अमुक गावचे अमुक अमुक पावणे.

मानकरी : इकडे कसं काय वाट चुकलेत?

मुलाचा बाप वाट चुकलो नाही. तुमच्या रानात जनावर, सावज दिसलं म्हणून आलो. (मुलगी शिकलेली नसेल तर तिला सावज किंवा जनावर म्हणत. थोडी शिकलेली किंवा आर्थिक दृष्ट्या चांगल्या घरातली असली तर जनावराऐवजी फूल म्हणत.)

मानकरी : कुणाच्या घरातलं जनावर किंवा सावज आहे?

बाप : अमक्यातमक्याच्या घरातलं सावज आहे असं समजलं.

अशा तऱ्हेच्या संवादानंतर मानकऱ्याला ते स्थळ योग्य वाटले तरच तो त्या संबधित लोकांच्या घरी निरोप पाठवून नवरीच्या बापाला बोलावत असे किंवा पाहुण्यांना मुलीच्या घरी नेत असे. मानकऱ्याला स्थळ बरे वाटले नाही तर तो परस्परसुद्धा आलेल्या पाहुण्यांना पिटाळून लावी. नवरीला बघायला वडीलधाऱ्यांनीच जायचे असा अलिखित नियम असे. नियम धाब्यावर बसवून प्रत्यक्ष नवरा किंवा तरुण लोक मुलीला प्रथम बघायला गेले तर नवरीकडची माणसे त्यांची फजिती करत. नवरा पसंत नसेल तर मुलीकडचे मुलाकडच्या माणसांना गमतीने अटी घालत, "मुलगी देतो पण चाळणीतून पाणी आणून दाखवा." मुलाकडचेही कमी नसत. ते म्हणत, "पाणी आणतो, पण तुम्ही भाताच्या कोंड्याची दोरी वळून द्या." किंवा असेही सांगत की, "एका दाण्याचा भात करून द्या." यावर "चिंचेच्या पानांची पत्रावळ लावून दाखवा मग एका दाण्याचा भात करतो" असे उत्तर देत. अशा प्रकारच्या चेष्टामस्करीतून मुलाकडच्या तरुणांचे वागणे मुलीकडच्यांना पसंत पडलेले नाही हे लक्षात येत असे आणि आगाऊपणाने गेलेल्या पाहुण्यांची फजितीही होत असे.

सिंधुदुर्गातल्या देवगड तालुक्यातल्या एका गावात असेच काही तरुण मुलगी पाहायला गेले. त्यांची फजिती होणार हे माहीत असल्याने त्यांच्या नात्यातला एक वृद्ध त्यांच्या पाठीमागून गेला. तोपर्यंत मुलीकडच्यांनी त्यांना बसण्यासाठी जमिनीवर काळे वाटाणे टाकून त्यावर बांबूची चटई त्यांनी घसरून पडावे म्हणून अंथरली होती. पाठीमागून आलेल्या म्हाताऱ्याने चटई उचलून खालचे वाटाणे दाखवून त्या तरुणांना सावध केले व रीतभात शिकवून पिटाळून लावले. मुलाचा बाप व वडीलधाऱ्यांनी मुलगी पाहून

पसंत केली की मग मुलीचे नाव, राशीतले नाव विचारून मुलाचा बाप आपल्या गावी येत असे. गावातल्या जोयशाकडे जाऊन पंचांग पाहायला सांगून मुला-मुलीचा गण, विधी वगैरे विचारून पुढचे सोपस्कार करत असे.

पंचांग बघणे

अस्पृश्यांचे जन्मापासून मृत्यूपर्यंतचे सर्व पूजाविधी वगैरे अस्पृश्य समाजातील माणूसच करत असे. त्या व्यक्तीला गुरू, गोसावी, मेढेजोशी, ढेगोमेगा, जोयशी अशी नावे होती. माधवराव पेशव्यांच्या काळात ज्योतिष्यांनी म्हणजेच ब्राह्मणांनी आमच्या समाजातली लग्ने लावावी असा महारांनी तक्रारवजा आग्रह केला होता तो खटल्यातून पेशव्यांसमोर आला, तेव्हा तळकोकणातले जमीनदार व ज्योतिष्यांनी म्हटले होते की, ‘‘ब्राह्मणांनी महारांची लग्ने लावण्याची चाल तळकोकणात नाही... अतिशूद्रांच्या जातीत ढेगोमेगो हे पुढारी आहेत तेच त्यांची लग्ने लावीत आले... औरंगजेब बादशहानीही ज्योतिषी यांनी म्हणजे ब्राह्मणांनी महारांची लग्ने लावू नयेत असा ठराव केला आहे’’, अशी आठवणही जमीनदार व ज्योतिष्यांनी नमूद केली असता पेशवे सवाई माधवराव यांनीही त्या खटल्याचा निकाल देताना आपल्या रोजनिशीत स्पष्ट म्हटले आहे की, ‘‘तुमचे जातीमधे मेढे महार लग्ने लावीत असल्याप्रमाणे लावतील. या उपरी ज्योतिषी यास खटला केल्यास मुलाहिजा ठेवणार नाही.’’[१]

पुढे पेशवाईनंतर कधीतरी कोकणातील ब्राह्मणातील भटजी लग्नविधी करू लागले होते. तेही दुरून विटाळ पाळत अगदी झाडावर चढून सुद्धा लग्नविधी करत. त्याला महार समाजातील हरी या मिलिट्रीत असलेल्या जवानाने विरोध केला होता व पैज लावून जिंकून तो आपल्या जातीतील लोकांचे धार्मिक विधी करू लागला होता.[२] रत्नागिरीतील चर्मकार समाजातही लग्नविधी करण्यासाठी १९५०-५५ पर्यंत भटजी येत असे. तो दुरूनच लग्न लावीत असे हे अपमानास्पद वाटून मुंबईत राहणाऱ्या चर्मकारांनी परळ येथे १९५२ च्या सुमारास चर्मकार संघ स्थापन केला. आपल्यातील तीनचार लोकांकडे समाजातील धार्मिक विधी करण्याचे काम सोपवले. त्या लोकांनी मंत्रविधी शिकून पाठ करून आपल्या अगदी वृद्धापकाळापर्यंत ती

कामगिरी पार पाडली. पण त्यांनी कुणाला दीक्षा देऊन आपले उत्तराधिकारी बनवले नाही. रायगड जिल्ह्यात कांबळी नावाचे चर्मकार, जोयशी म्हणून ओळखले जात, ते मंत्र शिकून हातात कंकण बांधून फक्त आपल्या समाजातले अंत्यसंस्कार विधी करत असत. पुढे १९६४-६५ च्या दरम्यान लग्न व इतर विधींसाठी ब्राह्मणांना पुन्हा बोलावले जाऊ लागले तोपर्यंत विटाळ कल्पना थोडी पातळ झाली होती त्यामुळे अंतर न ठेवता भटजीही विधी करू लागले. कोकणातल्या मातंग समाजातही १९६०-६५ पर्यंत भटजी लग्ने लावायला येत नसत. त्यांची लग्ने जंगम किंवा महार समाजातील जोयशीच पूर्वापार लावत असत.

मुलाचे आणि नवऱ्यामुलीचे जन्माच्या वेळी राशीत आलेले नाव मुलाचा बाप जोयशाकडे जाऊन सांगत असे त्यावरून जोयशी दोघांचा गण पाहत असे. देवगण, मनुष्यगण, राक्षसगण असे माणसाचे तीन प्रकारचे गण मानले जात. मुलाचा राक्षसगण व मुलीचा देवगण असेल तर लग्न जमू शकत असे पण या उलट असेल तर ते लग्न जुळत नसे. मुलीचा गण जुळून आला, की घरातली एखादी म्हातारी बाई, एकदोन वयस्क स्त्रिया व नात्यातले एकदोन पुरुष पुन्हा मुलीला पाहायला जात. यावेळी गेलेल्या स्त्रिया मुलीला पायाच्या नखापासून डोक्याच्या केसापर्यंत न्याहाळत. शुभअशुभाचे काही संकेत असत. विशेषतः मुलीच्या पायाचे तळवे सपाट असू नयेत. तिच्यामुळे सासरी सारेकाही सपाट होते असे समजत. उंच कपाळाची मुलगी भाग्यवान मानत. तीन भावांच्या पाठीवर मुलगी टिकली, तिच्या पाठीवरची निकली आणि तिच्या नंतर झालेली खलखली असे मानत. अशा मुली घराला शुभ नाहीत असे समजत. शिवाय वरच्या ओठावर, हनुवटीवर जास्त लव नको, जिभेवर तीळ नको. तीळ असतील तर तिचे शब्द बाधतात असे म्हणत व गालावर किंवा हनुवटीवर तीळ असल्यास त्या मुलीला नाचरी समजत. अशा अनेक तपासण्यांतून मुलीला जावे लागे. मुलगा मात्र यातून मुक्त असे.

मुहूर्त काढणे

आषाढात कोणत्याही हिंदू जातीची लग्ने होत नाहीत. परंतु महारांची लग्नसराई मात्र आषाढ महिन्यात असते. या महिन्यात म्हारकीचे काम फारसे

नसते.[३] लग्नासाठी दिवस, मुहूर्त किंवा निश्चित वेळ पाहत. मुहूर्त पाहून स्थळाचे अंतर पाहून लग्ने सकाळी किंवा संध्याकाळची ते ठरवत. सकाळच्याला 'गोविंद' व संध्याकाळच्याला 'गोरज' मुहूर्त म्हणत. बरेचदा संध्याकाळचा 'गोरज' मुहूर्त निवडीत. याचे कारण म्हणजे तेव्हा प्रवासाची साधने नव्हती. गरिबांना पायीच जावे लागे. शिवाय वाटा पायवाटा जंगलातून असत, जंगली जनावरांची भीती असे. त्यामुळे दिवसाउजेडी जाऊन गोरज मुहूर्तावर लग्न आटोपून दुसऱ्या दिवशी उजेडाने वरात घरी आणणे सुरक्षित वाटत असे. नवरीच्या विटाळाचा आठवडा वगळून मुहूर्त ठरवत. विटाळ न पाळल्याने डोळे फुटतात, देवाचा कोप होतो वगैरे समजूत होती. दलित समाजात अगदी लहानशा एक खणी केंबळी घरातही विटाळ पाळत. 'विटाळ' हा बोली भाषेतला शब्द आहे. या शब्दाचा उगम व्युत्पत्तिकोशाप्रमाणे 'विष्ठा' या शब्दापासून झालेला आहे.[४]

लग्नविधीसाठी पाच सुवासिनींची नावे जोयशी काढून देत असे. ही नावे नद्या किंवा देवीदेवतांची असत. उदाहरणार्थ गंगा, भागीरथी, सरस्वती, लक्ष्मी, पार्वती, सीता, द्रौपदी वगैरे. त्या काळात स्त्रियांची नावे अशीच नद्या किंवा देवीदेवतांच्या नावावरून असत. हळद लावणे, घाणा भरणे वगैरे कामे त्या करत असत. त्यांना म्हुर्तवळ्या म्हणत. त्यांच्याबरोबर पाच कुमारिकाही असत. त्याही काही विधींत आवश्यक असत. लग्नाचा दिवस ठरला की आमंत्रण देणे, बस्ता बांधणे, दारात मांडव घालणे वगैरे कामांना वेग येत असे. प्रत्येक कामाची सुरुवात परंपरेनुसार ठरलेल्या विधीने, रिवाजाने होत असे. याच सुमारास शहरातली बऱ्या स्थितीतली माणसे साध्या लग्नपत्रिका वाटत. पुढे रंगीत लग्नपत्रिकाही वाटू लागली. खेड्यापाड्यातली माणसे गावोगावी जाऊन बाजारहाटात नात्यागोत्यातल्यांना, पैपाव्हण्यांना भेटून पानसुपारी किंवा नुसती सुपारी देऊन लग्नाचे आमंत्रण देत. इथूनच मग स्त्रियांना गाणी म्हणण्याची ओढ लागे. चांगली गाणी म्हणणाऱ्या नात्यातल्या बायांना वरमाय आणि वधूमाय "लवकर या आनि चांगली गानी म्हना गं बायांनो," असा आग्रहपूर्वक दम देत असत. तशी सर्वच गाणी प्रसंगानुरूप म्हटली जायची असे नाही, पण क्रम बदलला तरी गाण्याचा नेम बदलत नव्हता. त्या वेळी मुलीचे मनोगत सांगणारे खालील गाणे सर्वांच्या मनात असायचे आणि ते कोकणात सर्वत्र बरेच प्रसिद्धही होते.

माडीवर माडी ग उंच माडी । सात खनाची ग दामोदरी ।
वाजविला ग दारी पोवा । त्या पोव्याचा नाद गेला त्या नवरीच्या कानी।
नवरी बोले ओ माज्या बापा । मी जाते जोगीयाचा काय मट पहाया ।
नको जावू ग लाडके लेकी । अर्धं राज्य देईन तुला काय बसून खायाला।
अर्धं राज्य हो काय मी करू । बारा वर्षं तप केलं या कुंकवासाठी ।

पुढे मग बारा वर्षे मंगळसूत्र, बांगड्या, जोडवी अशा सौभाग्य-लेण्यांसाठी तप केले असे नवरी आतुरतेने म्हणते आहे असा भाव गीतात येत राहतो. इथे 'तप' शब्दावर अनुस्वार देऊन 'तंप' असे म्हणत व तो शब्द शुद्ध समजत.

सुपारी फोडणे किंवा साखरपुडा

वराकडची माणसे सुपारी फोडायला वधूच्या घरी येत असत. येताना बारा भाकरी, त्यांवर खोबऱ्याची वाटी असा पावणेर फडक्यात बांधून आणत. वधूला पाटावर बसवून तिच्या हातात तो पावनेर देत. मग पाहुण्यांना पानसुपारी दिली जाई. साठ-बासष्ठ वर्षांपूर्वी इतक्या साध्या पद्धतीने हा रिवाज होत असे. पुढे या रिवाजाच्या वेळी उपस्थितांना पिठी साखरेच्या बारीक पुड्या वाटल्या जाऊ लागल्या. त्यातून या रिवाजाला 'साखरपुडा' म्हटले जाऊ लागले.

ठाणे जिल्ह्यामधील आंबेटेंबे गावातील स्त्रिया म्हणाल्या, ''आमचीकडं ह्याला गूलकाला म्हनायची. पोराचा लगीन ठरला का पोरीच्या बापाला द्याज म्हनून आट पायल्याचा एक कुरू, अशे पाच कुरू तांदुल देयाचं, काय लोक पैसं देत. पोराकरची मानसा, पोरीकर गुलकाल्याला येयाची, पोराचा बाप पोरीच्या हातात खोबऱ्याची वाटी दियाचा. तिला कुकु लावायचा. मंग पोरीचा बाप एक दोन रत्तल गूल आनून सगल्याना वाटायचा. अगदी नवऱ्याच्या घरी पन देयाचा. देज न घेणारे आईवडील मुलीच्या सासरी वर्षभर काही खातपीत नसत.'' नवऱ्यामुलाने व मुलीने एकमेकांना पाहण्याची, पसंती वगैरे सांगण्याची पद्धत अर्थातच नव्हती. ती लग्नातच परस्परांना पाहत. पालघर तालुक्यात लग्न नक्की ठरण्याला 'बोल होणं' म्हणत. साखरपुड्यादिवशी वराकडच्या बाया वधूचे केस विंचरत.

केसात पानफूल घालून तिला सर्वांना भेटायला लावत. वसई तालुक्यात वधू पसंतीला जायचे म्हणजे 'हरकन' करायला जायचे म्हणत. वरवधूचे लग्न दोघांच्याही वडिलांनी दारूच्या भरलेल्या ग्लासाची अदलाबदल करून हात उंचावले की पक्के होत असे. या भागातल्या ख्रिस्ती धर्माचा प्रभाव असा रितीरिवाजांवरही पडलेला दिसतो.

सिंधुदुर्गात वराचे आईवडील, नात्यातील चारपाच पुरुष, स्त्रिया व भावकी वगैरे माणसे वधूच्या घरी जात. साखरपुड्याला नवरामुलगा जात नसे. सोबत पावनेर म्हणून गोड पदार्थ नेत. मुलीला हळद-कुंकू लावून तिची शेस भरत. चर्मकार समाजात वराचा बाप पाटावर बसे. वधूला त्याच्या मांडीवर बसवत. वधूचा होणारा सासरा तिच्या तोंडात गूळ किंवा साखर घाली. मग सर्वांना गूळ किंवा साखर वाटत. स्त्रिया गाणी गात. त्या काळात बरेचदा नवरी ही मामाचीच मुलगी असे. भावाच्या लग्नात बहिणीने आपल्या मुलासाठी भावाची मुलगी निश्चित केलेली असे. खालील गीत त्यावरूनच आहे.

पेरून पेरू बोलते साकर पेरू । सक्या मामाची पोरगी करू ।
सक्या मामाची पोरगी करू ।
आज साकरपुरा पावने आयले घरा ।
भरा नवरीला हिरवा चुरा । भरा नवरीला हिरवा चुरा । ...(ठाणे)

नवरीला हिरवी साडी, हिरवी चोळी वगैरे नेसवून साखरपुड्यासाठी तयार केले जायचे. या वेळी वधूच्या बापाला 'द्याज' देण्याची रक्कम वराचा बाप जाहीर करी. भाच्याशी आपल्या मुलीचे लग्न करणारे आईवडीलही लग्नानंतर मुलीच्या सासरी जेवत नसत. बाप हयात असलेल्या मुलीचे लग्न तिच्या बापाच्या जिवावर सुरळीत पार पडण्याची खात्री असे. त्याच्या शब्दाला वजन असे हा भाव खालील गाण्यात व्यक्त झाला आहे.

टस्करी आंबा की लस्करी पाने हो । टस्करी आंबा की लस्करी पाने ।
नवरी दिली कोणाच्या बळे । नवरी दिली बापाच्या बळे ।
बापाचे बोल हो कागदी तोल हो । बापाचे बोल हो कागदी तोल ।
... (मुंबई)

आंब्याची झाडे-बागा आणि नवऱ्यामुलाच्या बापाची लष्करातली महत्त्वाच्या पदावरची नोकरी आणि त्याचे कागदी नोटांचे वजन बघून त्या

बळावर मुलगी त्या खात्यापित्या घरात दिली असली तरी नवरीच्या बापाच्या बोलाला महत्त्व आहे, म्हणून तो मागेल ते द्याज त्याला दिले पाहिजे असे सांगण्यात आले आहे.

द्याज ठरले, लग्न निश्चित झाले की गावोगावी नातेवाइकांना निमंत्रण पाठवत. बरेचदा बाजारातच सर्वांच्या भेटीगाठी होत. अख्खी सुपारी किंवा सुपारीचे खांड देऊन लग्नाला बोलवत. जवळचे नातलगही कामे बाजूला ठेवून लग्नाला येत.

मुल धाडा, मुल धाडा दुरी दरीच्या माम्याना ।
तुमी याव लाडक्या भाचीच्या / भाच्याच्या तेलवना ।
दुरी दुरीचा ग भाचे / भाच्या दुरीचा ग येनाजाना ।
मला येना नाय बाय भाचीच्या तेलवना ।
आकाशी घार होईन पातालाची नार होईन ।
येईन भेट घेईन भाचीच्या / भाच्याच्या बाशिंगाची । ... (ठाणे)

दूरचे ठिकाण असल्यामुळे तेलवणाला येता येणार नाही, पण बाशिंगा म्हणजे लग्नाला काहीही करून येईन, असे आश्वासन देणारी मामी या गीतात आहे आणि हे गाणे लग्नात मामाइतकेच मामीलाही महत्त्व आहे हेही दाखवत आहे. मामीसुद्धा भाचरांवर खूप प्रेम करत असते म्हणून ती म्हणते, ''मला भाचीच्या तेलवणाला नाही येता आले तरी मी लग्नाला मात्र आकाशाची घार होऊन किंवा पाताळातली नार म्हणजे नागीण होऊन हजर राहीन.'' या गीतात मामीच्या मनातले प्रेम, आतुरता 'घार' आणि 'नागीण' या दोन प्रतीकांमध्ये सुरेख तोलली आहे.

बस्ता बांधणे

आमंत्रणानंतर लगेच नवरानवरीसाठी नवे कपडे खरेदी करत असत. या खरेदीला 'बस्ता बांधणे' म्हणत. यात नवरीच्या बापाने नवरीच्या साड्या खरेदी करण्याची पद्धत नव्हती. नवऱ्या मुलाचा बापच वराच्या कपड्याबरोबर वधूसाठी दोन साड्या खरेदी करत असे. बरेचदा एक हिरवी साडी असे आणि दुसरी जरा बऱ्या किंमतीची लाल रंगाची. रत्नागिरीत ही बऱ्या किमतीची साडी लग्नात लोकांना मुद्दाम 'साडा बघा' म्हणत दाखवली जात असे. रत्नागिरीतील चर्मकार समाजातही हिरव्या

साडीवर साखरपुडा व पिवळ्या साडीवर हळद लागत असे; पण लग्न लागताना हिरवीच साडी असावी असा आग्रह नसे. इरावती कर्वे आपल्या 'हिंदु समाज रचना' या पुस्तकात लिहितात, 'मराठी मुलखात हिरव्या रंगाला विशेष प्रकारचे महत्त्व आहे. नहाण आल्यावर मुलीला हिरवी साडी नेसवतात. वरमायला मुलीची आई हिरवी साडी देते. सवाष्ण वारली तर हिरव्या साडीवरच तिचे दहन होते. विधवेने हिरवे लुगडे नेसणे निषिद्ध मानतात.' म्हणजे नवरीसाठी हिरवी साडी महत्त्वाची असण्याचा आणि नवरीच्या आईसाठी पोट झाकणीची साडी देण्याचा वरच्या वर्गातला हा रिवाज पुढे कधीतरी दलितांमध्ये सुरू झाला असावा. असो. तर बस्ता बांधण्याची जबाबदारी नवऱ्याकडच्यांची असल्याने साहजिकच बस्ता बांधताना मानापमान, पसंती, जास्त रक्कम या बाबतची काळजी घ्यावी लागे. त्यामुळे वराकडच्या यजमानीण व यजमान्याला घाम फुटण्याची शक्यता जास्त असायची. म्हणूनच बस्ता खरेदी करण्यावरूनच्या पुढील गीतात स्त्रिया मिस्कीलपणे म्हणतायत,

पोरी या रूमाली बांदतील रकमू । आमाला जायाच आगरा ।
आमच्यासाटी या झालासा उबारा ।
नवऱ्याच्या बापाला घालावा इझनवारा ।
पोरी या रूमाली झालासा उबारा ।
आमाला गरज बाशिंगाची ।
बाशिंगासाटी या झालासा उबारा ।
नवऱ्याच्या आईला घालावा इझनवारा ।
आमचं नारल नका वर्नू बाई ।
आमच्या नारलाला मॉल भारी । ... (रायगड मातंग)

हे पोरींनो, आम्हांला आगरात नारळासाठी जायचे आहे. आम्हांला बाशिंगांची गरज आहे. आमच्या या वस्तूंचे मोल काय बरे वर्णावे. ते खूप आहे. म्हणूनच रुमालात रक्कम बांधून नवऱ्याचा बाप, आई खरेदीला जातील तेव्हा सगळ्या मोलाच्या वस्तू घेताना नवऱ्याच्या बापाला, आईला पंख्याने वारा घाला म्हणजे खर्च करायला उमेद द्या किंवा त्रास झाला, घाम फुटला तर त्यांना पंख्याने वारा घाला. कोकणातल्या गरिबी किंवा चिकूपणावरचे हे व्यंगही असेल.

चुडा भरणे

साखरपुडा झाला की लग्न नक्की व्हायचे. लग्नाचा दिवस जवळ यायचा, मग वराचे केस कापणे, नवरीला चुडा भरणे वगैरे गडबड सुरू व्हायची. नवऱ्याची हजामत करायला न्हाव्याला बोलवत. सत्तर-ऐंशी वर्षांपूर्वी खेड्यापाड्यांतले न्हावी दलितांचे केस कापत नसत. दलितांमधलाच एखादा नवऱ्याचे केस कापायचा. बरेचदा तो नवऱ्याचा मित्रच असे. पाटावर बसून तो केस कापायचा. त्या वेळचे गीत असे आहे.

नवरा बसला कदेलीवर न्हाई बसला पाटावर ।
सोन्याची गुळमी, रूप्याचा वाकर ।
नवऱ्या तुजा मैतर काय रेग मारी । ... (सिंधुदुर्ग)

इथे नवरा लग्नासाठी दाढी करून तयार व्हायला अधीरतेने पाटावर न बसता कदेलीवर म्हणजे घराच्या उंबरठ्यावर बसला आहे आणि नवऱ्याचा मित्र रेग मारतोय म्हणजे भांग पाडतो आहे. इथे नवऱ्याचा उतावीळपणा दाखवणारे उंबरठ्याचे छान प्रतीक योजले आहे. इकडे ही तयारी सुरू झाली असताना तिकडे नवरीच्या घरी तिला हिरवा चुडा भरण्याची, सजवण्याची तयारी झालेली आहे. कोकणातल्या सर्वच भागातल्या स्त्रिया हातभर बांगड्या भरत नाहीत. नवरीलाही दोन्ही हातांत फक्त अकरा बांगड्या भरत. त्याही उजव्या हातात सहा आणि डाव्या हातात पाच असत. घरातल्या बाकीच्यांना तीन-तीन चार-चार बांगड्या भरत. त्या काळातल्या खेड्यापाड्यांत अस्पृश्यतेच्या, विटाळाच्या कल्पनेमुळे कासार लोकही दलित स्त्रियांना बांगड्या भरत नसत. भरायच्याच झाल्यास ते घोंगडी पांघरून किंवा घोंगडीवर बसून विटाळ न होण्याची काळजी घेऊन बांगड्या भरत.

सकालचे पारी सुर्या उगावला दारी । जागी करावी नवरीबाईला ।
सकालचे पारी कासार आला दारी । हिरवा चुडा भरा नवरीला ।
सकालचे पारी सोनार आला दारी । पायाची खटव भरा नवरीला ।
सकालचे पारी जोयशी आला दारी । घटका बगावी लगनाची ।
...(रत्नागिरी)

सूर्य उगवताच कासार, सोनार दारात आले आहेत, त्यांच्याकडून नवरीला चुडा भरा, जोडवी घाला असे बायका उत्साहाने सांगत आहेत. हे गीत वरच्या जातीतून झिरपत पोचलेले असावे.

मांडव घालणे, मुहूर्तमेढ रोवणे

लग्न नवरीच्या गावालाच व्हायचे. मांडव दोघांच्याही ठिकाणी घरांच्या दारात घालत आणि तिथून पुढे लग्नाचे बरेचसे रीतिरिवाज त्या मांडवाखालीच होत. घराच्या पुढच्या अंगणात लाकडाचे खांब रोवून त्यावर बांबू आडवे टाकून माडाचे झाप, गवत, पाने पसरून मांडव उभा केला जायचा. मांडवाच्या मध्यभागी किंवा जोयशी सांगेल त्या दिशेला शेवरीची जाडसर काठी तासून मुहूर्तमेढ म्हणून उभी केली जात असे. तासलेल्या साली हळद लावताना वरवधूसाठी पाट म्हणून पायाखाली ठेवत. मुहूर्तमेढीला हळद, कुंकू, काजळाचे ठिपके लावत. तिच्याच बाजूला छताला लामण दिवा टांगत. मांडवाखालची जमीन शेणाने सारवून पाण्यात भिजवलेल्या तांदळाच्या पिठाने रांगोळी काढत. तांदळाच्या पिठाची रांगोळी घालणे हे कोकणाचे वैशिष्ट्य आहे. मांडव मुहूर्तमेढ उभी झाल्यापासूनच पुढे त्या त्या विधींची गाणी म्हणायला सुरुवात व्हायची.

मांडव गीते

हे दारीच्या उकीरड्या तुजवर भार कशाचा ।
मजवर भार कचऱ्याचा दारी मंडप हाय मोत्याचा ।
हे दारीच्या म्हुर्तमेडी तुजवर भार कशाचा ।
मजवर भार नारलाचा दारी मंडप हाय मोत्याचा ।
हे दारीच्या म्हुर्तमेडी तुजवर भार कशाचा ।
मजवर भार पोफलीचा दारी मंडप हाय मोत्याचा ।
हे दारीच्या म्हुर्तमेडी तुजवर भार कशाचा ।
मजवर भार कांडनाचा दारी मंडप हाय मोत्याचा ।
हे दारीच्या म्हुर्तमेडी तुजवर भार कशाचा ।
मजवर भार दारातल्या दिव्याचा दारी मंडप हाय मोत्याचा ।

... (रायगड)

इथे दारातल्या उकिरड्याशीही स्त्रियांनी संवाद साधलाय. माझ्यावर कचऱ्याचा भार आहे आणि दारात मोत्याचा मंडप आहे, असे म्हणणारा उकिरडा आणि कचऱ्याच्या आलेल्या उल्लेखावरून ही गीतरचना दलितांकडूनच झालेली असावी आणि परंपरागत ती म्हटली जात असावी. या दृष्टीने हे गीत वैशिष्ट्यपूर्ण आहे.

उंबर उगावला तांबऱ्या मालाला ग ।
आंबा उगावला खरबटऱ्या मालाला ग ।
जांबल उगावली शेताच्या बांदाला ग ।
असा तीनी झाराचा मिलकार केला ग ।
नवरेबाई तुजा मांडवाला ग । ... (ठाणे)

मांडवासाठी उंबर, आंबा, जांभूळ अशी तीन झाडे एकत्र करण्यात आलेली आहेत. पूर्वीच्या टोळ्यांची ही कूळचिन्हे असायची. या दृष्टीने या तीनही टोळ्या एक झाल्या आहेत असाही गर्भित अर्थ इथे व्यक्त होतो. ठाणे जिल्ह्यातील वसई तालुक्यात मांडव घालण्याची पद्धत वैशिष्ट्यपूर्ण होती. रानातून झाडाची पाने, फांद्या वगैरे आणून मांडव घातल्यावर उंबराची मेढ आणून लावण्यासाठी एक जोडपे निश्चित केलेले असे. त्या जोडप्याला 'उमऱ्या' म्हणत. ती दोघे एका टोपल्यात भाताचे तूस किंवा भुसा घेऊन त्यात उंबराची तासलेली फांदी आणि एक मुसळ एकत्र बांधून घरात देव ठेवलेले असतील तिथे भिंतीजवळ मुहुर्तमेढ म्हणून उभी करत. अशी मुहूर्तमेढ उभी करण्यासाठी जवळच्या नातलगांनाही आवर्जून बोलवत आणि ते येऊन मांडव सजवत.

उंच घाला उंच घाला मंडपाच्या मेडी ।
मंडपाच्या मेडी तोडल्या हो कोनी ।
मेडी तोडल्या नवरीच्या मामानी ।
दारीचा मंडप कापडीला हो कोनी ।
मंडप कापडीला नवरीच्या बंदवानी ।
दारीचा मंडप सारविला हो कोनी ।
मंडप सारविला नवरीच्या भावजयनी ।
मंडपाच्या दारी कना घातीला हो कोनी ।
कना घातीला नवरीच्या भैनीनी । ... (रत्नागिरी)

मांडवासाठी मेढी नवरीच्या मामाने तोडल्या आहेत आणि दारातला मांडव नवरीच्या भावाने, भावजयीने आणि बहिणीने कापड लावून सजवला आहे, जमीन सारवून रांगोळी घातली आहे. ते कौतुक स्त्रियांनी सांगितले आहे.

माटव शिवलो गे पळसाच्या दाव्यानी ।
न्हवऱ्याच्या मामानी माटवा परी केल्यो ।
माटव शिवलो गे माडाच्या चुडत्यानी ।
न्हवऱ्याच्या चुलत्यानी माटवा परी केल्यो ।
माटव शिवलो गे माडाच्या हिरानी ।
व्हकलेच्या दिरानी माटवा परी केल्यो । ... (सिंधुदुर्ग)

नवरानवरीच्या नात्यातल्या फक्त पुरुषांनीच पुढाकार घेऊन माडापासून तयार केलेल्या वस्तूंनी नाना तऱ्हेने मांडव सजवला आहे. या गीतातल्या माड, माडाच्या झावळ्या आणि त्याच्या चुडी, हीर अशा माडापासूनच तयार केलेल्या वस्तूंनी कोकणातले वातावरणही समोर आणले आहे.

मांडव तयार होताच दारासमोर मुहूर्तमेढ उभी केली जाऊन तिच्यावर लिंबाची डहाळी, नारळ बांधून तिला हळद, कुंकवाने सजवले आहे. आधीच्या गाण्यात मांडवाशी संवाद आहे आणि आता पुढच्या गाण्यात मुहूर्तमेढीशी.

दारीचे ग म्हुरतमेडी तुजवर भार कशाचा ।
मजवर भार हलदीचा ।
दारीचे ग म्हुरतमेडी तुजवर भार कशाचा ।
मजवर भार कुकवाचा ।
दारीचे गे म्हुर्तमेडी तुजवर भार कशाचा ।
मजवर भार वमनाचा (आढ्याचा) । ... (रत्नागिरी चर्मकार)

असेच मग मजवर भार आंब्याचा, लिंबाचा, हळदीचा, काजळाचा वगैरे अनेक शब्द जोडत स्त्रिया मुहूर्तमेढीशी बोलत आहेत. लग्न म्हटले की अगदी मानसन्मानाने जवळच्या नातलगांना बोलावले नाही की रुसणे, फुगणे, वाईट वाटणे हे ठरलेले असे. तसे होऊ नये याची दोन्ही घरी खबरदारी घेतली जात असे, कारण नात्यागोत्यावाचून लग्नाचा आनंद

घेता येत नाही हे सर्वजण जाणत असत. पुढील दोन ओळी हेच सांगत आहेत.

मंडपाच्या मेडी घालाव्या तासून । बहिनी वाचून सोबा नाही ।
मंडपाच्या मेडी घालाव्या दुसऱ्या । बहिनी रूसल्या अयेराला ।
... (रत्नागिरी)

मांडव ठावरणे / तेलवान / तेलांची रात / तेल चढवणे

मांडवाला मुहूर्तमेढ लावल्यानंतर हा एक लहानसा विधी ठाणे व रायगड जिल्ह्यांत करण्याचा रिवाज होता. येथील चर्मकार समाजात याला 'तेलवान' किंवा 'मांडव ठावरणे' म्हणत. हा विधी स्त्रिया करत. या विधीलाच इथल्या महार समाजात 'तेलांची रात' किंवा 'तेल चढवणे' असेही म्हणत. पाचसहा सवाष्णी वाटीत तेल व तुळशीचे पान ठेवत. मग आंब्याच्या पानाने त्यातले तेल चुलीजवळूनच एक एक थेंब पाडत उंबरठा ओलांडून अगदी बाहेर मांडवाच्या टोकावर जात. तेथे आकाशात बघून त्या चंद्रसूर्याला हळदकुंकू वाहून ओवाळत, मग तिथून पुन्हा तसेच तेल पाडत चुलीजवळ आणत. तांदळाच्या पिठात गूळ घालून त्याच्या पुऱ्या करत. तो प्रसाद म्हणून वाटत. यावेळी स्त्रिया गाणी गात. ठाणे जिल्ह्यात लग्नात म्हटल्या जाणाऱ्या गीतांना 'धवला' म्हणत. चंद्रसूर्याला ओवाळायला तेलाचा थेंब सांडत बाहेर जाताना गायलेला धवला असा आहे.

पर पर रे तेला तू चिली चिली ।
उतरशी भांगोभांगी परशी शिरोशीरी ।
पयले अयावाचं कपालाचं कुंकू ।
दुसरी अयावाचं गल्यातली गरसोली ।
तिसरी अयावाच्या भिंगाचा हा चुरा ।
चवती अयावाच्या पायातलं जोरवं ।
पाचवी अयावाच्या नाकातली नत । ... (ठाणे)

हे तेलाच्या थेंबा, तू अशातऱ्हेने पाच अहेव स्त्रियांच्या सौभाग्यालंकारांतून खाली पडत, उतरत जा असा सुंदर भाव या गीतात आला आहे. पाच हा अंक तळातल्या संस्कृतीत वैशिष्ट्यपूर्ण आहे, तो इथेही आपले वेगळेपण दाखवतो आहे.

भानोसा पुजणे

रत्नागिरीत मांडव पडला, मुहूर्तमेढ लागली की चुलीमागचा भानोसा स्वतंत्रपणे पुजत असत. लग्नाचे आणि नंतर नवरी करील ते जेवण नीट व्हावे, सर्वांना पुरावे, सर्वांनी संतुष्ट व्हावे अशी चूल पूजण्यामागे भावना असे. भानोसा शेणाने सारवून त्यावर नारळ, तांदूळ, पानाचा विडा, तांदळाच्या पिठाचा दिवा ठेवून पूजत. महार व चर्मकार समाजात ही पद्धत होती. या वेळचे रत्नागिरीतल्या चर्मकार समाजातले खालील गीत अतिशय लालित्यपूर्ण, वेगळे आणि अर्थपूर्णही आहे.

यालू ग यालू लगीनाचे ख्यालू । दारी मंडप गुंफारिला ।
या या मंडपाला उची नीचीचं दरवाजं । वर सोनियाचं कुलुप साजं।
नवरोजी गेलं शेरा चौरंग सोनं घेवून आलं ।
चौरंग सोनं घे माजे भारजा ।
चुली भानोशी वावारशी । चुली बाय चुली शेना मातीच्या चुली ।
भटा बामनानी रचिल्या । त्याही ग चुलीवरी डाली का साली ।
वैलावर शिजतोय चोरभात । नवरीबायचे हातवले दह्यादुदानी माकले।
अमृत जेवले नवरोजी ।

भटाबामनांनी रचलेल्या चुलीजवळ भानोशाजवळ नवरीने आनंदाने वावरावे म्हणून नवऱ्याने शहरात जाऊन अनेक तऱ्हेच्या दागिन्यांचे भरपूर सोने आणले आहे. नवऱ्यासाठी वैलावर खास सुगंधी तांदळाचा चोरभात (भात) चोरून शिजवला जातोय. भातावर घालायला नवरीने आपल्या हाताने दहीदूध तयार ठेवले आहे. तिचे हात दह्यादुधानी माखले आहेत. मग पत्नीने केलेला स्वयंपाक नवरोजी अमृत जेवले म्हणजे आनंदाने, समाधानाने जेवले आहेत.

खरे तर दलितांच्या केंबळ्याच्या लहानशा घरात चुलीपाठीमागचा भानोसा ही जागा कुणाच्याही विटाळापासून सुरक्षित मानली जात असे. म्हणून, भानोशावरच घरातले देव, पूजेचे नारळ ठेवलेले असत. त्यामुळे लग्नात मुद्दाम पुजले जाणारे कूळ चिन्ह म्हणजेच 'देवक' या भानोशाजवळच ठेवून पुजले जात असे. म्हणूनच भानोशाला महत्त्व असे.

देवक ठेवणे / कूळ पुजणे

लग्नप्रसंगी आपल्या कुलदैवताचे प्रतीक पूर्वापार पुजण्याचा रिवाज सर्वच समाजात आहे. प्रत्येक गावातल्या नात्यातल्या लोकांचा मूळ पुरुष कुणीतरी एक असे. त्या मूळ पुरुषाचे जे कूळ असे तेच कूळ पुढच्या पिढ्या वाहात. एकाच कुळातील व्यक्तींचे लग्नसंबंध होत नसत. दलितांमध्ये प्राणी व वनस्पतींची बरीच चिन्हे कुळदैवत म्हणून पुजली जात. उदाहरणार्थ नाग, कवडा पक्षी, डुक्कर, कळंब म्हणजेच कदंब झाड वगैरे. 'कदंब' हा आंब्याच्या मध्यम आकाराच्या झाडाएवढा अत्यंत चिवट असा वृक्ष आहे. त्याची पाने बोटाच्या तीन पेरांएव्हढी बारीक व गोल असतात. पानांवर मधल्या रेषेपासून दोन्ही बाजूला सातआठ ठसठशीत शिरा असतात. प्रत्येक फांदीला टोकावर लालसर शेंदरी रंगाचे लहानसे नाजूक पान असते, त्यामुळे याची प्रत्येक फांदी आकर्षक दिसते. ही फांदी आणून देवक म्हणून पुजली जाते. या झाडाचे लाकूड जळणासाठी वापरत नाहीत व देवक असलेल्या प्राण्यांची हत्या केली जात नाही. लग्नप्रसंगी ही कूळ प्रतीके अन्य देवीदेवतांसोबत पुजली जात. लग्नात प्राणी, पक्षी अशा चिन्हांसाठी पिठाच्या आकृत्या केल्या जात. घरात देव मांडलेले असतील तिथे किंवा मांडवात एका बाजूला जमीन सारवून वर रांगोळी घालून कोरे कापड अंथरत. कापडावर देवकाचे प्रतीक, त्याचबरोबर इतर वेगवेगळ्या देवांची प्रतीके म्हणून नागवेलीच्या पाच पानांवर पाच सुपाऱ्यांचे पाच विडे व नारळ ठेवत. पिठाच्या पणतीचे दिवे पेटवत. हळद, कुंकू, अक्षता घालून वरवधूचे आईवडील देवकाची पूजा करत. लग्नविधी पूर्ण होईपर्यंत ते देवक मांडलेले असे आणि त्याची पूजा केली जात असे.

रत्नागिरीतील चर्मकार समाजात पूजा विधीसाठी नेमलेल्या जोडप्याकडून थोडेसे नाट्यपूर्णपणे देवक ठेवण्याची पद्धत होती. जोडप्यातला पुरुष आपल्या खांद्यावर कुऱ्हाड घ्यायचा. त्या कुऱ्हाडीला नारळ, गूळ, वडा बांधलेला असे. त्याची पत्नी हातात पूजेचे साहित्य घेऊन ती दोघे तुळशीजवळ जात. तुळशीजवळ आधीच कूळ असलेल्या झाडाची लहानशी फांदी आणून उभी केलेली असे. कूळ प्राणी असेल तर तशी पिठाची आकृती करून ठेवत. मातंग समाजात या कूळचिन्हाला पाच वडे बांधत. तुळशीजवळ येऊन जोडपे हळदकुंकू लावून पिठाच्या दिव्याने

देवक ओवाळत. देवकाची फांदी असेल तर पुरुष ती खांद्यावरच्या कुऱ्हाडीने तोडल्यासारखे करून ती फांदी आणि जर कूळ प्राणी असेल तर ती पिठाची आकृती उचलून मुहूर्तमेढीजवळ आणत. तिथे मुहूर्तमेढीखाली थोडी जमीन सारवून मेढीला काजळ, हळद, कुंकू लावून गुळाचा नैवेद्य दाखवून कूळचिन्हाची पूजा करून ते घरात आणत आणि पुन्हा घरातल्या देवांबरोबर पुजत असत. हाच विधी खालील गीत रचनेतून पुढे आला आहे.

तुलसीखाली घातल्या बागा कलम राजा फुलेला ।
दोगा जुलमा येतील।
तुज सारवान करतील दोगा जुलमा येतील । कना घालतील ।
दोगा जुलमा येतील । तुजी पूजा करतील ।
दोगा जुलमा येतील । तुमा निवेद दावतील ।
दोगा जुलमा येतील तुमा तोडून नेतील । ... (रायगड मातंग)

या गाण्यात युगुल किंवा युग्म या अर्थाने 'जुलमा' हा शब्द आला आहे. देवक घरात पुजण्यासाठी पुढीलप्रमाणे तयारी करत -

देवक जावदे देवपुजेशी । पुढ्यात सुपारीच्या राशी ।
देवक जावदे देवपुजेशी।
पुढ्यात पानांच्या राशी । बसवा बसवा देवकाशी ।
काले गाईचं श्यान ।
व्हात्या गंगचं पानी । सारवा सारवा जंबू खन
देवक जावदे देवपुजेशी । ... (रत्नागिरी चर्मकार)

काळ्या गायीचे शेण आणि वाहत्या गंगेच्या पाण्याने घरातला मोठा खन सारवा आणि देवक देवपूजेला बसवा असे स्त्रिया इथे आवर्जून सांगत आहेत. या पूजेला सिंधुदुर्गातील चर्मकार समाजात 'पुण्यवचन' तर रायगडमधेच काही ठिकाणी 'पथीर' असेही म्हणत. देवक बसवल्यानंतर जोयशाकडून पुढचे विधी सुरू होत.

पुण्यवचन / पुण्याहवचन

पुण्यवचन या विधीतच **'घाणा भरणे'**, **'नीम तोडणे'** किंवा **'नीम उतरणे'** हे रिवाज अंतर्भूत आहेत. सिंधुदुर्गात सावंतवाडीतील इन्सूली

गावच्या रूपाली गुणाजी जाधव म्हणाल्या, ''लग्नाच्या आदल्या दिशी न्हवरो नायतं व्हकाल आसली तर व्हकाल, त्यांचे आवस, बापूस, धेडा किंवा धेडी अशी चार मानसा जोयशाच्या बाजूक पूजेक बसत. पूजा करताना पाच नारळ, पाच इडे, मातीचो न्हानसो कऱ्हो, त्यात आंब्याच्या पानांचो टाळो ठेवीत. मग बारक्या पल्डीत देवाक ठेवून ती पल्डी येरवानात म्हणजे मोठ्या रोवळीत ठेईत. एका तळीत हळद, कुंकू, तांदूळ, उदबत्ती ठेईत. दुसऱ्या मोठ्या रोवळीत पाच मुसळा एकठय बांदॉन ठेईत. मग न्हवरो नायत व्हकाल ती मुसळां धरून तांदूळ कुटल्या सारक्या करीत आनि जरा जरासे तांदूळ सवाष्णीच्या व्हटीत टाकीत. ता झाला का मग बारक्या पल्डीत आपला जा देवक आसा त्याची पूजा जोयशी सांगीत तशी करून ती देवकाची पल्डी ती सगळी मानसा उटॉन चूलीजवळ ठेईत. थय सवास्नी त्या मानसांची स्यास भरीत. मगे न्हवऱ्याक नायत व्हकलेक हळद लायीत.'' कलमाची फांदी कूळ म्हणून पुजायला आणण्यावरून स्त्रिया पुढीलप्रमाणे गाणे म्हणत -

खांद्यावर कुराडी खय चालले वराडी कलम तोडू ।
कलमाचे कुळदेवा इतके दिस खय होतां ।
होतय वो रानीवनी आता इलय वो गनदुपा । गनदुपा नि तेलातुपा।
... (सिंधुदुर्ग)

रानीवनी कुठेतरी असलेले कूळ आता आपल्या गनदुपा म्हणजे गणामधे, तेलातुपा म्हणजे तेलातुपाचे, चांगलेचुंगले खाण्यासाठी आले आहे.

देव खेळवणे

ठाणे जिल्ह्यातील वसई पालघर तालुक्यात दारात मांडव घातल्यानंतर म्हणजे साधारण लग्नाच्या आदल्या दिवशी कूळ पुजल्यासारखाच 'देव खेळवणे' किंवा 'तेलांची रात' नावाचा वैशिष्ट्यपूर्ण रिवाज असे. देवांच्या आशीर्वादाने सर्व काही चांगले व्हावे, भुतांची बाधा होऊ नये अशा भावनेने हा विधी करत. यावेळी गावच्या गाठ्या भगताला म्हणजे चांगल्या खंबीर असलेल्या भगताला विधीसाठी बोलवत. लग्नघरात कुडावर किंवा भिंतीवर चौकोन काढून त्यात वरवधूचे लग्न लागतेय असे चित्र हाताने

काढत. घोडा, घर, दिवे वगैरेंचेही चित्र काढत. त्या भिंतीखाली जमिनीवर रांगोळी घालून त्यावर हळद, अबीर, गुलाल टाकत. रांगोळीवर देवाचे टाक म्हणजे चांदीचे पत्रे व पूर्वजांच्या नावाने नारळ मांडत. गोड्या तेलाचा दिवा, पणती लावत. ताटात तांदूळ, पानाचा विडा, गुलाल अशी आरती व बाजूला दारूची बाटली ठेवत. नवरानवरीचे आईवडील जे कोणी असतील त्यांनी आणि चार सवाष्णींकडून देवांना आणि पूर्वजांना आरती ओवाळून पूजत. त्यानंतर भगत बाटलीतली दारू थोडी थोडी देवावर टिचकीने शिंपडून देव अंगात आला हे दाखवत घुमायचा. त्याच्याबरोबर जमलेले लोकही मान डोलवत हातवारे करत घुमायचे. यावेळी ढोलकीवाला मोठमोठ्याने ढोलकी सतत वाजवत राहायचा. मग बसलेले इतर लोक घुमणाऱ्या लोकांना विचारत 'काय पायजे.' मग ते घुमणारे कधी 'नारल पायजे, धूप पायजे, सुपारी, पान पायजे' अशी तिथे असलेलीच वस्तू मागत. मग भगत तांब्यात पाणी घेऊन त्यात तांदूळ टाकायचा. लोक ओरडायचे 'दे दे, यश दे, हात दे, कोन शिक आसल, बादा आसल तं ती बरी होवू दे...' तांब्यात टाकलेले तांदूळ पाण्यावर येऊन वेगवेगळे होताना दिसत. त्याचा अर्थ देवाने यश दिले असे समजत. काही लोक कोयत्याला गुलाल लावून तो सुपात ठेवून सूप उभे धरून हलवत नाचवत. काही जमिनीवरचे तांदूळ हाताने पसरवत, अधूनमधून दारूचे घोट घेत 'यश दे', 'हात दे' असे ओरडत राहत, याला देव खेळवणे म्हणत.

घाणा भरणे

लग्नात पाहुण्याराावळ्यांसाठी दिल्या जाणाऱ्या जेवणाकरिता भात भरडणे, सडणे वगैरे कामांना 'घाणा भरणे' या रिवाजातून सुरुवात व्हायची. यापुढे घरात रोज पाच पाच मुसळांचं कांडण व्हावं, त्यातून दानधर्म व्हावा, ही समृद्धी दारातल्या रांगोळीच्या (आनंदाच्या) रूपाने सतत दिसत राहावी असाही संकेत या रिवाजातून व्यक्त व्हायचा.

रत्नागिरीतील चर्मकार महार समाजात घाणा असा भरत. एका रोवळीत किंवा उखळात किंवा जमिनीत पुरलेल्या दगडी व्हायनात पाच मुसळे किंवा एक मुसळ आणि चार काठ्या एकत्र बांधून ठेवत. वराची आई, बहीण, पाच सुवासिनी या रिवाजात महत्त्वाच्या असत. नवरा उखळात मुसळे उभी

धरून कांडल्यासारखे करायचा. बाजूला हातातली आरती वर उचलून त्याची बहीण उभी असायची. सुवासिनी मुसळ त्याच्या कपाळाला टेकवायच्या. मग नवरा उखळातले थोडेसे तांदूळ सवाष्णींच्या ओटीत टाकायचा. वराची आई वराला विचारायची, ''बाल तांदुल कांडलस काय'', तो म्हणे, ''होय''. ''सवास्नींच्या वटीत तांदुल देलस काय'', तो म्हणायचा, ''होय''. ती उखळात हात घालून म्हणायची, ''अरं तांदुल मोप हुतं. उकलात एवडसच दिसतात. तू आयाबायाना इतकं कसं तांदुल दिलस. तू लयच बावा उदला.'' मग सवाष्णी म्हनायच्या ''काय रं, तू आमची चुगली करतोस. आयशीला सांगतोस. हे घे तुज तांदुल'' असे म्हणून ओटीतले तांदूळ परत उखळात टाकायच्या, हसायच्या, तसेच हसत खेळत वराला हळद लावायच्या. यावेळी घाण्यावरून गाणीही म्हटली जायची.

घाना जो भरीला इडा जो ठेवीला । पयला देव नमीला जागेवरचा
ववये ववये ववचे वयले । नवीचा ववसुला कोंड्याचा दिवसुला ।
घाना जो भरीला इडा जो ठेवीला । आदि देव नमिला चांद सुर्या
ववये ववये ववचे वयले ।...(रत्नागिरी, वणंद)

ववये ववये ववचे या शब्दांना अर्थ नाही, तो नुसता ताल आहे.

घाणा भरतानाचे, वैशिष्ट्यपूर्ण अशा उपमा वापरून केलेले अगदी गमतीदार असे वर्णन पुढील गीतात आले आहे.

खैरी मुसाल पत्रादी उखाल । घाव घाली उदाल बाई
वनी बाय घावूल वाजती दनदना । डोंगरी वाग बाय गरारती ।
... (ठाणे)

अंगात खूप आनंद, उत्साह भरलेल्या बायका खैराच्या लाकडाचे मुसळ घेऊन मोठ्या भांड्यासारख्या उखळात भरपूर तांदूळ अशा जोरजोराने दणादण घाव घालत सडतायत की डोंगरात वाघ गुरगुल्यासारखा आवाज येतो आहे.

वसई तालुक्यात घाणा भरण्यापूर्वी लग्नविधीसाठी नेमलेल्या चार सवाष्णी दगडाच्या मोठ्या जात्यात भात भरडत. त्याला 'जातनी वैरण' म्हणत. ते भरडलेले दाणे उखळात घालून उखळाजवळ वधूला किंवा वराला बसवत. पाच मुसळाला आंब्याची पाने, हळदकुंकू लावून चार

सवाष्णी उखळात एक एक घाव घालत. तेव्हा तांदळाच्या कण्यांचे जे पीठ व्हायचे ते कणा रांगोळीला वापरत. याला 'घानं कुटनं' म्हणत.

नीम तोडणे / लोण उतरणे / हळद लागणे

घाणा भरल्यानंतर सर्वच जिल्ह्यांत थोड्याफार फरकाने हा विधी करत. नवरानवरीची कांती उजळावी, त्यांना कुणाची दृष्ट लागू नये, भूत बाधा वगैरे होऊ नये असे मानले जाऊन दोघांकडे नीम तोडणे किंवा लोण उतरणे हा रिवाज पाळला जात असे. या रिवाजापासूनच पुढे दोघांना अनेकदा हळद लावली जात असे म्हणून याला हळद लागणे असेही म्हणत. ही हळद तयार करण्याच्या प्रक्रियेवरून स्त्रिया जी गाणी गात तीही एकाच गाण्याची काही शब्द बदलून आलेली रूपे आहेत असे दिसते.

हलदीचं बी टाकीयल कुणी जतन कर गे सकेबाई ।
माल्यानं घेतला खांदी कुदला मालनीनं घेतला टोपला ।
माली खनतो आली मालीन लावते कुटा ।
उगवतीचा पाऊस मावलतीचा वारा हलदी भरास आल्या ।
एक पान हलदी दोन पान हलदी हलदी आनल्या खांदूनी ।
... (रत्नागिरी)

हळदीसाठी जमिनीत बी पेरली आहे, जपली आहे आणि ती पूर्वेचा पाऊस आणि पश्चिमेकडच्या वाऱ्यावर पानापानांतून जोमाने तयार झालेली, भराला आलेली हळद खणून आणण्यापर्यंतची प्रक्रिया वरच्या गीतात अतिशय हळुवारपणे आली आहे. तर खालील हळदीच्या गाण्यात बलुतेदार जातींचा त्यांच्या व्यवसायांचा आणि ठिकाणांचाही उल्लेख असल्याने हे गाणे अतिशय वैशिष्ट्यपूर्ण वाटते.

पाऊस पडला सवर्नाचा । कोंब रुजला हळदीचा ।
सुताराचे कुराडी कुट जाता वराडी ।
हळदी खनाया हळदी खनाया
म्हाराचे डाळीयो सुकविले हळदी ।
भरली ही पोती नवऱ्याच्या लगनाची ।
गाडी जुंपली गेली कनकवले पेटी ।
तितून गाडी जुंपली गेली मालवना पेटी ।

हळदीचो खप झालो हळदीचो खप झालो ।
आलं आलं वराड हळदीची ही फक्की । ... (सिंधुदुर्ग)

अतिशय आवश्यक असा पाऊस पडून हळदीचे छान कोंब रुजले. हळद तयार झाली. सुताराकडची कुऱ्हाड आणि महाराने विणलेल्या चटया घेऊन हळदी खणून चटईवर सुकायला टाकल्या. मग त्यांची पोती भरून गाडीने कणकवली आणि मालवण पेठेत ती विक्रीसाठी आणली आणि आता या हळदीची पावडर करून वऱ्हाडासाठी आणलेली आहे. अशा रितीने हळद तयार करून आणण्याचे चित्रमय वर्णन वरील गीतात आले आहे.

पुसाचा पुसवरां म्हायेचा उबारा । सुकला पातेरा हळदीचा ।
मालनिन घेतली पासोडी माली खनतो आली ।
मालीन भरते गोनी हलदीच्या ।
ढवल पवल बैल जोडीलं आला नदी सारती ।
कराव्या आरती हल्दीच्या ।
आनाव्या गोनी घ्याव्या हलदी ।
बांदाव्या शेल्याचे पदरी ।
गाईच्या गोमेत्रे सूर्याच्या किरनी ।
हलदी सुकवावी वरमायनी लावावी ।
... नवऱ्याला । ... (रायगड)

या गाण्यात हळदीचा पातेरा सुकून हळद तयार झाली आहे आणि तशीच ती दुरड्या परड्यांत भरून घरी आणून नवरानवरीला लावण्यासाठीच्या सर्वच प्रक्रिया सांगत आधीचे गीतच पुढे नेत आहे. हळदीचे पुढील गीत मात्र कलात्मक आणि खूपच वैशिष्ट्यपूर्ण आहे. यात शेवटी 'वो' हा तालही ऐकणाऱ्या सर्वांनाच नादावणारा आहे.

पातीचा चांदना निर्माला आंगना, वान्याई घातली दुकाना वो ।
कशाचा विक्रा मांडीला वो, उटन्याचा विक्रा मांडीला वो ।
जाऊनी सांगा गनेश बर्म्याला, उटन्याचा गोनी साटवाला वो ।
कोऱ्या कोऱ्या आंगाची नवरी, नयनावे थोऱ्या उटन्यानी वो ।
पातीचा चांदना निर्माल आंगना, वान्याई घातली दुकाना वो ।
कशाचा विक्रा मांडीला वो, हळदीचा विक्रा मांडीला वो ।

जाऊनी सांगा गनेश बर्म्याला, हळदीच्या गोनी साटवाला वो ।
कोऱ्या कोऱ्या आंगाची नवरी, नयनावे थोऱ्या हळदीनी वो ।
... (ठाणे)

अंगणातले किंवा शेतातले पहाटेचे चांदणे सरताच वाण्यांनी उटण्याची, हळदीची विक्री करायला दुकाने उघडली आहेत. नवरीची कोरी कोरी काया थोड्या थोड्या हळदीने उजळत जाते म्हणून गणपतीला आणि ब्रह्मदेवाला हळदीच्या गोणी साठवून ठेवायला सांगावे असा सुंदर भाव इथे व्यक्त झाला आहे.

नवरानवरीची काया उजळायला हळद तयार झाली की अतींद्रिय शक्तीपासून त्यांचे संरक्षण करायला नीम उतरण्याची तयारी होत असे. शेवरीच्या तीन काठ्यांखाली म्हणजेच निमाखाली नवरा/नवरीला रुईच्या मुंडावळ्या बांधून बसवत. तेव्हाच पिवळ्या दोऱ्यात हळकुंड, पैसा बांधून ते दोघांच्याही उजव्या मनगटात बांधत. त्याला 'कंकण' म्हणत. लग्न होईपर्यंत ते सोडायचे नसे. सवाष्णी हळद लावत. हळदीनंतर अंगाला उटणे लावून अंघोळ घालत असत, पण सुगंधी उटणे वगैरे दलितांना परवडणारे नव्हते. हळदीत दारच्या नारळाच्या खोबऱ्याचा रस मिसळून केलेलं मिश्रणच अंगाला लावत. या मिश्रणाला माखू म्हणत. ते लावण्याची पद्धतही विशिष्ट होती. नवऱ्या मुलाला किंवा मुलीला पाटावर बसवून सुवासिनी आपली दहा बोटे माखवात बुडवून नवऱ्यासमोर तसेच पाठीमागे जमिनीला टेकवत असत. मग पाऊल, ढोपर, कोपर, खांदा, मस्तक अशी हळद वर चढवत नेऊन तोंडाला लावत. यालाच हळद चढवणे म्हणत. पुढच्या विधीतही हळद लावताना अशीच लावत. हळदीनंतर तोंडात पानाचा विडा ठेवायला देऊन निमाखालीच अंघोळ घालत. अंघोळ झाल्यावर तोडातला पानाचा विडा आणि डोक्याला बांधलेल्या मुंडावळ्या मांडवावर आणि निमाच्या काठ्या दूर कुठेतरी टाकायला सांगत. त्या काठ्या कुंवारांनी ओलांडल्या तर त्या कुंवारांची लग्ने होणार नाहीत अशी समजूत होती. नीम उतरला किंवा सांडला म्हणजे नवरानवरीचे कुंवारपण सांडून विवाहित होण्याला आता बाधा राहिली नाही असे समजण्याची सर्वसाधारण पद्धत होती.

नीम उतरताना मामाला फार महत्त्व दिले जात असे. आईचा भाऊ

म्हणून सर्व नात्यांत तोच प्रेमाचा, विश्वासाचा म्हणून मामावरच महत्त्वपूर्ण जबाबदारी टाकली जायची. यातूनच 'मामाची कमर बांधणे' हा रिवाज तयार झाला असावा. म्हणजे नारळ, तांदूळ, पैसा एका शेल्यात किंवा टॉवेलात टोकाला बांधून तो मामाच्या कमरेला बांधत असत. खरोखरच पुढे लग्न होऊन वरात निघेपर्यंतची कामे करायला मामाला कंबर कसून तयार राहावे लागेल याचेच ते निदर्शक असावे. नवरा किंवा नवरीला उचलून मांडवात आणणे वगैरे कामे मामावरच सोपवली जात. सावंतवाडीतील एका गाण्यात मामाचा हा कार्यभाग आला आहे.

पाऊस पडला रोईनीचा एक थेंब पडला सवर्नाचा ।
तित खांब रोवला सावरीचा । सावरी सोबागनी तुज खांब दे गे ।
आमचा नवूरा नीमा उतर जावू दे ।
मामा गा माउल्या भाचा घे उचलून । ... (सिंधुदुर्ग)

या गाण्यात नवऱ्याचा नीम उतरून जाऊ देत म्हणून सावरीकडे तिचे खांब मागितलेले आहेत. इथे सावरीच्या झाडाला सौभाग्यवती म्हणून माणूसपणा देण्याची ही कल्पनाच सुंदर आहे.

रायगडमधील महाड तालुक्यात नीम उतरताना मामा आणि भाचा किंवा भाचीमध्ये संवाद व्हायचा. सवाष्णी नवरीला शेवरीच्या तीन तिकाट्याखाली पाटावर बसवून हळद लावत. ती हळद नवऱ्याला लावली जात असेल तर त्या हळदीतली थोडी हळद उष्टी हळद म्हणून नवरीला लावायला बाजूला ठेवत. हळदीनंतर अंघोळ झाली की शेवरीच्या काट्या उचलण्याआधी नवरीला किंवा नवरा असेल तर त्याला मामा विचारायचा, ''नीम गेला काय, कुणाच्या नावानं गेला'', मामा परत परत विचारत राहायचा. तेव्हा एक एक करत देवांची पाच सहा नावे घेतली जात.

सिंधुदुर्गात एकदा निमाखाली अंघोळ झाली म्हणजे अर्धे लग्न झाले असे समजत; म्हणजेच निमाखालून गेलेली व्यक्ती कुंवार राहत नसे. म्हणूनच अविवाहित मुलाला 'निमो' आणि मुलीला 'निमी' असे म्हणत. देवगडमधील महार समाजातील स्त्रिया निमाबाबतची माहिती सांगताना म्हणाल्या, ''आमच्या थय न्हवऱ्याक नायतं व्हकलेक तीन काट्याखाली आंगोल घातली का त्यांचे हळदीचे कपडे थयच उतरॉन ठेवू. ते कोनतरी गायगरीब न्हेय.'' याच जिल्ह्यातल्या चर्मकार समाजात नीम उतरण्याची

पद्धत बरीचशी वेगळी होती, ती सांगताना कुडाळमधल्या ताराबाई नेरूरकर म्हणाल्या, ''नीमात नवऱ्याच्या तोंडात पानाचो इडो देवन त्याचो मामा बसवायचो. मग त्याची आई हातात 'रसय' म्हणजे मातीचा भोक असलेला न्हानसा भांडा पानी भरून घेयाची. ता पानी भोकातसून सांडीत नीमातल्या नवऱ्याभोवतीना चालायची. तिच्या सोबत नवऱ्याचो बाप खांद्यावर यरवान घेवन चालायचो. नवऱ्याची भैन हातात तळी. घेवन ती उंच धरायची. पाच सवास्नी हातात तांब्यो घेवन त्यातला पानी थोडा थोडा नवऱ्याच्या पायावर टाकीत चालायच्या. अशी सगळी नवऱ्याभोवती पाच भोवऱ्या भोवायची. नवऱ्यासोबत त्याच्या सोबत्याक म्हंजे धेड्याकपन बसवीत, त्याकापन हळद लावीत. न्हावक घालीत. धेड्याच्या हातात इजनो म्हणजे पंखा आसायचो. नवऱ्याची आई आदी हळद लावायची, पाटसून सवासनी लावायचे.'' त्यानंतरच्या पद्धती म्हणजे तोंडातला विडा निमावर टाकणे, बाजूला टाकलेला नीम न ओलांडणे वगैर रिवाज तेच होते. नीम सांडताना स्त्रिया गात राहत.

नवऱ्यानवरीला हळद लावायला पंचपतिव्रता आल्या आहेत,

रामाची जानकी कृसनाची रुक्मिनी, ।
नारायनाची लक्सूमी आल्या पाचजनी ।
खांब्या हळद चडविली । नवऱ्या हळद, चडविली ।
नवरे हळद चडविली ।
इसातिसाची काटी मदी हळदीची वाटी, ।
हळद लाविते कोन नवऱ्या तुजी आई । ... (रत्नागिरी)

पंचपतिव्रतांप्रमाणेच मग नवऱ्याची आई, चुलती, बहीण, वहिनी, मामी या नात्यातल्या स्त्रियांना नवरानवरीला हळद लावायचा आग्रह होतो आहे.

सुकी हळद ताटी वलवा, आदी नवऱ्याचे आईला बोलवा ।
आई हळद लावा थोडी, नवरा आईला हात जोडी ।
माज्या अंगाला सोसत नाई ।
सुकी हळद ताटी वलवा । आदी नवऱ्याच्या काकीला बोलवा।
नवरा काकीला हात जोडी । काकी हळद लावा थोडी ।
माज्या अंगाला सोसत नाई ।... (सिंधुदुर्ग)

नवऱ्याला जास्त हळद आवडत नाही, त्याला हळद थोडी थोडीच

लावा अशी थट्टा करत स्त्रिया खेळीमेळीने हे गाणे पुढे नेत. काही ठिकाणी या गाण्यात बापभाऊही आले आहेत.

रत्नागिरीत उंबरे गावातील सरस्वती कांबळे म्हणाल्या, ''आमचीकडं नीम उतरताना नोवरा हिकडं नि नोवरी तिकडं अशी त्यांच्या त्यांच्या गावात दोगाना पाटावर बसवीत. रुईच्या मंडवल्या बांदीत. सवास्नी पानातनं हळद आनीत. हलद लावून माकू घालून आंगुल घालीत. मग घोंगडीची खोल डोक्यावर घेवन मामा बसं. मंग त्याच्या ढोपरावर नवरा किंवा नवरीला थोडा वेल उभं धरून त्यांच्या डोक्यावर वरच्या वर नारल फोडून मंडवल्यासकट नारल दूर टाकीत.'' यालाच रत्नागिरीत नीम सांडणे, लोण उतरणे किंवा हळद लागणे असेही म्हणत.

केळवण

केळवण हा शब्द वरच्या मानले गेलेल्या समाजातून खाली आला असला तरी त्या रिवाजामागची भावना एकच होती. लग्न झाले की, आपल्या समोर वाढलेली, बागडलेली ही मुले उद्या गृहस्थ जीवनात अडकली की आपल्याला पारखी होतील म्हणून त्यांच्यावर माया करणारी माणसे नियोजित वर आणि वधूला त्यांच्या मित्रमंडळींसह घरी बोलावत. घरातल्या स्त्रिया त्यांना हळद लावून अंघोळ घालत. तेलात मिसळलेले कुंकू लावून त्यावर तांदळाची शेस भरत. गोडाधोडाचे जेवण देत. गरिबा घरी फक्त गूळ किंवा रवा खायला देत. नवरानवरीची एकमेकांवरून खूप चेष्टा मस्करी करत. रत्नागिरीत या रिवाजाला **'केलवान'** म्हणत. अशा केळवणाच्याही बऱ्याच हळदी, अंघोळी गावात होत राहत आणि स्त्रिया गाणी गात राहत.

दारीचा पिंपल चरचरा लव । त्या खाली नवरी खेले ओ ।
खेलता रालता आईनी देकली । लेक माजी मोगऱ्याची कली ओ ।
मोगऱ्याची कली वाऱ्याधूल झाली ।
तिला आल्या बा वराला दिली ओ ।
खेलता खेलता बापानं देकीली । लेक माजी चाप्याची कली ओ ।
लेक माजी चाप्याची कली । तिला आल्या बा वराला दिली ओ ।
... (रत्नागिरी)

असेच मग भावाने देखिली, बहिणीने देखिली म्हणत फुलांची नावे घेत गाणे पुढे जात असे.

चोर हळद/चोर माखू

रत्नागिरीतील दलितांमधलाच हा रिवाज होता. लग्नाच्या दिवशी अगदी पहाटे उठून इतर कुणाला न कळेल अशा बेताने नवरा किंवा नवरीला त्यांचे आईवडील दोघे मिळून हळद माखू लावून पहिली अंघोळ घालून कपाळावर हळद, कुंकू, तांदूळ लावत. देवक आणि देवांची पूजा करत. या गुपचुप घातलेल्या हळदी अंघोळीला 'चोर हळद' किंवा 'चोर माखू' म्हणत. ऐनवेळी माखू घालण्याच्या निमित्ताने येऊन नवरानवरीला कुणी दगाफटका करू नये म्हणूनची ती गुप्तता असावी. नवऱ्याची उरलेली हळद नवरीकडे पाठवत. ही अंघोळ आणि देवांना केलेले आवाहन यांचा उल्लेख खालील गीतात आला आहे.

फाटेच्या ग पारे राती । आय बाप हाक मारी ओ ।
उट उट माजे लाडके लेकी । माकवा उशीर होई ओ ।
सोडवा गाई वासरा । काडाव्या निरशा दुदा ओ ।
निरशा दुदाचं माकू । घालाव लाडक्या लेकी ओ ।
यजमानी हाक मारी । पाचपानी हांड घ्याव ओ ।
गावाच्या हो देवा । आमच्या कार्याला येवा ओ ।

पुढील गीतात चंद्रसूर्याच्या आणि चांदण्यांच्या दुधाने होणाऱ्या अंघोळीचे कलात्मक प्रतीक वापरले आहे.

कालनही गोधनही पानी झुलझुल वाही ।
तेत ओ आंगोल्या देव चंद्रसूर्य न्हायी ।
चांदाच्या आंगोल्या खऱ्या हो दोपारी ।
चांदनीच्या खऱ्या हो मदाने राती ।
उरल्या त्यांच्या उष्टावली नवऱ्याबालाचे हाती ।
वरमाय न्हाते उंची साड्या पेनवती ।
पेनवती आयाबाया पेनवती बंदुराया पाटीची बहिनाबाई ।

... (रत्नागिरी)

नवऱ्याची आई, बहीण आणि नात्यातल्या आयाबाया न्हाऊन धुऊन उंची

साड्या नेसून सर्व तयारीनिशी लग्नाला नवऱ्यामुलाला घेऊन निघाल्या आहेत. नवऱ्याच्या हातात असलेली त्याची उष्टी हळद साधी नाही तर ती चंद्रसूर्यानी झुळझुळ पाण्यात न्हाऊन चांदणीसाठी उरवलेल्या उष्ट्या हळदीसारखी आहे. अशी उष्ट्या हळदीची ही थोरवी सांगितलेली असावी.

लग्नकार्यातली सर्व कामे व्यवस्थित होण्याच्या हेतूने ठाण्यातील भिवंडी तालुक्यात 'घरोणा' नावाचा रिवाज पाळत.

घरोणा

ठाण्यातील भिवंडी तालुक्यातील लग्नकार्यात 'घरोणा' नावाचा रिवाज पाळत. नवरा-नवरी दोघेही कोणत्याही गावात राहत असली तरी एखादी गोष्ट एकमेकांच्या घरी जाऊन विचारायची असेल, उदाहरणार्थ, नवरीची चोळी शिवून झाली का किंवा थोडे तांदूळ हवे आहेत, नारळ आणले का, नवऱ्याची आंगठी केली का वगैरे कसल्याही कामासाठी असले तरी एकमेकांकडे जाताना वाजंत्री सोबत घेऊन तडतड ताशा वाजवत जावे लागे. ते जाणे सर्वांना माहिती असावे, त्यांच्या साक्षीनेच व्हावे, पुढे मागे कुणी काही आळ वगैरे घेऊ नये हा त्यातला मुख्य उद्देश असावा. ही गोष्ट नवरा किंवा नवरी जानोशावर आल्यावरच जास्त पाळली जात असावी.

तिमते आणणे

तिमते आणणे हा रिवाज फक्त रत्नागिरीतच होता. लग्नात धुतलेल्या तांदळांच्या अक्षता हव्या असत. त्या विधिवत केल्या जात. त्या रिवाजाला 'तिमतं आणणं' म्हणत. त्या वेळी एक जोडपे, पाच सुवासिनी, पाच कुंवार मुली रोवळीत तांदूळ घेऊन टिमकी, ताशा अशा वाद्यांसह वाजत-गाजत नदीवर किंवा पाणोठ्याकाठी जात. नदीच्या किंवा कोणत्याही पाणोठ्याच्या काठावरची जराशी जमीन सारवून रांगोळी घालून धूप पेटवत. त्या काळात उदबत्ती फारशी प्रचारात नव्हती. नदीला हळद, कुंकू वाहून रोवळीतले तांदूळ नदीत खंगाळून एक मूठ नदीत सोडून वाजत गाजत गाणी गात, धुतलेल्या तांदळांची रोवळी घेऊन परत येत. अर्ध्या तांदळांना हळद आणि अर्ध्यांना कुंकू लावून त्या तांदळाच्या अक्षता करत.

बाशिंग / मुंडावळ्या बांधणे

नवरा-नवरीला लग्नाला निघताना बाशिंगे बांधत. बाशिंगातील शिंगे ही कल्पना बैलाच्या शिंगावरून सुचलेली असावी. सिंधुसंस्कृतीत सापडलेल्या वृषभाच्या चित्रापर्यंत त्याचा संबंध जोडला जातो. बाशिंगे बाजारात विकत मिळत. सुरुवातीला फक्त गणपतीचेच चित्र नवरा व नवरीच्या बाशिंगावर असायचे. सरस्वती किंवा लक्ष्मीचे नवरीसाठी आणि विष्णूचे नवऱ्यासाठी वापरण्याची पद्धत नंतर कधीतरी आली. नवरा लग्नासाठी सजून तयार झाला की त्याच्या टोपीला दोन्ही बाशिंगे बांधत. लग्न लागताना त्यांतले एक नवरीसाठी देत. तोपर्यंत तिला फक्त मुंडावळ्या असत. दोघांच्या मुंडावळ्या घरी तयार केलेल्या असत. या मुंडावळ्या रुईच्या फुलांच्या किंवा भिजवलेल्या गव्हाच्या, हरभरा, चुरमुरे वगैरे धान्यांच्या किंवा रंगीत कागदाच्याही असत. ठाणे जिल्ह्यात गहू किंवा मैद्याच्या पिठाच्या बारीक बारीक सुरळ्या करून त्यांना सुईने भोक पाडून वेगवेगळ्या रंगांनी रंगवून, ओवून, सुकवून त्यांच्या टोकदार मुंडावळ्या तयार करत. या मुंडावळ्या टोचतात म्हणून त्यांना 'टोचऱ्या' असेही म्हणत. मुंडावळ्या नात्यातल्या सर्वांनी हौसे हौसेने कौतुकाने केलेल्या असत.

पयली मुंडावली कशाची ।
पयली मुंडावली चाप्याची हौस नवऱ्याच्या बापाची ।
दुसरी मंडवली कशाची, ।
दुसरी मंडवली जाईची हौस नवऱ्याच्या आईची ।
तिसरी मंडवली कशाची ।
तिसरी मंडवली गव्हाची हौस नवऱ्याच्या भावाची ।
चवती मंडवली कशाची ।
चवती मंडवली रूईची हौस नवऱ्याच्या ताईची ।
पाचवी मंडवली कशाची ।
पाचवी मंडवली मोत्याची हौस नवऱ्याच्या आत्याची ।

... (रायगड)

लग्नाला निघताना नवऱ्याला कुंकू लावून स्त्रिया त्याची 'शेस' भरत, गालाला काजळ लावत. नवऱ्याच्या उजव्या हाताच्या मनगटात हळकुंड

आणि पैसा बांधलेले कंकण बांधत. मुंडावळ्या, बाशिंगे वगैरे बांधून कपड्यालत्त्यानी सजवून, रुमाल किंवा कापडात बांधलेला खंजीर किंवा सुरीच्या टोकावर लिंबू खोचून ती नवऱ्याच्या हातात देत. ही सर्व तयारी पुढील गाण्यात स्त्रियांनी गुंफली आहे.

भूक लारू तान लारू बांदिलं रूम्माली । देव गेलं उटन्याला ।
आनिली उटन्या ठेविली देवाऱ्या । साजतो नवरा भाऊ बाळ ।
भूक लारू तान लारू बांदिलं रूम्माली । देव गेलं बासिंगाला।
आनिली बासिंगा ठेविली देवाऱ्या । साजतो नवरा भाऊ बाळ ।

नवऱ्यासोबत असलेल्या त्याच्या मित्र किंवा मदतनिसाला ठाणे व रायगडात 'करवला' म्हणत, रत्नागिरीत 'टोकन्या' व सिंधुदुर्गात 'धेडो' म्हणत. राजापूरमधले चर्मकार 'बडखला' म्हणत. तर नवऱ्याबरोबर त्याची बहीण कऱ्हा घेऊन करवली म्हणून सोबत असे, तिला सिंधुदुर्गातच फक्त धेडी म्हणत. इतर ठिकाणी करवलीच म्हणत. नवऱ्यामुलाचा मित्र वारंवार टोकत असावा म्हणून त्याला 'टोकन्या' म्हणणे ठीक आहे, पण धेडा, धेडी का म्हणत ते कळले नाही.

जानवसा

नवरी दूरच्या गावची असेल तर नवरा नवरीच्या गावी वस्तीला जात असे. जानवशावर नवरा वाजत गाजत जायचा. पूर्वी कुणाच्या नांदत्या घरात, कुणाच्या पडक्या घरात किंवा गावातच झाडाखालीही जानवसा असे. म्हणूनच की काय वनवासाला गेलेल्या रामलक्ष्मणांचं प्रतीक पुढील गाण्यात वापरलेलं आहे. सर्व तयारीनिशी वाजंत्र्यांच्या घोळामेळाने लग्नाला निघालेला नवरा वाटेत जानोसा म्हणून वऱ्हाडासह झाडाखाली राहिला आहे.

वड पिंगला वड पिंगला काय बोली बोलतो ।
एका पिंगल्याची बोली ।
पिंगल्याच्या झाडाखाली काय रयवास केला ।
राम लक्षुमन बंदू गेले शिकारीला ।
शिकार खेलता खेलता तान लागली त्या दोगा ।
चल जाऊ नवरेच्या घरी ।

झारी भरूनी पानी दिलं काय पाय धुवाया ।
चंदनाचे पाट दिले काय त्याना बसाया ।
आनी ओ रामा कुटं वो जाता ।
वाजंत्र्याचा मेलोमेली नवरीला परनाया ।

वाजंत्री वाजत गाजत आणि कलावंतिणी नाचत आहेत अशा ताफ्यासह जानोशावर येणारा नवरा आपले मनोगत प्रश्नोत्तरातून पुढील गीतात सांगतो आहे.

रूमझूम वाजंत्री वाजती ।
म्होरे कलवातनी नाचती । नवरा आला शीवंपाशी ।
नवऱ्या नवरी कशी न्हेशी । शीवं नारळ देईन नवरी जिंकून नेईन।
असा नवरा जगजेठी नवऱ्या नवरी कशी न्हेशी ।
शीवं काकनं देईन नवरी जिंकून नेईन । ... (रायगड)

हे गाणे पुढे दागिन्यांवरून वाढत जाते. मुळात हे कोळी लोकगीत असावे, जे दलित समाजातही पोचलेले होते.

नवरा असा वाजत गाजत जानोशावर आला की त्याच्या स्वागतासाठी वधूचा मामा, तर सिंधुदुर्गात वधूची बहीण जात असे. तिथे जानोशावर आलेल्या नवऱ्याचा, वऱ्हाडाचा आदरसत्कार मोठ्या सन्मानाने होत असे. सिंधुदुर्गातील चर्मकार समाजात जानोशावर आलेल्या नवऱ्याच्या होणाऱ्या मानसन्मानाबाबत सांगताना तारामती नेरूरकर म्हणाल्या, ''न्हवरो जानोशावर आल्याबरोबर व्हकलेचो आवस बापूस तितं जायाचो. ताटात न्हवरो आपल्या पायाचे आंगटे धरायचो. व्हकलेची आवस त्याच्या आंगट्यावर पानी वतायची आनी बापूस कपड्यानं त्याचे पाय पुसायचो. मग व्हकलेची भैन केळवान ताटातसून हाडायची. कडक बुंदीचे लाडू, आंबे, केळी अशी कायतरी फळा घेवन वर रुमाल टाकून तितं जायाची, न्हवऱ्यासमोर ठेवायची. मंग न्हवरो उजव्या हाताच्या करंगळेन रुमाल बाजूक करायचो. मग त्याच्याबरोबरचे म्हनायचे, 'केळवानाची किंमत किती झाली?' नवरा म्हनायचा, 'इतकी तितकी झाली.' की ती फळां तो घेयाचो आनि तेवडे पैसे ताटात टाकायचो. मंग ताट घेवन भैन परत जायाची आनि व्हकलेचो मामा येयाचो. तो व्हकलेचा बाशिंग आनी लग्नाची साडी न्हवऱ्याकडसून न्हेयाचो. न्हवऱ्याकडच्या पाच सवाष्णी व्हकलेक साडी नेसवायला जायाच्या. न्हवऱ्याची भैन साडीचो पदर काडून देयाची.'' नवरा जानोशावर

आल्यापासून ते मांडवात लग्न लागेपर्यंत नवरीकडच्या स्त्रियांच्या आनंदाबरोबरच गाण्यालाही उधाण येत असे. खऱ्या अर्थाने लग्नाचे वातावरण निर्माण करण्यात याचवेळी अगदी लहानथोरही भाग घेत. स्त्रिया गाणी गात.

जानोशावर येणाऱ्या नवऱ्याच्या स्वागताची, न्याहरीची जय्यत तयारी पुढच्या गीतात दिसते आहे.

नवरा आला हो कंवडलपुरी त्याचा जानवसा कोने ठायी ।
आंब्या फनसाच्या बागाशाही चला चला हो रुकवत घेऊन ।
जिरेसालीचा केला भात वर मूगाची केली डाळ ।
घ्या हो आमचा रुखवताचा मान ।
काय तुमच्या रुखवताचा मान ।
एक आगरी नारील एक आगरी सुपारी ।
करा हो रुखवताचा मान । ... (रायगड)

कोकणातल्या दलितांमधे लग्नात रुखवत आणण्याची, मांडण्याची रीत नाही. ती इथे गाण्याच्या अनुकरणातून पाठोपाठ आलेली दिसते. इथे मानसन्मानाने नारळ, पान सुपारीसह दिलेल्या न्याहरीलाच रुखवत म्हटलेले आहे. खालील गीतात लग्नाला येणारा नवरा नवरीसाठी कपडालत्ता व सौभाग्यलंकार घेऊन येतो. नवऱ्याच्या येण्याची आतुरतेने नवरी वाट बघतेय आणि त्याने काय काय आणले आहे, असे आपल्या आईला विचारतेय. तो भाव आई मुलीच्या संवादातून स्त्रियांनी बांधला आहे. या गीतातून कोकणातला निसर्गही समोर आला आहे.

डोंगराच्या कडनीला आई काय ग वाजतं ।
साडे तीनशे घोड्याचं लेकी पाउल वाजतं ।
पाउल वाजतं आई कोन राजा येइतो ।
...चा लेक ग लेकी तुला परनाया येइतो ।
परनाया येईतो आई काय ग आनितो ।
शेल्याचे पदरी लेकी तुला कुंकू आनितो । ... (ठाणे)

अशाच तऱ्हेने मग शेल्याचे पदरी गाठी म्हणजे मंगलसूत्र आणतो, पेरवे म्हणजे जोडवी आणतो. असे मग गळ्यातला हार, साडी आणि सौभाग्यालंकारावरून गाणे पुढे जात राहते. याच गाण्याची सुरुवात रत्नागिरीत 'नगराच्या भाईर आई काई ग वाजतं' अशी आहे, बाकी गाणे तसेच आहे.

असेच माणिकमोती, लुगड्यांच्या घड्या आणि हळदकुंकू, तांदूळ अशा सौभाग्याच्या वस्तू घेऊन नवरीला खूश करणारा नवरराजा आणि कोकणचा समुद्र वगैरे वैशिष्ट्यपूर्ण वर्णन पुढील गीतात आले आहे.

अलिकडं सासर पलिकडं मायेर ।
मदी सागरी तारू कोनाचे डोले ।
तारू डोले नवऱ्या राजाचं तारू डोले ।
त्या ग तारवी राजा काय आनी ।
पहीले खनी मानिक मोती दुसरे खनी चौरंग सोने ।
तिसरे खनी लुगड्याच्या घड्या ।
त्या ग साड्या लेई नवरी रानी ।
नवरी रानी दिसते लाखात देखनी ।
तिला पाहून नवरा राजा खूश होई मनी ।
अलिकडं सासर पलिकड मायेरं ।
तारू डोले नवऱ्या राजाचं तारू डोले ।
त्या ग तारवी राजा काय आनी ।
पहले खनी तांदुळ मोती दुसरे खनी ।
हळद तिसरे खनी कुकू आनी वो । ... (रत्नागिरी)

पुढील गीतात नवरीच्या स्वाभिमानी पित्याच्या घरी (जानोशावर) नवरा आला आहे.

अभिवंत बापाच्या घरी जातीवंत पाहुना ।
त्याना बसाया बसकार घाला वो ।
बसाया बसकार घालीती । त्या बा बापाला पाजनी कन्या वो ।
एक दिली सुर्या एक दिली चांदा । दोन दिल्या हरी गोविंदा वो ।
धाकली लेक तानी लेक तानी । ती द्यावी आमुच्या वरा वो ।
... (रायगड)

आपल्या चार मुलींचा विवाह अत्यंत पराक्रमी पुरुषांशी करून दिलेल्या स्वाभिमानी बापाच्या घरी अत्यंत गुणवंत असा पाहुणा आला आहे. त्याचा आदरसत्कार करून त्याला तुमची पाचवी धाकटी कन्या द्या, असा नवऱ्याकडच्या माणसांच्या मनातला भाव वरील गीतात व्यक्त झाला आहे.

हत्तीच्या सोंडेवर लावीला फूलबाजा ।
लग्नाला येतो नवरा राजा ।

करांदीचं फूल बाई पांढरं त्याला बाजली ।
हिरवीशी करांदुली कोणी जिंकली ।
राजेली माज्या गोपाजीनं जिंकली । ... (रायगड)

करवंदाच्या काटेरी वेलावरच्या पांढऱ्या फुलातल्या हिरव्या करंदीसारखी सतेज कोवळी, निष्कलंक, सहज न मिळू शकणारी अशी आमची मुलगी कुणाला प्राप्त झाली, असे विचारून ती हत्तीच्या सोंडेवर फुलबाज्याचा प्रकाश दाखवत येणाऱ्या गोपाळाला मिळाली, असे उत्तरही या चार-पाच ओळींत मिळाले आहे.

घोड्यावर बसून जानोशावर येणाऱ्या नवऱ्याचे, त्याच्या गोताचे स्वागत करण्याविषयी आलेली पुढच्या गीतातली सूचना मोठी वैशिष्ट्यपूर्ण आहे.

बुद्धारे बुद्धा तू अजापिड बुद्धा । बुद्धाला आरती करा हो ।
म्होरश्या दिवट्या धरा हो ।
दिवट्या धरूनी घोड्याच्या पागा या सोडा हो ।
पागा या सोडूनी बसाया बसकार घाला हो ।
चांदाची चांदनी तुळस पुजाया गेली हो ।
तुळस पुजता पुजता बुद्धानी देखिली हो । ... (रत्नागिरी)

हे गीत धर्मांतरापूर्वीचे आहे तरीही यात 'अजापिड बुद्धा' असे संबोधन आलेले आहे, हे या गाण्याचे वैशिष्ट्य आहे. यातील 'अजापिड' म्हणजे पीडा न देणारा आणि तुळस पुजायला गेलेल्या नवरीला बुद्धाने पाहिले अशी ओळ येते. यावरून बुद्धाने आशीर्वाद दिला असा अर्थ निघू शकतो किंवा आलेल्या नवरदेवाचे नाव बुद्धा असण्याचीही शक्यता आहे.

महाडमधील मातंग समाजात लग्नासाठी जानोशावर येऊन बसलेल्या नवऱ्याचा आदरसत्कार करणाऱ्या पुढच्या गीतात रामलक्ष्मणांचे रूपक पुढे आणले आहे.

वड पिंगळा वड पिंगळा काय बोली बोलतो ।
आयका पिंगळ्याची बोली ।
पिंगळ्याच्या झाडाखाली काय रयवास केला ।
राम लक्ष्मन दोगे बंदू गेले होते काय शिकार खेळाया ।
शिकार खेळता लागली तान । आता र दादा कुटं र जाशी ।
मी तर जातो जन्नकराजाची कन्या परनायला ।
राम लक्ष्मनाला येताना देखीला ।

झारी भरून पानी रामाचे पायी धुवायला ।
रेशमाचे रुमाल रामाचे पायी पुसायला ।
चंदनाचे पाट रामाला बसकार मांडीलं ।
सवर्नाच्या ताटी रामाला काय भोजन वाडीलं ।
आंगनी उबी सीता जनतेला पडली चिंता ।
कोंच्या वराला द्यावी सीताबायला ।
राम वराला द्यावी सीताबायला । ... (रायगड – मातंग)

राम व लक्ष्मणाच्या वनवासाच्या अनेक कथांभोवती स्त्रियांनी आपल्या अनेक भावना अशा तऱ्हेने जोडलेल्या दिसतात.

करड्याने साडी आणणे

नवरा जानोशावर जाण्यापूर्वी नवरीला साडी, नवऱ्याची उष्टी हळद, शेवरीचे बोटाएवढे पाट, नारळ, तांदूळ, पानसुपारीचा विडा, कुंकू असे साहित्य बांबूपासून बनवलेल्या एका चौकोनी करंड्यात ठेवून एक माणूस आणत असे, त्या माणसालाच करंडा म्हणजेच करडा म्हणत. रत्नागिरीतली ही एक स्वतंत्र अशी पद्धत होती. हिच्यासारखीच पद्धत सावंतवाडीमध्ये होती, त्या पद्धतीला 'फूलसाडी' म्हणत. लग्नाच्या आदल्या किंवा त्याच दिवशी नवरीची साडी, फुलांची वेणी- वळेसर, नारळ, लाडू वगैरे घेऊन नवऱ्याकडून कुणीतरी व्यक्ती नवरीघरी जात असे. रत्नागिरीत ही पद्धत फारच वैशिष्ट्यपूर्ण अशी होती. या पद्धतीविषयी सांगताना पार्वतीबाई गोविंद पवार म्हणाल्या, ''करडा आला की आपलेकडचाच वर वरातीसंगं जवल आला हे खास समजायचं. नवरेकडच्या सवाष्नी करड्यान आनलेली न्होवऱ्याची उष्टी हलद, पाट म्हणून सावरीच्या साली, नारल, तांदूल, पानसुपारीचा इडा आनि न्होवरीसाठी पाटवलेल्या दोन साड्या ताटात घेत. मंग तं पाट नवरेच्या पायाखाली देवन तेला उष्टी हलद, माकू लावून आंगूल घालीत. नवरेला आयबापान घेतलेली साडी नेसवून नवऱ्याकडनं आलेल्या एका लुगड्याची घडी तेच्या पाटीवर यरवान म्हनून टाकीत. कपालास कुकू लावून स्यास भरीत. तांदूल, नारल, पानसुपारीचा इडा नवरेच्या पदरात ठेवून वटी भरीत. रुईच्या मंडवल्या बांदित. देव आनि देवकाला पाया पडाय लावीत. मंग करड्यानं आनलेली साडी, नारल, इडा ठेवलेल्या ताटात पिटाचा दिवा ठेवीत आनी तं ताट न्होवरेच्या हातात देत.

मग एका काट्येला सपेत कापडाचा तुकडा निशानासारखा बांधून ती काटी घराच्या छपरास अडकवून ठेवीत. मंग न्होवरेचा मामा त्या काठ्येखाली पाय वाकवून उबा ऱ्हायाचा आनी न्होवरेला आपल्या गुढग्यावर उबी करयाचा. न्होवरी हातातल्या आरतीतलं लुगडं वर काठीला लावलेल्या पांढऱ्या कापडाला ताटातल्या दिव्याची झल न लावता त्या काटीस तीनदा टेकवयाची. त्यातनं मायेरच्यांचं असं सांगनं आसायचं का बाय, तू आता या पांढऱ्या कापडासारखी तुज्या मायेराची आनी नव्या घरादाराची अबरू संबाल. चांगली वाग.'' अशा तऱ्हेने नवरीची तयारी झाली की जानोशावर निरोप पाठवून नवऱ्याला मांडवात येण्याची सूचना देत असत.

लग्नविधीसाठी जानोशावरून नवऱ्याला त्याचा मामा उचलून मांडवाकडे आणत असे. मांडवाच्या दाराशी नवरीची आई त्याच्यावरून भाकरीचा तुकडा ओवाळून पावलांवर पाणी घालून त्याचे पाय पुसत असे. नवरा मांडवात आल्यानंतर नवरीचा मामा नवरीला मांडवात उचलून आणायचा. सोबत कऱ्हा घेतलेली करवली, डोक्यावर आंदण घेतलेल्या सवाष्णी, म्हुर्तवळ्या, नवरीचे आईवडील असत. नवरा मांडवाच्या दाराशी येताच स्त्रिया गाणी गात. पुढील गाणे अतिशय भावपूर्ण आहे.

तलपट्या रानीचा फुलेला चापा । या आईच्या पोटीचं राजबाल ।
या या मंडपी चालुनी आलं । आपल्या लेकाच्या ववालन्या केल्या।
पाची रत्नांच्या ववालन्या केल्या । मोत्या पवल्यांच्या सेसा भरल्या।
... (रायगड मातंग)

रखरखीत माळावर चाफा फुलावा तसा आईचा लाडका बाळ म्हणजे जावई मंडपाच्या दारात चालून आला आहे. आपल्या मुलाची ओवाळणी करावी तशीच नवरीच्या आईने नवऱ्याला पाच रत्नज्योतींनी ओवाळून त्याला कुंकुमतिलक, अक्षता लावाव्या असा या गाण्यातला भाव आहे.

केसरी आंबा फुलेला वाऱ्यानी डुलेला । पाना फुटली आंबा मोहुरला।
दैवावे नवरे गुरू केला गोसावी । शिरी भरतार मागीतला मनाजोगी।
दैवाचे नवरे गुरू केला गोसावी । शिरी गनगोत मागितलं मनाजोगी।

पानापानांतून केशरी आंब्याला मोहर आला असे सांगताना वर वधू दोघेही फलधारणा होण्याइतकी वयात आली आहेत; आता वधूने आपल्या गुरूकडे मनासारखा वर आणि गणगोतही मागितले आहे; तिला ते मिळाले

आहे आणि आता ती लग्न संस्कारासाठी उत्सुक आहे, अशा आशयाचे हे गाणे आहे.

पुढील गीतात नवरा नवरीने कळ्या वेचून हार तयार केलेले आहेत, लग्नविधीची सिद्धता झाली आहे. आता मांडवात जाऊन तू त्यांचे लग्न करून दे, अशी सूचना लग्न लावणाऱ्या ब्राह्मण मुलालाच दिलेली आहे. हे गाणे वरच्या समाजातून खाली आलेले किंवा नव्या पिढीने तयार केलेले दिसते.

रामाच्या बागेत झुळझुळ पाणी अस्मान फुलेल्या जाईजुई ।
नवरी वेचते वेचते कळ्या नवरा गुंफीतो गुंफीतो माळा ।
उट उट भटाच्या भटाच्यारे बाळा भरल्या भरल्या रे लगन वेळा ।
घालाव्या घालाव्या फुलांच्या माळा दोगादोगांच्या रे गळा ।

...(रत्नागिरी)

जोयशाने लग्नाचा मांड भरणे व लग्न लावणे

लग्न लागण्यापूर्वी जोयशी मांडवात एका मोठ्या पाटावर किंवा चौरंगावर नवे, शक्यतो पांढरे कापड अंथरत असे व त्याच्या चार कोनांवर तांदळाच्या मुठी आणि मध्यभागी तांदळानेच स्वस्तिक काढून त्यावर कऱ्हा ठेवून पिठाचे दिवे पेटवून ठेवत असे आणि खारीकखोबऱ्याचे तुकडे, बदाम/ अक्रोड असा सुका मेवा, पैसे, ठेवून देवदेवतांना आवाहन करत असे. रत्नागिरी जिल्ह्यात नवरी किंवा नवऱ्याची गुरुमंडली झालेली नसेल किंवा भूतबाधा वगैरे झाली असेल तर गुरुमंडली करत अथवा त्यांच्या अंगावर तांदूळ फेकून जोयशी **'आप बांध पर बांद जकील सकीलकी दाढ बांध'** वगैरे मंत्र म्हणत भूत उतरायचा. नंतर नवरानवरीमधे अंतरपाट धरून जोयशी सुरुवातीलाच **'अवोजी नारदमूनी तुमी जावे कैलासवनी नवगुरूस आवतान करावे'** असे नारदमुनीमार्फत नवग्रहांना, गुरूंना, देवांना आवाहन करून मंगलाष्टका म्हणत असे.

नवरा पाटावर उभा राहिला की टोकऱ्या हातातला खंजीर वर छताला टेकवी. नवरा नवरी मधल्या अंतरपाटावरच्या स्वस्तिक चिन्हाकडे पाहत राहत. मागे करवल्या, सवाष्णी, म्हुर्तवळ्या, कुंवारी, गणागोतातली महत्त्वाची माणसे उभी राहत. शेवटच्या मंगलाष्टकेवर जोयशी मोठ्याने 'सावधाऽऽन' असे ओरडला की वाजंत्री जोरजोरात ढोलताशे वाजवत. मग

अंतरपाट दूर होणे, वधूवरांनी परस्परांच्या गळ्यात झेंडूचे किंवा आंब्याची पाने मुरडून सुईत ओवलेले हार घालणे, नवरीला दोऱ्यात ओवलेल्या मण्यांचे मंगळसूत्र व जोडवी घालणे, कुंकू लावणे वगैरे रिवाज सुरू होत. यावेळी ढोल ताशांचा आवाज इतका मोठा असे की, त्या आवाजाने कधी कधी नवरीला धडकी भरून ती बेशुद्धही पडत असे. तर काही वेळा नवऱ्याच्या किंवा त्याच्या आईबापाच्या अंगात येत असे आणि मांडवात एकदम गडबड गोंधळ उडत असे. ठाणे जिल्ह्यातल्या आंबेटेंबे गावातल्या स्त्रियांनी सांगितले, "आमचीकरं नवऱ्याच्या आनि त्याच्या आयबापाच्या आंगात व्हरा येयाचा. लग्नाचे दिवसी नवऱ्याच्या आयबापाचा उपास आसायचा, मंग आंगात व्हरा नाय येनार..." व्हरा म्हणजे देवचार, सर्व काही चांगले करणारे भूत. या बोलण्यातून ती अंधश्रद्धा आहे हे या स्त्रियांना कळत होतं हे लक्षात येते. मग त्या गोंधळातच नवरी-नवऱ्याला शुद्धीवर आणून बाकीचे रिवाज घरची माणसेच करत असत. त्यात पंचपदी आणि मांडवात नवरा, नवरीला घातले जाणारे माखू आणि अंघोळ महत्त्वाची असे. त्या वेळी स्त्रियांना अत्यंत हुरूप येऊन त्या नवरीला तिच्या बदललेल्या रूपाची, कर्तृत्वाची जाणीव देत असत.

करंडोली ग बाय करंडोली खुशालीची करंडोली ।
खुशालीचे करंडोलीत काय सौरंगी कुंकू ।
सौरंगी कुंकू काय लाविते ग बयनोली ।
बयनोली माजी ग सावित्री जन्माची ।
सावित्री होऊनी सोनियाचा चुडा लेवूनी ।
सासरी जाय बाय सोबागिन होऊन ।
बयनोली माजी ग सावित्री जन्माची ।
सावित्री होवून सोनियाचा चुडा लेवून ।
सासरी जाय बाय सौबागीन होऊन । ... (रत्नागिरी, चर्मकार)

लग्नविधी होऊन आता बहिणीबाई, तुला सौभाग्यलंकार लेवून सासरी जायचे आहे, जन्मभर सावित्रीसारखी पतिव्रता होऊन पतीचे प्राण जपायचे आहेत, असे भाऊ वगैरे माहेरच्या माणसांनी बजावले आहे. पुढच्या गाण्यात लग्न झाले, अनुरूप पती मिळाला आणि पतीमुळेच आता माझ्या सौभाग्यचिन्हांना अर्थ लाभलेला आहे हा भाव नवरी पतीलाच उद्देशून व्यक्त करते आहे. नवरी म्हणते...

असा सोबीमान पती असा सोबीमान ।
तुमच्याइन माज्या कुंकवाला मान ।
असा सोबीमान पती असा सोबीमान ।
तुमच्याइन माज्या गातनीला मान ।
असा सोबीमान पती असा सोबीमान ।
तुमच्याइन माज्या खटवाला मान । ... (ठाणे)

हे गाणे जोडवी, नथ, बांगड्या, बुगड्या वगैरे अलंकारांवरून पुढे गेले आहे.

पंचपदी

दलित समाजात सप्तपदीच्या जागी पंचपदी होती. पंचकन्या, पंचपतिव्रता, पंचधातू, पंचप्राण, पंचमहाभूते असे काही पाच आकड्याचे महत्त्व पंचपदीला दिले गेले असावे. रत्नागिरीत पंचपदीच्या वेळी पाटावर पाच मुठी तांदूळ ठेवून नवरी आपल्या उजव्या पायाच्या आंगठ्याने त्या मुठी एकएक पुसत चालत असे. रत्नागिरीतील चर्मकार समाजात फक्त तांदळाच्या मुठीवर एक एक सुपारी ठेवत आणि नवरी त्या पुसत असे. रायगड जिल्ह्यातही अशीच पद्धत होती. सिंधुदुर्गात पाटावर तांदळाच्या मुठी ठेवत होते; मात्र नवरीच्या पायाचा अंगठा धरून नवरा त्या तांदळाच्या मुठी विस्कटत असे. पुढे कधीतरी नवरानवरीने एकमेकांच्या उजव्या हाताची करंगळी गुंफून अग्नीभोवती पाच भोवऱ्या घालण्याची पद्धत सुरू झाली असावी. रायगड मधील विद्या मोरेबाईंनी सांगितले की, होम पेटवून त्याभोवती सप्तपदी करण्याची पद्धत त्यांच्या लग्नापासूनच म्हणजे साधारण १९६०-६२ सालापासून त्यांच्या गावात सुरू झाली. होमाभोवती सप्तपदी करणे, होमात लाह्या वाहणे, नवरीच्या भावाने नवऱ्याचा कान पिळणे, त्यानंतर त्याला नवऱ्याने नारळ व पैशांबरोबरच कापड देणे किंवा नवरीला मंडपात यायला उशीर झाला तरी घटिका भरल्यानंतर पाचव्या मंगलाष्टकेपर्यंत नवरीने पाटावर उभे राहिलेच पाहिजे असा दंडक ठेवणे वगैरे रिवाज वरच्या वर्गांतून झिरपलेले आहेत.

'पतिव्रता' स्त्रीला दलित समाजातही मोठा मान होता. पतीखेरीज अन्य पुरुषाचा विचारही मनात येऊ न देणाऱ्या या स्त्रीचे महत्त्व लोकगीतांतून तसेच दशावतार आणि खेळे यांतील अनेक कथनांमधून दलित स्त्रियांपर्यंत

पोचलेले होते. त्या कथांचा प्रभाव त्यांच्यावरही होता. म्हणूनच पंचपदीच्या वेळी, पंचपतिव्रता म्हणून ज्या स्त्रियांची नावे सर्वश्रुत आहेत त्यांच्या पावलावर पाऊल ठेवून चालायचे आहे, हा संदेश कळत नकळत त्याही देत असत.

मंडपाच्या दारी मांडला चौरंगी पाट ।
पयली भोवरी भोवता किस्नासंग रुक्मिनी ।
दुसरी भोवरी भोवता पांडवासंग दुरपदी ।
तिसरी भोवरी भोवता रामासंग जानकी ।
चवती भोवरी भोवता सत्यवानासंग साईत्री ।
पाचवी भोवरी भोवता हरिचंदासंग तारामती । ... (रत्नागिरी)

वरचा पंचपदीच्याच गीतातला भाव पुढच्या गीतात थोडासा वेगळा होऊन आला आहे. देवाचे नाव घेऊन नवऱ्यासोबत भोवरी भोवताना नवरीला सोन्याचे पान म्हणजे सुख मिळणार आहे, नवऱ्याचा खंबीर, भक्कम आधार मिळणार आहे, बुद्धीची देवता मानली जाणारी सरस्वती तिच्या सोबत असणार आहे, त्यातून सौभाग्य आणि बरेच काही साध्य होणार आहे, असे इथे सूचित केलेले आहे.

पयली भोवरी भोवता देवाजीचे नाव ।
दुसरी भोवरी भोवता हाती खंजीर बाप ।
तिसरी भोवरी भोवता दिले सोन्याचे पान ।
चवती भोवरी भोवता दिले हाताशी हात ।
पाचवी भोवरी भोवता संगे सरस्वती ।
सासरी जाय बाय सोबागीन होऊन । ... (रायगड)

दलितांच्या रितीरिवाजांत पुढे त्यांचे शिक्षण, नोकरी-व्यवसाय, त्यांतून त्यांचे शहरात झालेले स्थलांतर, परस्परांचा संपर्क यांमुळे अनेक बदल झालेले दिसतात. अग्नीभोवती प्रदक्षिणा, होमात लाह्या वाहणे, नवरीच्या भावाने नवऱ्याचा कान पिळणे, त्यानंतर नवऱ्याने त्याला शर्टपीस, पॅन्टपीस असे भेट देणे वगैरे वरच्या वर्गांतले रिवाज चर्मकार समाजातही स्वातंत्र्यानंतरच्या वीसएक वर्षांत हळूहळू दिसू लागले. त्यानंतर ते मातंग समाजातही आले.

सिंधुदुर्गात होमाभोवती पंचपदी घालताना, गंमत म्हणून किंवा नवरीच्या पायाला हात लावावा लागला म्हणून राग येऊन नवरा तिचा पायाचा

अंगठा जोरात ओढून तिला पाडतही असे. पुढे मांडवात जे खेळ खेळत त्यांत नवरानवरीने एकमेकांचे केस विंचरणे, अंघोळ घालणे असे रिवाज असत. अंघोळ घालताना एकमेकांचे अंग चांगले चोळा असा बघणाऱ्यांचा जोरदार आग्रह असे. दुसऱ्या एका खेळात नवरा ओंजळीखाली सात-आठ सुपाऱ्या दाबून ठेवत असे. नवरीने त्या सुपाऱ्या पाच वेळा एका हाताने काढायच्या असत. या खेळाला 'बेडेफाड्याचा' खेळ म्हणत. विडा तोडण्यासारख्या काही पद्धती सर्वत्र होत्या. याखेरीज एकमेकांना फाकांडे मारणारीही गाणी असत.

कळसवणी पाणी

सप्तपदीनंतर रत्नागिरीमध्ये नवरानवरीला मांडवात पाटांवर एकत्र बसवून त्यांना थोडी हळद लावून थोड्याशा पाण्याने अंघोळ घालत असत. अंघोळ घालताना नवऱ्याच्या डोक्यावर ओतलेले कळसवणी पाणी नवरीच्या डोक्यावर पडेल असे दोघांना बसवून पाणी ओतत. या कृतीचा संकेत असा असे की, नवऱ्याची सावली, त्याला मिळणारे सुख तिलाही निरंतर मिळो. त्या अंघोळीनंतर सवाष्णी दोघांना हळदकुंकू लावून तांदळाची शेस व नवरीची नारळ, तांदळाने ओटी भरत. रत्नागिरीत यावेळी नवऱ्याकडून आणलेली दुसरी चांगल्या किमतीची साडी नवरीचा मामा आपल्या दंडावर घेऊन मांडवभर सर्वांना दाखवून म्हणे, ''साडा बगा'', ''साडा बगा नवरीचा साडा बागा''. मग बाकीचे लोक हात उंचावून ''बेस हाय, बेस हाय'' म्हणत. याच वेळी नवरीला आंदण काय देण्यात आले असे विचारले जायचे.

आंदण देणे

नवऱ्याचा मामा जमलेल्या लोकांना मोठ्या आवाजात विचारायचा, 'नवरीच्या आज्यापनज्या, वाडवडीला, मायबापा, हत्ती, घोडा, लाव, लस्कर, लेकीला आंदान काय देता बोला वोऽऽ...' आंदण काय असावे, हेही या आवाहनातून स्पष्ट केले जायचे. मग नवरीचा बाप, मामा, भाऊ कुणीतरी जबाबदार माणूस तांब्याचा हंडा, कळशी, परात, पितळेचे ताट, तांब्या, पेला अशी नवरीला संसारोपयोगी भांडी आणि समई पुढे करत असे. भाकरीचे पीठ मळायला प्रत्येक घरात लाकडी पडगा, काटवटकाना

असायचा. पण तांब्या-पितळेची परात पुढे होणाऱ्या बाळाच्या अंघोळीसाठी असे. क्वचित कुणी भांड्यांऐवजी किंवा अधिक म्हणून गायवासरू, दारातले झाडमाड, जमिनीचा तुकडाही आंदण म्हणून देत आणि सर्वांना हे जाहीर व्हावे असे ओरडून सांगत. आंदणात दिलेली वस्तू, झाडमाड विकायची नसे. मात्र नवरीच्या या आंदणावर तिचा काहीही अधिकार राहत नसे.

आंदण विचारताना आलेल्या हत्ती, घोडा, लाव, लस्कर या शब्दांतला 'लाव' हा शब्द वैशिष्ट्यपूर्ण असे. लाव म्हणजे बाळंत होताना मेलेल्या स्त्रीचे झालेले भूत. चिपळूण येथील लवेल या गावच्या शांताबाई गमरे म्हणाल्या, ''ग बाय, त्या टायमाला आंदनात भूत पन देयाची. तवा कुना कुनाच्या घरात बायंगी भूत आसायचं. त्याला अमोशेला नारल, कोंबडं, अबीरगुलाल असं त्याचं काय खाजं आसं तं देया लागयाचं. त देलानी का घराची भरभराट व्हयाची. आनि एकांदा दिवस जर खाजं नाय देलानी तं त्याचा कोप व्हयाचा. मंग उबं झाड आडवं पडायचं. पिकलेलं भात करापयाचं. घरात काय अनपानी डैडागीना आसल ता नायसा व्हयाचा. गुरूवासरू नि मानूस दिकून दगावायचं. अशा कोपलेल्या भूताला नवरीच्या आंदनात देत. नव्या घरात खाज्याला पाटवीत. नवरी लगन व्हवन सासऱ्यास आल्यावर त्या घरात असा परकार व्हया लागला का मानसा समजत न्होवरेन भूत आनलान. मंग त्या घरातनं भूताला दर वर्साला खाजं देत.''

नवरीने माहेराहून भूत आणले या समजुतीमुळे नवरीचा नाना प्रकारे छळ होत असे. या उलट समजूत रायगडमधील 'वानवस' या गावात होती. या गावातल्या महारांचा राखणदार 'चेडा' नावाची शक्ती आहे असे मानतात. तो चेडा वानवस गावातल्या सर्वच माहेरवाशिणींबरोबर वावरतो, त्यांचे रक्षण करतो असा समज होता. इथल्या माहेरवाशिणींचा छळ झाला तर तो चेडा छळणाऱ्यांना आजारपण, अपघात होणे, अमूल्य वस्तू हरवणे, मरण येणे अशी शिक्षा देतो असे समजत. चेडा आणि खवीस ही महार माणसांची झालेली भुते असे मानत.

लग्नात नवरीला आंदण देण्यावरून वैशिष्ट्यपूर्ण गाणे पुढे आले आहे. हे गाणे प्रमाण भाषेतले दिसते. तसेच त्यातले 'ड' हे अक्षर 'र' झालेले नाही, ही बाब आणि एकूणच रचना पाहता हे गीत अनुसरणातून जसेच्या तसे दलित समाजापर्यंत आलेले दिसते.

नदीकिनारी किनारी निळा घोडा ।
घोड्या चौरंगी चौरंगी तुजी पाट ।
घोड्या चाबूक चाबूक तुजी शेप ।
घोड्या तांदळी तांदळी तुजे दात ।
घोड्या कापूस कापूस तुजे पोट ।
घोड्या भिंगनी भिंगनी तुजे डोळे ।
वर बसनार बसनार कोण बाई ।
वर बसनार बसनार नवऱ्या तुजी आई ।

अतिशय देखण्या उत्तम घोड्यावर बसून जाण्याचा मान नवऱ्याचा बाप, भाऊ, बहीण अशा नातेवाइकांना दिल्यानंतरही नवरा मूळ मुद्द्याला हात घालत सासऱ्याला विचारतोय की, ''मामाजी, मला काय देणार?''

पुसे मामाजी मामाजी बोला काही ।
तुला दिली रे दिली पोटची बाई ।
पुसे मामाजी मामाजी बोला काही ।
मग देईन देईन शेलक्या गाई ।
घोड्यावर बसनार कोण ग बाई ।
वर बसनार कृष्णदेव बाई । ... (रायगड)

नवऱ्याच्या प्रश्नावर तुला पोटची मुलगी दिली आहे, आता उत्तम, निवडक गाईही देतो असे सासऱ्याने मान्य केले आहे. हे गीत एकप्रकारे हुंडा पद्धतीचे निदर्शक असून ते वरून झिरपलेले असावे हेही उघड आहे.

मांडवात खेळ खेळणे

जेवणानंतर मांडवात नवरानवरीसाठीच्या कौतुकाने काही खेळ सुरू होत, त्यांतून दोघांमध्ये जवळीक निर्माण व्हावी, नवरीच्या मनातली भीती कमी व्हावी असा उद्देश असे. त्यांत मुठी सोडवणे, विड्या तोडणे व रुपया शोधणे असे खेळ मुख्य असत. त्यात नवरीने जिंकता नये, रुपया तिला सापडू नये, विडा नवरीने लवकर तोडू नये, तिने खूप लाजावे, आढेवेढे घ्यावे अशी सर्वांची सुप्त इच्छा असे. नवरी तशी वागली तर तिला 'मर्जेमाप' म्हणत. स्त्रियांच्या गाण्यातून हास्यविनोदाला थट्टामस्करीला उधाण येऊन ते लग्न लक्षात राहत असे. ठाणे जिल्ह्यात मांडवात खेळताना

नवरानवरीच्या मनगटांना दोरे बांधत आणि मग दोघांना परस्पराचे दोरे सोडायला लावत. लवकर सोडील त्याला हुशार मानत. राजापूर भागातील चर्मकार समाजात या सुपारी, अंगठी शोधण्याच्या खेळांना 'मासे खेळणे' किंवा 'मासे मारणे' म्हणत.[५] यावेळी नवरीकडच्या स्त्रिया नवऱ्याकडच्या वऱ्हाडाला उद्देशून फाकांडे म्हणजे टोमणे मारत असत. बरेचदा ते जुळवलेलेही असत.

लग्नासाटी नारळ आणले ते सगळे गुडगुडे ।
लग्नात पावने आले ते सगळे धुडधुडे ।
लग्नात इनबाय कित्या बसली थाटून ।
लग्नात व्हराडी टोप खाती चाटून ।
चुलीवरच्या पाटावर आमटानीचे गोळे ।
नवऱ्याच्या आईचे पाटीपुढे डोळे ।

जेवणावळ

साठसत्तर वर्षांपूर्वी खेड्यापाड्यांतल्या दलित समाजात सर्व वऱ्हाडाला जेवण देण्याची पद्धत नव्हती, फक्त पानसुपारी देत. नवऱ्याकडच्या लोकांसाठी मात्र जेवण असे. तेही, डाळ, भात, थोडीशी भाजी वाढत. बरेचदा रातांब्याची पाने ठेचून त्याचा सारच भातावर वाढला जाई. नवरानवरीने एकत्र जेवणे, एकमेकांना घास भरवणे वगैरे पद्धत नव्हती. जेवणावळीत जेवणापूर्वी धूप पेटवून फिरवत. वातावरण प्रसन्न करण्याचा व माशा वगैरे कीटक हाकलण्याचा हेतू असावा. नंतर सर्वजण 'बोला पंढरीनाथ महाराजकी जय' म्हणून जेवायला सुरुवात करत. पंचातले लोक वेगळ्या आणि खास पंगतीत बसून जेवत. द्याजाची रक्कम मिळाली नसेल तर नवरीकडचे लोक यावेळी द्याज मागून घेत. चर्मकार समाजात यावेळी नारळ फोडून नारळाची खिरापत आणि गूळ पंचातील लोकांना वाटत. दारूही देत.[६]

म्हुर्तवळ्यांचा मान

पाच सवाष्णी म्हणजे म्हुर्तवळ्या, एक जोडपे, पाच कुंवार मुली या सर्वांनी, लग्नातल्या विधींत मदत केलेली असे. अशा काहींनी लग्न

लागेपर्यंत सकाळपासून उपवासही धरलेला असे. लग्न लागताच त्यांना सन्मानाने घोंगडीवर बसवून, नवरीची आई कुंकू लावून, त्यांची शेस भरून त्यांना जेवायला वाढत असे. नवरी करवल्यांबरोबर आणि नवरा आपल्या सोबत्याबरोबर जेवायला बसत असे. नवरीचे ते माहेरातले अखेरचे जेवण असायचे. म्हणूनच पुढील गाण्यात आई आपल्या लाडाच्या लेकीला पोटभर जेवण्याचा पुन्हा पुन्हा आग्रह करते आहे. भात, पोळ्या आणि दह्यादुधाचे जेवण आहे. सोनेनाणे सोबत आहे. रुप्यामोत्याचे दागिने आहेत, ते लेवून जा म्हणते आहे.

भात का पोल्यानी । पोल्यानी भरली ताटं हो ।
दह्या की दुदानी दुदानी । भरल्या वाट्या हो ।
अग जेव माजे जेव माजे । जेव माजे लाडाचे लेकी हो ।
सोन्याकी नान्यानी । नान्यानी भरल्या पेट्या हो ।
रूप्याकी मोत्यानी । मोत्यानी भरली ताटं हो ।
अग लेइ माजे लेइ माजे । लेइ माजे लाडाचे लेकी हो ।

नवरीच्या साडीच्या पदरात नारळ, विडातांदळांनी ओटी देत आणि कुंकू लावून तिची शेस भरत. मग नवरानवरी देवक, देवांच्या मूर्त्यांसमोर हात जोडत. वडीलधाऱ्यांच्या पाया पडत. यजमान, यजमानीण, नातेवाईक एकमेकांना उराउरी भेटून निरोप घेत. नवरीच्या माहेरची माणसे तिच्या सासरच्यांनी तिला आपल्या मुली-बहिणीसारखे कसे वागवावे याबाबतच्या आपल्या भावना व्यक्त करत. पुढील गीतात त्या भावनांना स्त्रियांनी शब्द दिले आहेत.

मायेनं धू मायेनं धू तुला वाडविली ग मायेनं धू ।
सोपवली तुला सासूच्या हाती पोटीची धू वागवावी जशी ।
सोपवली तुला सासूच्या हाती पोटीची धू वागवावी जशी ।
सोपवली तुला दिराच्या हाती पाटीची बहीन वागवावी जशी ।
सोपवली तुला नणंदेच्या हाती पाटीची बहीन वागवावी जशी ।
... (ठाणे)

आईबापांनी धू म्हणजे मुलगी, तिला मायेने वाढवली आहे. तिला सासूसासऱ्यानेही पोटच्या मुलीसारखी आणि दिरानणदांनी बहिणीसारखी वागवावी अशी अपेक्षा व्यक्त झाली आहे.

सासरी निघालेल्या नवरीला मग सासरच्या वाटेतले डोंगर चढता उतरताना तिथल्या फुलाफळांवरून आपल्या माहेरच्या माणसांची कशी आठवण होत असते तो भाव पुढील गाण्यात आला आहे.

पिकल हुंबर हुंबर आटावले मायरचं डोंगर हो ।
डोंगर चडताना चडताना लागल्या जाई हो ।
अगं आटावली आटावली माजी आई हो
डोंगर चडताना चडताना लागला चापा हो ।
मला आटावले आटावले माजे बापा हो ।
डोंगर चडताना चडताना लागले बोंडू हो ।
मला आटावले आटावले माजे बंदू हो । ... (रत्नागिरी)

वरात काढणे

दलित समाजात साधारणतः वरातीतून नवरानवरी पायी चालतच जात असत. महार समाजात नवऱ्याची वरात घोड्यावरून आणि मांगाची हत्यावरून काढावी असे विठू महाराने मिळवून दिलेल्या महारांच्या बावीस हक्कांत नमूद केलेले आहे. त्यानुसार की काय, कोकणातील दलितांमधेही बऱ्या स्थितीतल्या घरातली वरात घोड्यावरून काढली जात असावी. या आधीच्या गाण्यातही घोड्यावरून आलेल्या नवऱ्याचा उल्लेख आला आहे. नवरानवरीची वरात घोड्यावरून चालली असताना नवरी आपल्या आई, बाबा, भाऊ, बहीण अशा माहेरच्यांना, रडू नका, मी तुम्हांला काही वस्तू पाठवीन अशी खालील गीतातून समजूत घालत आहे.

ताडावरची माड मांडव खुलवी बाई ।
नवरी घोड्यावरी घोडा दमतो बाई ।
मागे फिरून पाही तुजी रडते आई ।
नको रडू आई तुला लावीन मी साडी ।
नको रडू बाबा तुम्हा लावीन धोतर ।
मागे फिरून पाही तुजा रडतो भाऊराया ।
नको रडू बंदवा तुला धाडीन मी शेला ।
नको रडू ताई तुला धाडीन मी चोळी । ... (मुंबई)

सासरची माणसे मला चांगले वागवणार नाहीत म्हणून तुम्ही रडत

असाल, घाबरत असाल तर तुम्ही काळजी करू नका. मी तुम्हाला कपडे पाठवीन. माझी सासरची माणसे तुमच्याहून चांगली आहेत, अशी नवरी माहेरच्या माणसांची समजूत काढते आहे. पुढील गीतात तो भाव कलात्मकतेने आला आहे.

उंच माळेच्या माळेवरी लंका दिसते सासऱ्याची ।
चिंता पडली माज्या बापा ।
कशी नांदशी माजे लेकी ।
नको भिवू रे माज्या बापा तुज्यापरीस माजा सासरा ।
उंच माळेच्या माळेवरी लंका दिसते सासऱ्याची ।
चिंता पडली माज्या आई ।
नको भिवूस माजे आई तुज्यापरिस माजी सासू । ... (सिंधुदुर्ग)

देवळासमोरच्या दिव्यांच्या माळेहून किंवा डोंगरांच्या रांगांहून उंच माझे सासर आहे आणि रावणाच्या लंकेसारखी तिथेही सोन्याच्या विटांची समृद्धी असली तरी तिथे दुष्ट रावणही आहे, त्यामुळे त्रास होऊ शकेल या भीतीने चिंता करू नका. तुमच्यापेक्षा जास्त प्रेमाने ती सासरची माणसे वागतील असे नवरी म्हणते आहे.

कधी नवरीही सासरी जायला घाबरते. अशा नवरीला धीर देत माहेरची माणसे म्हणतायत

दर्यात तारू तारवान फुलाचा झनकार सोडीला ।
नवरे तू रडू नको सासरी जायाला ।
वाटोवाट लावल्या नारली तुला सावलीन जायाला ।
वाटोवाट लावल्या आमराई तुला सावलीन जायाला ।
... (रत्नागिरी, चर्मकार)

असे मग वाटोवाट पोफळी, बकुळी, सुरंगी तुला सावलीने जायला लावलेल्या आहेत. तू रडू नको. इथे कोकणातली प्रादेशिकताही आली आहे.

अशी धीर, आत्मविश्वास, आनंद देणारी गाणी चालू असताना नवरानवरी जोडीने नवरीकडच्या वडीलधाऱ्यांच्या पाया पडून आशीर्वाद घेत असत. मग दोघांवरून भाकरतुकडा ओवाळून टाकला जायचा आणि वरात ढोल, ताशे, टिमकी, सनईच्या कडाक्यात दणक्यात चालू लागायची.

पाठोपाठ नवरा, त्याच्याबरोबर टोकऱ्या, नवरीबरोबर तिची पाठराखीण म्हणून एखादी म्हातारी किंवा वयस्क बाई, हातात कऱ्हा घेतलेल्या करवल्या, डोक्यावर आंदण घेतलेल्या सवाष्णी, यजमानी, यजमानीण आणि नवऱ्याबरोबर आलेले वऱ्हाडी आनंदाने उसळत चालत असत. कधीही वरात मुकेपणाने न्यायची नाही असा एक दंडकही होता. त्यामुळे वऱ्हाडातल्या दोन्हीकडच्या स्त्रिया चढाओढीने गाणी गात राहत.

दो बाजून डोंगर मदी चालले वऱ्हाड ।
ते बा वाजविती वाजविती ढोल तासे ।
अग अग नवरे तुज्या करवल्या का थोड्या ।
माज्या बहिनी लेकुरवाल्या त्यांच्या मागूनी येती गाड्या ।
अग अग नवरे तुजे वऱ्हाडी का थोडे ।
माजे बंदूजी नोकरीवाले त्यांचे मागूनी येती घोडे । ... (रत्नागिरी)

दोन डोंगरांतून ढोल, ताशे वाजवत निघालेल्या वऱ्हाडाचे सुंदर चित्र या गीतात आले आहे. लेकुरवाळ्या स्त्रियांना नेहमीच मुलाबाळांमुळे आणि नोकरदार पुरुषांना नोकरीमुळे लग्नकार्यप्रसंगीही सर्वांबरोबर राहता येत नाही, हे वास्तव तसेच घोड्यावरून येणाऱ्या नोकरदारांचा रुबाब आणि आर्थिक स्थितीही इथे लक्षात येते आहे. या आणि खालच्या गाण्यात आलेले गाड्या, विमान, नोटा हे शब्द इंग्रजी आमदानीची आठवण देणारे आहेत; त्यांतून या गाण्यांच्या निर्मितीचा काळही आपल्या लक्षात येतो.

इमान चाललं आकाशात वारा सुटला दक्षिणेचा ।
नोटी सांडल्या कागदाच्या ।
नवरा येचीत होता नवरीच्या मंगलसुता । ... (सिंधुदुर्ग)

पुन्हा वधूच्या विवाह अलंकारांवरून हे गाणे पुढे जाते. जुन्या गाण्यांमध्ये सूर भरत गाता गाता एखादे नव्या बांधणीतले गाणे रायगड-रत्नागिरीतली कुणी मुंबईकरीण आपल्या सोबतिणींसोबत म्हणायला पुढे सरसावायची.

भायखल्याच्या ठेसनावरी खिला ठोकला गं लोकंडी ।
त्यावर रेल टाकली सरकारनी त्यावर आगिनगाडी सुरू केली ।
पुडल्या डब्यात नवरा राजा । मांगल्या डब्यात नवरी रानी ।
पुडल्या डब्यात नवरा काय करतो ।

माज्या टोपीला जर भरतो ।
मांगल्या डब्यात नवरी तू काय करते ।
माज्या साडीला जर भरते ।
पुडल्या डब्यात नवरा काय करतो ।
माज्या शेल्याला जर भरतो ।
मांगल्या डब्यात तू काय करते ।
माज्या गल्यातले मनी ववते ।

दागिन्यांवरून पुढे जात राहिलेल्या या गाण्यात रेलगाडीचा आलेला उल्लेख इथे केवळ नवरानवरीच्या प्रवासाचे किंवा ती दोघे घाईमुळे करायच्या राहून गेलेल्या आणि आता पूर्ण करत असलेल्या वस्तूंचे कौतुक सांगत नाही, तर भायखळा ते ठाणे अशा धावलेल्या पहिल्या आगगाडीचीही या गीतातून स्त्रिया आपल्याला आठवण देत आहेत. त्यातून त्या गाण्याच्या रचनेचा काळही लक्षात येतो.

वरात चालली आहे. सर्व वऱ्हाड आनंदात आहे. वरात रस्त्याने जाताना वाटेत दिसणाऱ्या जाखाई, जोखाई, मारुती वगैरे देव-देवींना हात जोडते तर कधी नारळ-खोबरे वाहते आहे. पुढे गावाच्या सीमेवर येताच नवरानवरीवरून नारळ ओवाळून फोडून मगच वरात गावात शिरते आहे.

काली रात्रा निवरातली पात्यानं वरात निगाली ।
आली वरात गा गोपाजीच्या दारी ।
गोपाजीच्या दारी पडते पाया ।
गं वाजतर वाजती ।
चला जाऊ चला जाऊ ग कौतुक पहाया ।
कवतुक बा पहाता । ग झाल्याशा मंदान राती ।
सौरंग पडती नवऱ्या गा सुडकाजीवरती ।
सुडकाजीच्या करवल्या ।
सिनगार करती नाना परी ।
दर्याचं पानी ग चक्रपाणी उडवीती त्या दोघांवरी ।
हात ठेवीती ग दोगांचे शिरी । ... (मुंबई)

मध्यरात्र उलटली आहे. वाटेत काही बाधा येणारे, वाईटसाईट घडणारे मागे पडले आहे. देव गोपाजीच्या दारी वरात आली आहे आणि

गोपाजीला पाया पडते आहे. आजूबाजूचे लोक ती वरात कौतुकाने पाहत आहेत. वरातीत करवल्यांनी नाना परीने साजशृंगार केला आहे. नवरानवरीवर देव समुद्रातले पाणी उडवत आहेत. दोघांना आशीर्वाद देत आहेत, असे चित्रमय वर्णन या गीतात आले आहे.

दार अडवणे

वाजत गाजत वरातीने नवरानवरी दारात आली की नवऱ्याची आई भाकरतुकडा किंवा भाताची ढेकळे दोघांवरून ओवाळून डाव्या उजव्या बाजूला फेकून, त्यांच्या पायावर पाणी घालत असे. दारातून दोघे आत येण्यापूवी एक नाट्यमय प्रसंग उभा करत असत. नवऱ्याची बहीण दार अडवून उभी राही. नवरा विचारायचा, 'का ग तू दार अडवलेस?' मग बहीण म्हणे, 'तुला लेक झाली तर माज्या पोराला देशील ना?' नवरा नवरीला विचारायचा, 'काय ग, आपली पोरगी हिच्या पोराला ध्यायची काय'. तिने तोंडानेच होय म्हटले पाहिजे, असा दंडक असे. ती होय म्हणाली की बहीण बाजूला व्हायची. मग नवऱ्याचा भाऊ पुढे व्हायचा त्याला तोच प्रश्न नवरा विचारायचा, 'काय रे तू का आम्हांला अडवतोस?' भाऊ म्हणायचा, 'तुझं लग्न झालं, आता माझं करशील की नाही?' नवरा नवरीला विचारायचा, ती होय म्हणाल्यावरच तो भाऊ दार सोडायचा. मग ती दोघे आत यायची.

माप ओलांडणे

रत्नागिरी आणि सिंधुदुर्गातल्या दलितांमध्ये दारात माप वगैरे ठेवून ओलांडण्याची पद्धत नव्हती. मात्र रायगडमध्ये ती पद्धत होती. स्वातंत्र्यानंतर पुढे शिक्षण, त्यातून नोकऱ्या वगैरेमुळे कधीतरी अनुकरणातून ती आली असावी. रायगडमधल्या साठी उलटलेल्या मोरेबाई म्हणाल्या, ''माज्या लग्नात फरकयात तांदूल बांदलेली गटली दारात ठेवलेली हुती ती उरवून मी घरात गेले.'' रायगडमधल्याच काहीजणींनी उखळासारखे लाकडी माप ओलांडण्याची पद्धत होती असे म्हटले. ते तांदूळ नंतर पुन्हा मापात भरून मोजत. ते जास्त भरले तर नवरी चांगल्या पायगुणाची समजत. अर्थात जास्त भरत नसले तरी जास्त भरलेच म्हणत, असेही सांगितले.

मग जोडपे आत येऊन थेट देवकाजवळ जाऊन हात जोडत असे. मग वडीलधाऱ्यांच्या पाया पडत. रायगडमध्ये त्यांना थेट चुलीजवळ नेऊन त्यांची दृष्ट काढत. नदीतले सात खडे, सात खापऱ्या चुलीत लालभडक करणे वगैरे दृष्ट काढण्याची पद्धत तीच असे. आता फक्त तापवून लालभडक केलेल्या खडे आणि खापऱ्यांवर बोरी, वाघाटीच्या पानांबरोबर सुक्या मिरच्या टाकत. त्यामुळे घरभर धूर होऊन मिरचीचा प्रचंड ठसका लागे. डोळ्यांत पाणी येई. तसा ठसका लागला याचा अर्थ, दृष्ट लागली होती ती गेली, असे समजत.

नवी नवरी घरात आली, तिच्यामुळे सासूच्या घराला शोभा आली, आता घरात भरभराट होईल, वीसाचे लुगडे पितांबरासारखे अंगावर आणि तीसाचे दांडीवर असेल म्हणून सासूने तिला प्रेमाने मांडीवर घ्यावे, सासरच्यांनी तिला मुलीसारखे सांभाळावे असा संदेश स्त्रिया पुढच्या गीतातून देत असत.

इसाचा पितांबर तिसाचा दांडीवर ।
दैवाचे सासूबाय सुन घे मांडीवर ।
इसाचा पितांबर तिसाचा दांडीवर ।
दैवाच्या सासऱ्या सुन घे मांडीवर ।

असे मग दीरनणंदेला उद्देशून पुढे गात राहत... त्या काळात लहान मुलांची लग्ने होत. त्यामुळे नवऱ्याला उचलून घेणे, नवरीला कुणीही मांडीवर बसवणे बिनदिक्कत व्हायचे. या गाण्यात आलेली पितांबराची वीस आणि तीस रुपये किंमत गाण्याच्या रचनेचा साधारण काळही सांगते आहे.

घरात आलेल्या सुनेला तिच्या माहेरी आईवडिलांनी, भावाबहिणींनी कशी वाढवली आहे आणि तुम्ही कसे वाढवले पाहिजे त्याचे कलात्मक वर्णन पुढच्या गाण्यात आले आहे...

पित्यानी वाडविली अमृतापाशी आईनी वाडविली नऊमाशी ।
बंदुनी वाडविली फुलापाशी बहिनीनी वाडविली कानीकेशी ।
वयनीनी वाडविली कुंकवापाशी ।

अमृतासारखी बापाने तिला सांभाळली आणि आईने नऊ महिने उदरात वाढवली आहे. भावाने फुलासारखी जपली आणि बहिणीने तिच्या कानात तिला हवी ती कर्णफुले आणि केसांत नाना प्रकारे फुले, गजरे माळून

तिची हौस भागवली आहे. वहिनीने आपल्या कुंकवासारखी म्हणजे आपल्या पतीला जपावे तशी तिला जपली आहे. आता तुम्हीही तिला तसेच जपावे.

सासरी येताना सून आपले स्त्रीधन घेऊन येते. बरेचदा सासरी ते सुरक्षित राहत नाही म्हणून चतुर स्त्रिया म्हणतायत,

पायी ल्याली पैजण दंडी ल्याली दंडेल्या ।
नाकी ल्याली बा सरजाची नथ ।
सरजाच्या नथीचा बा सांबाल करावा ।
सांबाल करावा जशी काय लेक ।
कानी ल्याली बा सोन्याची कुडी ।
सोन्याच्या कुड्याचा सांबाल करावा जशी काय लेक ।

दागिन्यांवरून हे गाणे पुढे जाते. सून हे सर्व दागिने लेऊन आलेली आहे. पोटच्या लेकीला अत्यंत काळजीपूर्वक सांभाळले जाते तसे सुनेचे दागिनेही सांभाळावे. म्हणजे ते कुणाला देऊ किंवा विकून खाऊ नये, अशीही गर्भित सूचना इथे दिसते आहे.

पदर चढवणे

विवाह होताच स्त्रियांच्या डोक्यावर पदर देण्याची पद्धत कोकणातील सिंधुदुर्ग जिल्हा वगळता सर्वत्र होती. ती मुळातच होती की, मुस्लिमांच्या बुरखा पद्धतीतून ती आली, की सातारा, कोल्हापूरच्या मराठे आणि सरदार घराण्यांतून आली, माहिती नाही. पण नवरी सासरी आली की तिला तुळशीसमोर बसवून सुवासिनी तिला कुंकू लावून शेस भरत. मग नवरा तिच्या डोक्यावर पदर चढवत असे. पुढे तिने तो आयुष्यभर डोक्यावरच सांभाळला पाहिजे असा संकेत असे. पदराचा उपयोग स्त्रियांना तसा अनेक प्रकारे होतो. सुप्रसिद्ध तेलगू दलित कवयित्री सुभद्रा जुपका हिने आपल्या एका कवितेत पदराचे अनेक उपयोग सांगितले आहेत. पदर ऊनपाऊस, थंडीवाऱ्यापासून स्त्रीचे रक्षण करतो, चुंबळ होऊन डोक्यावरचे ओझे हलके करतो, अंगावर पांघरूण आणि निजायला अंथरूण होतो, आई होऊन डोळे पुसतो, भावासारखा पाठीशी असतो, मुलाचे खेळणे बनतो वगैरे. अशा तऱ्हेने स्त्रियांसाठी पदर कितीही बहुगुणी असला तरी लोकांच्या दृष्टीने

त्याचा उपयोग स्त्रीने आपले शरीर झाकणे आणि वडीलधाऱ्यांना आदर दाखवणे, इतकाच होता. त्यातूनच त्या स्त्रीची योग्यता ठरायची.

नाव बदलणे / नाव घेणे

स्त्रीला तिचे स्वतंत्र अस्तित्वच नव्हते. लग्नाआधी तिचे अस्तित्व बापाच्या नावाशी जोडलेले असायचे आणि लग्नानंतर पतीच्या. पदर डोक्यावर चढवताच नवऱ्याच्या नावाला साजेसे नाव नवरीलाही ठेवीत. उदा. शंकर-पार्वती, विठ्ठल-रुक्मिणी, विष्णू-लक्ष्मी वगैरे. याचवेळी तिला पतीचे नाव घ्यायलाही लावत. हिंदू धर्मात पत्नी आपल्या नवऱ्याचे नाव उच्चारत नसे, त्यामुळे तिच्याकडून नाव वदवून घेणे हा मोठा मनोरंजनाचा कार्यक्रम असायचा.

लग्नातल्या इतर खेळांइतकेच या नाव घेण्याला महत्त्व देत. नाव कसे घ्यायचे हे नवरीला पढवून ठेवत. तो रिवाज ती पुढे आयुष्यभर चालवायची. त्या नावात सासूसासऱ्यांची, दिरानणदांचीही नावे गुंफलेली असत. मग नवरी सुद्धा दुसऱ्याच गोष्टीचा निर्देश करत उखाणा पद्धतीने खूप वळशा वळशाने नवऱ्याचे नाव घेत असे.

खण खन कुदली मन मन माती ।
उबारल्या भिती चितारले खांब ।
सासूबायच्या पोटी जलमले राम ।
राम नाय म्हतलं नाव नाय घेतलं ।
बत्तीस सुपारी कचू कशी । भरल्या सबेत बोलू कशी ।
नजर पुरशाची उगडा कवाडी । येऊ द्या सवारी ... रावांची ।

किंवा हेच नाव काही ठिकाणी पुढीलप्रमाणेही घेतले जायचे.

खण खन कुदली मन मन माती ।
उबारल्या भिती चितारले खांब ।
सासूबायच्या पोटी जलमले राम ।
राम नाय म्हटलं नाव नाय घेतलं ।
भावजीच्या पुढचे आकाबायच्या पाटचे ।
बत्तीस सुपारी कचू कशी
... भर्ताराचं नाव घेऊ कशी

यामध्ये आलेल्या बत्तीस सुपाऱ्या म्हणजे बत्तीस दात. नवऱ्याचे नाव घेताना जीभ दातात अडकते, ती अडकलेली जीभ सोडवून बोलू कशी, असाही गर्भित अर्थ यात आहे. काही वेळेला स्त्रिया आपल्या सासर-माहेरची नातीही पतीच्या नावाबरोबर गुंफून नाव घेत. पुढील नाव तसे आहे.

भात भाताचा । पोली घवाची । भैन भावाची ।
भैन कुनाची । भैन... ची । लेक कुनाची लेक... ची ।
सुन कुनाची । सुन... ची ।
अस्तूरी कुनाची । अस्तूरी... पतीची ।

काही नावापुढे उगाच शब्दाला शब्द जोडत गती दिलेली आहे, हे खालील नावावरूनही लक्षात येते.

सासरा माजा हुनेरी । माडी बांदली चुनेरी ।
माडीस खोली खोलीत पैका।
पैक्यास पलंग । पलंगास गादी ।
गादीस उशी । नाव ताशी ।
भाग्याची काशी । नाव घेते एक ।
माल्याची लेक । नाव घेते तानी ।
... भरताराची रानी ।

रत्नागिरीत चर्मकार समाजात असेच वळशा वळशाने खालीलप्रमाणे नाव घेत असत.

खण खण कुदली मण मण माती ।
चितारल्या भिती उबारले खांब ।
... ... रावांचं नाव घेते । ... ... राव माजे भोळेसांब ।
चिनचिन चिन्यात । उबी होते जिन्यात । हार घ्या हारकून ।
मोती घ्या पारकून । ... माजे राव कचेरीतले कारकून ।

ऑफिसातल्या कारकुनाची नोकरी फार प्रतिष्ठेची होती. त्या काळातली ही वरच्या वर्गातून झिरपलेली रचना दिसते.

माहेरची धार सासरची धार ।
दिसे हौसेदार मधे चंदनाचं झाड ।
भरतार मला दिसती । जसे तलवारीची धार ।
सासू नि सासरा तुळशीचे रोप ।

त्यांच्या सावलीत ...भ्रतारांची झोप ।
सासू सासऱ्याचं दिरा ननदांचं नातं तोलाचं ...
भ्रताराचं ग पृथ्वी मोलाचं

नाव घेण्याची मग इतर नातेवाइकांमध्येही चढाओढ लागे. त्यात सर्वांच्या परिचयाचे नाव खालीलप्रमाणे असे.

हांड्यावर हांडे सात त्यावर साखरेची परात ।
... राव बसले दारात मी जाव कशी घरात ।

काही स्त्रिया आपल्यातला खट्याळपणा दाखवणारेही नाव घेत. ठाणे, अंबरनाथ येथील सीता लक्ष्मण गायकवाड यांनी साठ-सत्तर वर्षांपूर्वी त्यांच्या लग्नात जे नाव घेतले त्याने त्या वेळी त्या बऱ्याच चर्चेत आल्या होत्या. नाव असे घेतले होते.

आज घर माज घर मदल्या खोलीत पाच घरं ।
लक्ष्मन भरतार बोंबलाच्या डोक्यासाटी लरं... ।

लरं म्हणजे रडे. नवऱ्यालाही नाव घ्यायला लावत. तोही सर्वांनी घेऊन घेऊन गुळगुळीत झालेले नाव घ्यायचा.

भाजीत भाजी मेथीची. ... रानी माज्या प्रितीची

हे नाव मुंबईतल्या चाकरमान्यांनी गावाला नेलेले असावे, कारण मेथीची भाजी कोकणात नाही. कोकणात ही मेथी समुद्रकिनारी वाळूवर पेरतात. ही भाजी वर दोन-तीन हिरव्या पानांची आणि दोन-तीन इंच उंचीच्या पांढऱ्या पाणीदार नाजूक देठाची असते. पुळणीतली मेथी म्हणून ती फक्त समुद्रकिनाऱ्यावरच्या लोकांना माहिती असे. शिवाय प्रीतीची वगैरे फिल्मी शब्द गावात नव्हते. बदलत्या परिस्थितीनुसार लग्ने हॉलमध्ये व्हायला लागली. त्यातून काही गमतीही व्हायला लागल्या. पुढचे नाव घेणे तसेच आहे.

गुलाबाचं फूल माल्याच्या मल्यात ग ।
सवा लाकाचा हार सासूबायच्या गल्यात ग ।
... च नाव घेते उबी ऱ्हावन हालात ग ।

यातला 'हालात' हा शब्द लग्नाच्या हॉलसाठी आला आहे. पण इथे 'हाल' म्हणजे कष्ट, त्रास असाही अर्थ होतो हे मात्र कुणाच्याही गावी नव्हते. नाव घेतल्याची फक्त गंमत होती इतकेच.

आढ्याला बाशिंग बांधणे

नवरानवरीची बाशिंगे काढून ती इथे तिथे न ठेवता नवरा स्वतः माळ्यावर चढून घराच्या आढ्याला बांधत असे. सिंधुदुर्गात तेव्हाही एक गमतीदार संवाद, खरे तर खेळ होत असे. माळ्यावर चढताना नवरा बाशिंगे, कऱ्ह्यातला नारळ आणि आंब्याच्या टाळ्यांबरोबर रोवळीतून सुक्या खोबऱ्याचे तुकडे आणि गुळाचा खडा वर न्यायचा. बाशिंगे वगैरे बांधून खाली येऊन गूळ, खोबरे आपल्या आईला दाखवत विचारायचा, ''गे आये, ह्या गुळखोबरा वर कुनी ठेवल्यान''. मग आई म्हणायची, ''बाबा, तुज्या बायकोनच ठेवल्यान. दुसरा हा कोन ठेवनारा.'' मग बाकीच्या बायका म्हणायच्या, ''होय रे होय, गुळखोबऱ्याची व्हकलेनच चोरी केल्यान. पाष्ट्याक बाशिंग बांदुक तू वर चढलस म्हनान तुका चोरी सापाडली रे बाबा.'' इथे सर्वजण खूप हसायचे, म्हणजे पुढेही असा आळ आम्ही घालू शकतो अशी गर्भित सूचनाही अप्रत्यक्षपणे नवरीला मिळायची. बाशिंग बांधून नवऱ्याने खाली उतरताना नवरीच्या खांद्यावर पाय ठेवून उतरायचे असे. बायको म्हणजे पायाखालचा दगड किंवा आधार.

नवऱ्याच्या घरी गमतीचे खेळ

नवरानवरीचा ताबा घेऊन बायका विविध खेळ सुरू करीत. सर्व वऱ्हाड त्यात सामील व्हायचे. शेस भरणे, शेस पाडणे, मुठी सोडवणे, विडा तोडणे, सुपारी शोधणे वगैरे भरपूर खेळ व्हायचे. या सर्व खेळांत नवरी खूप लाजली, खूप आढेवेढे घेतले तर तिला 'मर्जेमाप' म्हणत. पहिला खेळ असे शेस भरणे. शेस पाडणे... तेलात कुंकू भिजवून ते दोघांच्या कपाळावर लावून त्यावर भरपूर तांदूळ दाबून बसवत. मग दोघांना कपाळावर कपाळ घासून ते पाडायला लावत. आता आयुष्यभर कपाळावर कपाळ घासत आपटत बसायचे आहे याचा तो पहिला धडा असेल. काही खास खेळांतून नवरीला घराचे वळण शिकवले जाई. अशांतलाच एक खेळ म्हणजे काही काळे मणी कोनाड्यातल्या कचऱ्यात टाकत. मग सुनेला कचरा काढायला लावून तो उकिरड्यावर टाकायला लावत. कचरा भरताना तिने ते मणी उचलून दिले तर नवरीला चांगली व्यवहारी, कामसू समजत.

आणि जर तिने कचऱ्यातले मणी उकिरड्यावर टाकले तर तिला वेंधळी. उधळी समजत.

सिंधुदुर्गात थट्टामस्करीच्या खेळात नवरानवरीकडचे नातेवाईक एकमेकांना खूप मासलेवाईक फाकांडे मारत असत. त्यात नवरीच्या आईची आणि नवरीच्या पाठराखिणीची खूप चेष्टा व्हायची.

वाटेवरच्या काजीची सुकली बाय शिरपुटा ।
आनि यजमाननीची दिसली बाय बरकुटा ।
किंवा
पाटल्या दारी फनसार सुकली शिरपुटा ।
निचाकली यजमाननीची बरकुटा ।
चुलीच्या पाटावर आगया फुरसा ।
व्हकलेची धेडी खाय जेवान बुरसा ।

या फाकांड्यांना नवरीकडचेही उत्तर देत, पण नवऱ्याकडच्या माणसांच्या रागाची काळजी घेत.

गमतीच्या खेळात नवऱ्याला पढवून हातात काठी देऊन मागच्या दारात बसवत. नवरीच्या हातात कऱ्ह्याचा तांब्या किंवा कळशी देऊन तिला पाणी आणायला जरा दूर जाऊन यायला सांगत. ती आली की नवरा काठी उगारून विचारायचा. "तुला यायला उशीर का झाला." यावर ती म्हणायची, "नदीत गुरं होती, त्यांनी पाणी गादरवलं. पानी निवळेपर्यंत थांबले." किंवा ती सांगे "बावीत दोरी पडली ती वर काडीपर्यंत थांबले." मग बाकीच्या तिची बाजू घ्यायच्या. यावर सगळी खूप हसत. सासूने सुनेच्या उवा काढणे असाही खेळ असे. नवरीच्या केसांना भरपूर तेल लावून त्यांत बारीक काळे मणी टाकत. मग सासू, सुनेला पुढ्यात बसवून तिचे केस विंचरायची. फणीवर आलेले मणी सर्वांना दाखवत म्हणायची, "बगा गं बायनू, ह्या उवा बगा. किती गं बाय ही बुरसी. हेच्या आयशीन हेला चाकीचोकी शिकवलान का नाय?" यावर कुणीतरी खोडसाळपणा करत म्हणायचे, "कशी शिकवील, हेची आयस पन बुरसी. हेची सगली माणसा बुरसी आणि मायार पर बुरसं." यावर सासू ठणकावून पुढे म्हणायची, "पर असा बुरसेपना माज्या घरात चालनार नाय." यावर सर्वजण खो खो हसायची. सासरच्यांनी कितीही चेष्टा केली तरी नवरी

किंवा तिचे माहेरचे कोणी असेल तर त्यांनी चिडायचे नसे. नाहीतर ते कारण तिच्या छळाला एक दोन वर्षे सहज पुरायचे.

आणखी एका खेळात हळदीचे पाणी एकमेकांच्या अंगावर उडवत आणि बाल हगला, ''बाल हगला, शी शी शी...'' म्हणत नवरानवरीसह घरभर धावत. लग्नानंतर लगेच मूल हवे हाही तो संकेत असे. बाकी नवरीकडच्या मांडवात झालेले खेळच इथे पुन्हा खेळत. या वेळीही अधून मधून स्त्रिया गाणी गात.

राम सीता खेलत होती । डाव आला सीतेपाशी ।
इडा घ्या हो परानपती । सीता आली काकुलती ।

हे गाणे मग रुपया घ्या हो, दागिना घ्या हो असे दागिन्यांवरून पुढे गात राहत.

या खेळात सासऱ्यालाही पुढे करत. तोही गंमत म्हणून एका काठीला कपड्यांचे बोचके बांधून बायकांनी पढवल्याप्रमाणे म्हणायचा, ''आता सून घरात आली ती आपल्या नवऱ्यास बगील का मला बगील? माजी बायको म्हातारी झाली, तेला काम झेपत नाय म्हनून मी बुवा आता पंढरपूरास जातो.'' असे म्हणून तो घराबाहेर जाण्याचे नाटक करायचा. मग नवे जोडपे त्याच्या पाठीमागे धावून त्याला थांबवायचे. दोघे पाया पडून म्हणायची, ''बाबा, आमी तुमची सेवा करू, तुमाला हवं नको बगू, तुमच्या शब्दाभायर आमी जानार नाय. तुमी जाव नका.'' मग तो मागे फिरायचा.

देवाच्या नावाने जागरण

कोकणात बऱ्या परिस्थितीतल्या दलितांच्या घरांसमोर लग्नप्रसंगी बिदागी देऊन खेळे, गोंधळी वगैरे गीत-नृत्य-नाट्यप्रकार दाखवत असत. सर्व काही चांगले व्हावे या भावनेने परंपरागत पूजा व देवाच्या नावाने केलेले हे जागरण असे. खेळे हा देवाचे दहा अवतार दाखवणारा नृत्य-नाट्य-गान प्रकार असे. त्यातून देवांचे दर्शन घडल्याचे, आराधना केल्याचे लोकांना समाधान व्हायचे. पुढे त्यात तत्कालीन सामाजिक विषयांचाही काही संवादाभिनयातून करमणुकीच्या अंगाने समावेश करण्यात आला होता. पांढरी पायघोळ बाराबंदी नि झिरमिळ्यांची बसक्या टोपलीसारखी पगडी घातलेले वीस-पंचवीस खेळे हातांत टाळ घेऊन मृदंगाच्या ठेक्यावर झुलायचे. त्यांच्या पुढ्यात देवांची सोंगे घेतलेले कलाकार नाचायचे.

संवाद, गीते म्हणायचे. कोकणात खेळ्यांऐवजी काही कुटुंबांत 'गोंधळ' घातला जात असे.

रायगड जिल्ह्यात जंगम लोक गोंधळ घालत. पूजेचा मांड भरून लांब झगा, गळ्यात कवड्यांच्या माळा, डोक्यावर मावळ्यांसारखी पगडी आणि कपाळाला भंडारा लावलेले गोंधळी "आई उदं उदं उदं गं अम्बे उदं," म्हणत एका हाताने पेटता काकडा नाचवत, भंडारा उधळत, प्रत्येक देवदेवतेला गोंधळाला येण्याचे आवाहन करत नाचत. नवविवाहितांना यश, घराला सुखसमाधान मागत. हा विधी प्रकार कोकणातला नाही, पण स्थलांतरित लोक आपापल्या पूर्वजांच्या परंपरा पुढे चालवत असावेत. कोकणातील खेळे, दशावतार, गोंधळ या नाट्यप्रकारांमधे प्रत्यक्ष काम करणारे लोक हे इतर मागासवर्गीय असत, फक्त चर्मवाद्ये महार, मांग वाजवत.

पाचपरतावण / हळद काढणी

लग्नाच्या रात्री नवऱ्याकडे वऱ्हाडाला शाकाहारी जेवण असे. लग्नविधीनंतर दोन-तीन दिवसांनी नवरीला माहेरी न्यायला तिच्या माहेराहून पाच माणसे येत. त्यांचा व जमलेल्या वऱ्हाडाचा पाहुणचार कोंबडे-बकरे कापून, दारू-माडी पाजून करत. नवरीची नारळ, तांदळाने ओटी भरत. तिच्या सोबत आलेल्या करवलीला कापडचोपड देण्याची पद्धत नव्हती. दहाबारा भाकऱ्यांचा पावणेर नवरीसोबत तिच्या माहेरी पाठवत. तीन-चार दिवसांनी नवरा नवरीला आणायला आपल्याकडच्या पाच माणसांना घेऊन तिच्या माहेरी जात असे. नवरीच्या माहेरी नवऱ्याला बसायला पाट ठेवीत. पाटाखाली दोन पैसे, एक आणा असे पैसे ठेवत. नवरा बसला की नवरीची आई त्याला कुंकू लावून शेस भरायची आणि त्याच्यावरून आरती ओवाळायची. जावई आरतीत सव्वा रुपया ठेवायचा. यावेळी नवऱ्याकडून नवरीच्या आईला पोटझाकणीची साडी देत. अर्थात ही पद्धतही अलीकडचीच, बऱ्या परिस्थितीतल्यांकडेच आलेली. पाठवणीपूर्वी जोडप्याला चुलीशी नेऊन त्यांची दृष्ट काढून बारा भाकऱ्यांचा पावणेर सोबत देत. नवरीला आणायला नवरा तिच्या माहेरी जाताना पावणेरासोबत ठाणे जिल्ह्यात काही ठिकाणी गमतीने नवरीच्या आईला 'विहीण भेट' पाठवत. कुणी लहानशा टोपलीतून पाला-पाचोळा पाठवत, तर कुणी

तंबाखूची पुडी किंवा अगदी खरकट्यातल्या मटणाची हाडकेही पाठवत. नवरीकडूनही भेट तशीच परत यायची. ती तशी आली म्हणून पाठवणारी माणसं रागवायची.

न्हावेर / पाट लावणे

न्हावेर म्हणजे दुसऱ्या लग्नाचा विधी. यातला पुरुष आणि बाई दोघांचेही ते दुसरे लग्न असले पाहिजे असा नियम असायचा. हा विधी रात्री दोन्हीकडच्या पाच पाच माणसांच्या समोर थातूरमातूर पद्धतीने व्हायचा. यातल्या बाईला व पुरुषाला मदतीला एक जोडपे असायचे. दोघांना पाटावर उभे करून जोयशी दोन-तीनच पण उलट्या मंगलाष्टका म्हणायचा. मग दोघांचे डोके एकमेकांच्या डोक्याला टेकवायचा. त्याच वेळेला हातातले तांदूळ त्यांच्यावर अक्षता म्हणून फेकायचा. मदतीला असलेली जोडप्यातली बाई पाटाच्या नवऱ्याने दिलेले मणीमंगळसूत्र त्या बाईच्या गळ्यात बांधायची. जिचा पाट लावायचा त्या बाईचा नवरा मृत झालेला असेल तर त्याने भूत होऊन पुढे या दोघांना त्रास देऊ नये म्हणून पाटाला उभे राहताना ती बाई आपल्या काखेत कोंबडा घेत असे. न्हावेर लागल्यानंतर त्या कोंबड्याला खड्ड्यात जिवंत पुरत असत.

संदर्भ :

१. शिंदे, वि. रा., १९७६, *भारतीय अस्पृश्यतेचा प्रश्न*, महाराष्ट्र शासन प्रकाशन, मुंबई, पृष्ठ १६४

२. पवार, उर्मिला, २००३, *आयदान*, ग्रंथाली प्रकाशन, मुंबई, पृष्ठ १०

३. त्रि. चिं. आत्रे, १९१५, *गावगाडा*, ह. वि. मोटे प्रकाशन, पहिली आवृत्ती, पृष्ठ ४

४. देशपांडे, अरुणा, १९६४, *एका शापाची जन्मकथा*, लोकवाङ्मय, मुंबई, पृष्ठ ५५

५. कोंडविलकर, माधव, १९९०, *कळा त्या काळच्या*, ग्लोरिया प्रकाशन, देवरूख, रत्नागिरी, पहिली आवृत्ती

६. कोंडविलकर, माधव, १९९०, *कळा त्या काळच्या*, ग्लोरिया प्रकाशन, देवरूख, रत्नागिरी, पहिली आवृत्ती, पृष्ठ १४१

५

माणसाच्या मृत्युप्रसंगीचे रीतिरिवाज

दलित समाजात एखादी व्यक्ती मृत झाल्यानंतर थोड्याफार फरकाने हिंदू रीतिरिवाजांनुसारच अंत्यविधी केले जात. त्यांत मृत व्यक्तीला बसवून तिच्या अंगाला तेल लावून अंघोळ घालत. आर्थिक स्थितीनुसार नवे कपडे किंवा एकच नवा कपडा अंगावर टाकला जाई. तिरडीवर मृताला झोपवून त्याच्या नाकात, कानांत कापसाचे बोळे ठेवून अंगावर नीलगिरीचे थेंब शिंपडून कपाळावर अबीर, गुलाल, काळा बुक्का लावत. लोकही काळा बुक्का आपापल्या कपाळाला लावत. मृताच्या गळ्यात पांढऱ्या चाफ्याच्या फुलांचा हार घालत. मग जोयशी अंत्यसंस्कारातले मंत्र वगैरे म्हणत असे. त्यानंतर मृताची प्रेतयात्रा निघे. सवर्ण समाजात ज्याला दात आलेले नाहीत अशा लहान मुलांना पुरत असत, पण दलितांमधे सर्वच मृतांना पुरण्याचा रिवाज होता. मातीची काया मातीलाच मिळाली पाहिजे, असा पूर्वापार संकेत होता.

सूत नेसवणे

मृत व्यक्ती विवाहित पुरुष असेल तर त्याच्या निधनाने घरात इतर कुणाच्या नाही पण पत्नीच्या रंगरूपात, अलंकार आणि कपड्यालत्त्यांत बदल व्हायचा. नवऱ्याचे प्रेत समोर असताना तिला नव्या नवरीसारखे नटवले जायचे. हातांत हिरव्या बांगड्या भरून कपाळावर मोठे कुंकू लावून शेस भरली जायची. तिच्या केसांत ताज्या फुलांची वेणी घालत. तिच्या पतीच्या मृत देहाला अंघोळ, कपडे घातल्यावर तिला त्याच्या पायाशी

बसवून तिच्या बांगड्या फोडत. मंगळसूत्र तोडून केसातली वेणी ओरबाडून पतीच्या पायाशी टाकत. पतीच्या पायाच्या डाव्या अंगठ्याने तिचे कुंकू पुसत. सिंधुदुर्गात पतीच्या ढोपराने कुंकू पुसत. एखादी विवाहिता वारली तर तिच्या प्रेताजवळ लहान हिरव्या बांगड्या, कुंकवाचे छोटे लाकडी करंडे, काळे मणी वगैरे म्हणजेच नाडापुडी व आरसा-फणी ठेवत. नवमीच्या दिवशी तिच्या नावाने जेवणाची वाडी ठेवत. दलित समाजातही अहेव मरणाला महत्त्व होते.

सारी भरणे

पूर्वी दलित समाजात प्रेत पुरण्याची पद्धत असल्याने स्मशानात जाऊन मृताच्या अस्थी आणण्याचा प्रश्न नव्हता. प्रेताला अग्नी देणे, दुसऱ्या दिवशी अस्थी गोळा करणे याला 'सारी भरणे' म्हणतात. चर्मकार समाजात हा रिवाज आहे. सारी भरून आल्यावर मृताच्या मुलाचे, भावाचे केस काढण्यात येतात त्याला 'खवूर करणे' म्हणतात.[१] व्यक्तीच्या निधनाच्या दहाव्या किंवा बाराव्या दिवशी त्या मृताच्या आत्म्याला मोक्ष मिळतो या समजुतीने पूजाविधी असायचा. या पूजेच्या साहित्यात अबीर, गुलाल, काळा बुक्का, नाडापुडी वगैरे साहित्य असायचे. मृतात्म्यासाठी त्याच्या आवडीचा पदार्थ करून केळीच्या पानावर वाढून ते उंच ठिकाणी ठेवत. कावळ्याच्या रूपाने आत्मा येऊन जेवतो अशी समजूत असे. मृताला स्मशानात नेणाऱ्या खांदेकरांसह सर्वांसाठी भोजनदान द्यायचे. यावेळी मृत व्यक्ती विवाहित पुरुष असेल तर त्याच्या पत्नीसाठी तिचा भाऊ तिला माहेरची लाल रंगाची साडी आणत असे. तिला लाल साडी नेसवून तिच्या डोक्यावरचा आधीचा पदर उतरून लाल साडीचा पदर चढवत. नातेवाइकही तिच्यासाठी हिरवा-पिवळा रंग वगळून साड्या घेत. मृताच्या जवळच्या नातलगांना इतर लोक कपडे देत. याला 'सूत टाकणे' म्हणत.

रायगडमध्ये मृताची पत्नी तरुण असेल तर तिच्यासाठी लाल व हिरवी अशा दोन साड्या माहेरहून आणण्याची पद्धत होती. मृताच्या पत्नीला पुनर्विवाह करायचा असेल तर तिला हिरवी साडी आणि नसेल तर लाल नेसवत. बरेचदा ती लालच साडी नेसत असे. पण पुनर्विवाह करण्याच्या तिच्या इच्छेला प्राधान्य दिलं जाई. ठाणे जिल्ह्यातली पद्धत थोडी वेगळी होती म्हणजे नवरा मेल्यानंतर बाई पुन्हा लग्न करणार असेल तर तिच्या

मंगळसूत्रातले पाच मणी नवऱ्याच्या प्रेताच्या तोंडात टाकत. लग्न करणार नसेल तर टाकत नसत.[२] सिंधुदुर्गामध्ये लग्नात नवरीच्या डोक्यावर पदर चढवण्याची पद्धत नसल्यामुळे पदर उतरवलाही जात नसे. राजापूरमधील चर्मकार समाजात बाराव्या दिवशी मृताची 'डाक' करत. स्त्रियांमध्ये ओली बाळंतीण वारली तर तिने आपल्या मुलाच्या काळजीने घरच्यांना त्रास देऊ नये म्हणून त्या बाळंतिणीला शांत करण्यासाठी बाराव्या दिवशी 'डाक' घालून तिच्या इच्छाआकांक्षा पूर्ण करण्याचे, तिचे अर्भक जिवंत असल्यास त्याचे नीट पालनपोषण करण्याचे आश्वासन देत.

डाक घालणे, सुरत म्हणणे

मृताच्या बाराव्या-तेराव्या दिवशी कुंभाराला बोलवत. कुंभार पडवीत रांगोळी काढून पानाफुलांचा, मांड भरत असे. त्यावर पिठाचे पिंड ठेवत असे. तांब्याच्या तांब्यातल्या पाण्यावर तेल घालून त्यावर वात म्हणजे 'काकडा' पेटवत. मृदंगासारखे वाद्य वाजवत त्यावर माणसे हेल काढून रडत. त्या वेळी पितर येतात, कसलातरी संकेत दाखवून काही संदेश देतात असे मानत. रात्री ताटात पीठ पसरून ठेवत. सकाळी त्यावर काही चित्र उमटले का बघत. किंवा एखाद्या वस्तूच्या बदललेल्या आकारानुसार मृतात्म्याला प्रश्नोत्तरे होत. उदा. ''तू कसा मेलास, तुझ्यावर कुणी करणी केली होती का...'' वगैरे... तसे असेल तर ''मार्ग मोकळा कर,'' म्हणत. तो काय सांगेल तसे आश्वासन दिल्यावर पितराचा मार्ग मोकळा झाला असे समजत. या वेळी मृताचे नातलग 'डाक' घालत.[३] टाळ, ढोलकी वाजवून रात्रभर जागरण करत. 'गयासुर' अध्याय म्हणत.

बोकडाच्या अवती रे दान दे गा महम्मद अली दे गा
महम्मद अली कोंबड्याच्या अवती रे दे गा
महम्मद अली दे गा महम्मद अलीरे ... (रायगड, चर्मकार)

यात मुस्लिम धर्मातील प्रेषिताचे नाव आले आहे. कोंबडच्या बकऱ्याच्या आहुतीवर मेलेल्या माणसाला सद्‌गती दे, त्याची वाट मोकळी कर, असे ढोलकी वाजवून गाऱ्हाणे घालत. त्यानंतर सर्व पितरांचे फोटो उंचावर मांडत किंवा नारळ ठेवून त्यावर मृताचे कपडे - स्त्री असेल तर साडी - ठेवून मृताला आवडीचा पदार्थ दाखवून मानवत. देवांना प्रसन्न करण्यासाठी गीत आख्यान म्हणजे 'सुरत' म्हणत. ही सुरत कुणाच्याही

श्राद्धाच्या दिवशी, पितृपक्षात अमावस्येलाही म्हणत. सोनाळाचे कांडे म्हणजे काशाच्या ताटाला मेण लावून त्यावर आंबाडीची काडी चिकटवून काडीला बोटाने टणत्कार देत त्या विशिष्ट आवाजावर सुरत म्हणत.

ये ही... रे जोगवा जोगन माज्या शिरी रे... ।
माजं पयलं नमन करावं कोनाला जी... ।
पयलं नमन करावं चांदव्या सूर्याला रे... ।
पयलं नमन करावं कशासाटी रे... ।
चांद राखतो चांदन्या रे... ।
सूर्य राखतो गाय गोधना जी... ।
म्हणून त्यांच्या चरनी हा मान रे... ।
माजं दुसरं नमन करावं कोनाला रे... ।
दुसरं नमन करावं धरती मातेला रे... ।
धरती मातेला नमन कशासाटी करावं रे... ।
बायला नांगरानी नांगरावी जी... ।
कुदळ्यांनी धर खनावी जी...।
अठरा धान्य सोळा वर्षं पिकवून खावावा जी ।
तिच्या चरनी नमन रे । ... (रायगड)

यात धरतीमातेला नमन करण्याचे कारण ती वर्षानुवर्षे विविध प्रकारचे धान्य देते, शिवाय मृताला उदरात जागाही देते. अशी ही सुरत देवांच्या नावाने नमन करत पुढे गात राहत. यातल्या सुरावटीतून अखेरच्या 'जी' आणि' रे....' अक्षरांतून हुंदक्यासारखा एक गूढ स्वर उमटत राहायचा तो ऐकणाऱ्याला मृताच्या आठवणींभोवती गुंतवत जायचा. गलबलवून टाकायचा. डोळ्यांतून अश्रू वाहत राहायचे.

पाणी पाजणे

मृताचे नातेवाईक एकत्र जमून मृत व्यक्तीच्या नावाने पिठाच्या बाहुल्या, पिंड तयार करून त्यांना पानाफुलांनी सजवून ताटात ठेवत. तांब्यात दिवा ठेवत. बाहुल्या व पिंडाला फुले, पाने, पैसे टाकून पुजत. त्यावर पाणी सोडत. या विधीला 'पाणी पाजणे' असेही म्हणत. पाणी पाजण्याचा अधिकार मृताच्या भाच्याला देत. तो नसेल तर त्याची जागा कुणी घ्यायची यावरून मानपान असत. त्यानंतर उपस्थित सर्वजण पाणी पाजत.

दुपारी 'तेरावे' करत म्हणजे, तेराव्या दिवशी जमलेल्या सर्व लोकांना मांसाहारी जेवण देत. त्यानंतर घरात मांसाहाराला सुरुवात होत असे. मांसाहाराची ही पद्धत सिंधुदुर्गात सर्व दलितांमध्ये होती. दहाव्या, बाराव्या किंवा तेराव्या दिवशी करण्यात येणाऱ्या या विधींना 'म्हाळ घालणे' असेही म्हणत.

सर्वपितर पूजा

मृतांचा आत्मा शांत करण्याचा रिवाज आदिम संस्कृतीपासून चालत आलेला आहे. सुरुवातीला हा रिवाज फक्त पितृअमावस्येला होत असे. पुढे कधीतरी पित्याबरोबर अन्य नातेवाईक आले, त्यांत स्त्रियाही आल्या. शेतातले अन्नधान्य घरात आल्यानंतर त्या अन्नाचा वाटेकरी म्हणून काही अंश त्या मृत पुरुषाला मिळावा या इच्छेने धूप, दीप लावून तांदूळ, विडा, पाने, फुले वाहून मृत व्यक्तीच्या नावाने नारळ पुजला जात असे. पुढे फोटोही पुजला जाऊ लागला. पितराच्या आवडीच्या अन्नाचे घास त्याच्या नशापाण्यासह उंच ठिकाणी ठेवत, जेणेकरून पितराने कावळ्याच्या, पक्ष्याच्या रूपाने येऊन ते अन्न खावे. कोकणातल्या चारही जिल्ह्यांतील दलितांमध्ये हा रिवाज पूर्वापार आहे. ठाण्यातील वसई तालुक्यात समुद्र किनाऱ्याला भरपूर मासळी मिळते. तिथल्या खाण्यापिण्यावर फिरंगी रितीरिवाजांचा प्रभाव आहे. त्यामुळे पितरांना खूश करण्यासाठी मासळीचे नाना प्रकार पितृपूजेच्या दिवशी करून अगदी नात्यागोत्यातल्यांना, पैपाहुण्यांना बोलावून सर्वजण एकत्र जेवत. दिवाळीपेक्षा हा दिवस त्या दृष्टीने मोठा महत्त्वाचा असे. थोडक्यात, हा माशांचाच सण असायचा. आताही तिथल्या चर्मकार समाजात तो तसाच साजरा करतात.

संदर्भ :

१. गायकवाड, यशोधरा, *माझी मी*, पृष्ठ २३

२. कोंडविलकर, माधव, *कळा त्या काळच्या*, पृष्ठ १४२

३. कोंडविलकर, माधव, १९९०, *कळा त्या काळच्या*, ग्लोरिया प्रकाशन, रत्नागिरी, पृष्ठ १४२

६

सणवार, उत्सव व रीतिरिवाज

श्रावण महिन्यापर्यंत भातशेतीची सुरुवातीची बरीचशी कामे उरकलेली असत आणि वेगवेगळे सण साजरे होऊ लागत. खरे तर हिंदू संस्कृतीतले सण हे निसर्ग पूजा म्हणून जसे साजरे केले जातात तसे ते आर्य-अनार्य अशा दोन संस्कृती संघर्षातून झालेल्या विजयोत्सवाचे प्रतीक म्हणूनही साजरे होतात. साप किंवा नाग हा सरपटणारा, उंदरांचा नाश करणारा, धनधान्य वाचवणारा; लपवलेल्या धनाचे चोरांपासून रक्षण करणारा एक भूचर आहे, हे वास्तव आहे. महाभारतातल्या अनेक कथांत कृष्णाने कालिया नागाला मारल्याचे आणि अर्जुनाने खांडव वनातील तक्षकांना जाळून टाकल्याचे उल्लेख आले आहेत. त्यांतल्या नागांची चित्रे सापासारखी काढली असली तरी तिथे नाग हे एका पराक्रमी वंशाचे नाव आहे. आणि तो मनुष्य योनीतीलच वंश आहे. महाभारतातील अर्जुनाची पत्नी, कौरव्य नावाच्या नागाची मुलगी उलूपी यांसारख्या नागवंशीय स्त्रिया ही त्यांची जिवंत उदाहरणे आहेत.[१] हे लोक अतिशय पराक्रमी असल्याने त्यांच्या अस्तित्वाच्या खुणा प्रतीक रूपात का होईना, पण आर्यसंस्कृतीला त्या स्वीकाराव्या लागल्या असाव्यात. उदाहरणार्थ, शंकराच्या गळ्यातला नाग, नागाची पूजा वगैरे. नागाविषयी अनेक अतर्क्य समजुतीही आहेत की, नाग दहा तोंडी असतो, त्याच्या डोक्यावर रत्न असते, त्याच्या हालचालीने

जमीन हलते. साप दूध पितो, साप वेषांतर करतो. नाग स्त्रीबरोबर संभोग करतो. नागाची विविध प्रकारची चित्रे, आकृती जगभरातल्या विविध संस्कृतींत दिसतात, पुजल्या जातात व त्यांच्या तशा वेगवेगळ्या कथाही आहेत. महाभारतातल्या एका कथेप्रमाणे जन्मेजय नावाच्या राजाच्या पित्याचा मृत्यू सर्पदंशाने झाल्यामुळे राजाने यज्ञ पेटवून त्यात सर्पसंहार सुरू केला. त्यात असंख्य नाग जळून मेले. हा संहार असितमुनी व नारदमुनींनी मध्यस्थी करून थांबवला. ती श्रावण महिन्यातली पंचमी होती म्हणून नागपंचमी सण साजरा केला जात असावा.[२] असे सगळे तर्क असले तरी नागाला पुजले जात होते, पुजले जाते हे खरे आहे.

नागपंचमी

कोकणात नागपंचमी हा सण खरे तर सर्वच जातींत विशेषतः मुली आणि स्त्रियाच साजरा करत. त्या दिवशी चांगले कपडे घालून भाताच्या लाह्या – रत्नागिरीत या लाह्यांना 'फुलगुल्या' तर सिंधुदुर्गात 'फुरंगुळे' असे समर्पक शब्द आहेत. मुली हळद, कुंकू, तांदूळ घेऊन परसातून, रानातून तेरडा, गोमेटा आणून तो प्रत्यक्ष नागाच्या वारुळांवर वाहून पूजा करत. काहीजणी नागाची मातीची प्रतिकृती करून पुजत. औषधासाठीही दूध नसलेल्या घरांमधूनही नागासाठी दूध आणून पुजत. पूजा झाली की, संध्याकाळी ती प्रतिकृती अळवाखाली नेऊन ठेवत. दिवसभर लहान मुली गाणी म्हणून नाचत. नागपंचमीनंतर गौरीगणपतीच्या सणातून आबालवृद्ध स्त्रियांच्या फुगडी गीतांना, नाचांना रंग येत असे. फुगडी, फेर, झिबडा असे गाण्यांचे प्रकार असत. त्या सर्वच गाण्यांना 'फुगडीगीते' म्हणत. दंडफुगडी, बसफुगडी, कोंबडा, काटवटकाना, झिम्मा एव्हढेच फुगडीचे प्रकार दलित स्त्रियांना माहीत असत. हे सर्व नृत्यप्रकारच आहेत. हे आणि यावेळी म्हटली जाणारी गीतेही असंख्य आहेत. काही गीतांत लहान मोठी कथानके असून ती गौरीगणपतीच्या गाण्यांमधेही आली आहेत. ही सर्व गीते गौरीगणपतीच्या मूर्तीपुढे सुचेल त्याप्रमाणे म्हणत असत. नाचताना फेर धरून कमरेत थोडे वाकून पुढे मागे झुकत, चुटक्या वाजवत नाचत. गाण्यातल्या अर्थ, आशय आणि लयीशी एकरूप होत. पुढील गाण्यात नागाची पूजा करायला वारुळावर जाणाऱ्या मुलीचा तिच्या आईशी झालेला संवाद आला आहे.

आई मिया आई मिया पेड पुजू जाते ।
जा माजे जा माजे ताने लेकी ।
आई मला आई मला नेसाया नाई ।
घे ग तू लेकी वयनीची साडी ।
नको गे वयनीची साडी । दादा गे डोळे मोडी... ।
आई मला आई मला कानी काय नाई ।
घे ग तू लेकी वयनीची कुडी ।
नको गे वयनीची कुडी दादा गे डोळे मोडी । ... (सिंधुदुर्ग)

या गीतातले आई-मुलगी, बहीण-भाऊ, नणंद-भावजय ही नाती पारंपरिक आहेत. पण भाऊ त्याच्या लग्नानंतर बायकोचे मन सांभाळण्यात बदलतो, बहिणीचं मन दुखवतो हे वास्तव वरच्या गीतात आहे. पुढच्या अनेक गीतांतून भावामधे होणारा हा बदल अधोरेखित झाला आहे. खालील ओळींमधे ती साडी प्राणांवरही बेतू शकते असे म्हटले आहे.

आली आली वर्साची नागपंचमी । चला चला व्हनजी बगायाला ।
मला नाय साडी पेनायाला । नेस ग नेस ग वयनीची साडी ।
वयनीची साडी नाय ग बरी । परानाचा घात करी । ... (रायगड)

नणंद भावजयीचे साप मुंगुसाचे नाते सांगणाऱ्या अनेक कथा, गीते, गौरीगणपतीसमोरही रंगत. नागपंचमीला चढाओढीने फुगड्या घालताना त्या एकमेकींची थट्टा फाकांड्यातूनही करत. त्यातून तत्कालीन रितीरिवाज आणि फॅशन्सही कळत असत.

नागोबाच्या पुढ्यात उदबत्तीची काडी ।
दादान आनली वैनीला गुलाबी साडी ।
गुलाबी साडीला अंजनी पदर ।
वयनी साडी नेसताना दादाची नंदर ।
फेस बाय फेस पान्यावर फेस ।
हल्लीच्या बायकांचे कानावर केस ।
पोल बाय पोल कागदी पोल ।
हल्लीच्या बायकांचा नेसना गोल ।
माडीवर माडी माडीला चूना ।
हल्लीच्या बायकांच्या पदराला पिना ।

गणपतीची स्थापना

गणपती ही भारतातल्या दासांची देवता असल्याचे संशोधकांचे मत आहे. कोकणात गणपतीच्या सणाला फार महत्त्व आहे. साधारणतः बऱ्या परिस्थितीतला दलित माणूस भाद्रपद महिन्यात चतुर्थीला पाच दिवसांसाठी गणपतीची मूर्ती घरी आणून तिची स्थापना करून पूजत असे. आजूबाजूचे आबालवृद्ध गणपतीच्या आरतीला, गाणी म्हणायला, नाचायला त्या घरी जमत. घरातलाच कुणीतरी वडीलधारा माणूस गणपतीची पूजा वगैरे करत असे. जोयशानेच ती केली पाहिजे असा नियम नसे. गणपतीपूजनास महत्त्व त्याच्या आईमुळे गौरीमुळे आले असे म्हणतात. पार्वती रंगाने काळी होती. शंकर त्यावरून तिची थट्टा करत असे. एकदा त्या थट्टेतून दोघांचे भांडण होऊन ते विकोपाला गेले. रागाने पार्वती रानात निघून गेली. तिथे कठोर तप केले. ब्रह्मदेवाने प्रसन्न होऊन सुवर्ण कांती होशील असा वर दिला. तेव्हापासून ती गौरवर्णी झाली व गौरी या नावाने ओळखली जाऊ लागली. तर गौरीचे सासर हिमालय आणि माहेर कोकण. कोकणात गणपती आल्यावर तिसऱ्या दिवशी गौरी आणत आणि तिचं विसर्जन गणपतीबरोबर करत.

गणपतीच्या सणासाठी कष्टकरी बाया, बापे, विशेषतः बाया अधिकच कष्ट करून सण साजरा करण्याच्या तयारीला लागायच्या. याच दिवसांत बारक्या पोरींच्या कपाळावर, आंकावर गोंदायच्या. प्रत्येक स्त्रीने कपाळावर गोंदणे आवश्यक असायचे. गोंदले नाही तर मेल्यावर देव फटकारतो 'गोंदून आलीस का चोंदून आलीस' असे विचारतो, अशी त्यांची समजूत असायची. दलित समाजातल्या बायकांच्या कपाळावर तुळशीचे पान गोंदत. ते गोंदण उठून दिसे. त्या गोंदणावरूनही जात कळत असे. गौरीगणपतीचा काळ हा साधारणतः भातशेतीची सुरुवातीची कामे संपल्यावरचा असे. या काळात घरची व पैरेपणाचीही कामे करून सासुरवाशीण त्रासलेली असायची. भाऊ कधी न्यायला येईल आणि आपण माहेरी जाऊ असे तिला झालेले असायचे. काम करता करता ती माहेरचे कुणी न्यायला येतेय का हे आतुरतेने पाहायची. विशेष म्हणजे स्त्रियांनी आपल्या मनातला हा भाव गौरीवर थोपून तिचेही मानवीकरण केलेले आहे. खालील गीतात हे मानवीकरण स्पष्ट झाले आहे.

डालीका सालीचं गिरजानं घातलं कांडानं ।
एक धाय घालते गिरजा उठते बसते ।
उठते बसते गिरजा आला कड सोसते ।
आला कड सोसते गिरजा आल्या गेल्या पुसते ।
आल्या गेल्या पुसते तुमी कोणा हो घरीचे ।
कोणा हो घरीचे आमी पंढरपुरीचे ।
इठ्ठल माजा पिता रुक्मिनी माजी माता ।
एवडा निरोप तुमी सांगावा त्या दोघा ।
गौरीच्या सनाला तुमी यावं माला नेयाला ।
गवरायचा बाप बोले मी धाडीन पाालखी ।
धाडीन पाालखी लेक आनीन लाडकी ।
गवरायचा बंदू बोले मी जाईन एकटा ।
जाईन एकटा बहीन आणीन धाकटी ।
पावलं धुवते गिरजा आसवं गालते ।
बंदू पुसी गिरजाशी का भैनी रडशी ।
आटजन दीरं माजं नऊ जनी माज्या ननंदा ।
यवड्यांचा काच बंदवा मी कसा रं काडावा ।
चल भैनी चल भैनी मी आला तुला नेयाला । ... (रत्नागिरी)

या गाण्यात मध्येच विठ्ठलरुक्मिणीचे प्रतीक समोर करून त्यात ती आपल्या आईवडिलांचा निर्देश करते आहे. म्हणजे इथे ती गौरी नाही तर विठ्ठलाची लेक किंवा भक्त आहे. पुढे वडिलांनी तिच्या भावाला गिरजाला आणायला ताबडतोब पाठवलेय. आणि भाऊही बहिणीला आणायच्या ओढीने बहिणीकडे तिच्या सासरी लागोलाग येऊन हजर झालाय. पण कितीही झाले तरी ती सासुरवाशीण आहे. सासुरवास या शब्दात सून म्हणून तिच्यावर असलेली सर्वांची हुकूमत, त्यातून छळ, मारहाण अंतर्भूत असायची. तेव्हा अशा सासुरवाशिणीला भावाबरोबर लगेच माहेरी जाता येणे शक्य नसायचे. मग ती आपल्या घरातल्या माणसांचे अगदी अतिशयोक्तिपूर्ण गुणगान करत त्यांची योग्यता किती श्रेष्ठ आहे असे सांगत त्यांची परवानगी विचारायची, मिनतवारी करायची.

या गाण्याप्रमाणेच गौरीने आपल्या माहेराचा दुबळेपणा सांगणे, सासरच्यांनी सोन्याचे सूप देऊ केले, तरी मानग्याच्या म्हणजे बांबूच्या सुपाने

व्हवसायला लागले तरी माहेरच्या ओढीने तिने एकटेच उपाशीतापाशी माहेरी जाणे वगैरे विषयावरची गाणी ठाणे ते सिंधुदुर्ग जिल्ह्यांत सर्वत्र सारखीच आहेत.

रत्नागिरी जिल्ह्यातल्या खालील गाण्यात हाच प्रसंग गुंफलेला आहे आणि ही गाणी वरून खाली झिरपलेली आहेत.

सोन्याची चिलगी रुप्याच्या पलंगी तुमा म्हणे मामंजी ।
बंदू आले भागारी जाव काय हो मायेरी ।
गुणाचे गुणवंती आमा काय पुसशी ।
पुसजा पुसजा आपल्या सासवेशी ।
रुप्याच्या भानोशी करते भाकरी तुमा म्हणे आतोजी ।
बंदू आले भागारी जाव काय हो मायेरी ।
गुणाचे गुणवंते आमा काय पुसशी ।
पुसजा पुसजा आपल्या दिराशी ।
सोनियाचा चेंडू रुप्याची ही फली तुमा म्हणे भावोजी ।
बंदू आले मुरारी मी जाव काय हो मायेरी ।
गुणाचे गुणवंते आमा काय पुसशी
पुसजा पुसजा आपल्या नणदेशी ।
सोन्याची सुपली मोत्यानं गुंफली तुमा म्हने आकाबाय ।
बंदू आले भागारी जाव काय हो मायेरी ।
गुणाचे गुणवंते आमा काय पुसशी ।
पुसजा पुसजा आपल्या घोवाशी ।
म्होरच्या बैला रं मागच्या नांगरा तुमा म्हणे भरतारा
मी जाव काय हो मायेरा ।
गुणाचे गुणवंते नको जाऊ दुबळ्या माहेरा ।
सोन्याच्या ताटी रुप्याची वाटी देईन सासूरा ।
नको जाऊ दुबळ्या माहेरा ।
कुंड्याची भाकरी टाकळ्याची भाजी ।
खाईन भरतारा जाईन मी दुबळ्या माहेरा । ... (रत्नागिरी)

या गीतातून हेही पुढे येते की, विवाहिता, नवऱ्याचे नाव घेत नसत त्यामुळे तिने पुढच्या बैलाचे आणि मागच्या नांगराचे नाव घेऊन पण पतीला उद्देशून आडवळणाने आपली मागणी त्याच्या पुढ्यात ठेवली आहे.

नवराही तिला अनेक आमिषे दाखवत विरोध करतो आहे. त्यात तुला व्हवसायला चांगले सूप घेतो असेही आश्वासन देतो आहे.

सोलाबंदी सूप घेन भारजा ।
नको जाऊ दुबल्या मायेरा ।
मायेचा बंदू घेल कलकीचा सूप मला ।
जाईन मी दुबल्या मायेरा । ... (रायगड)

यामधले सोळाबंदी सूप म्हणजे गौरीच्या व्हवशाचे बांबूचे सूप असे आणि ते बांबूच्याच पण वरच्या सालींच्या आठ बंधांचे असे. त्याऐवजी मी तुला सोळा बंधांचे, चांगले मजबूत (उत्तमोत्तम अलंकार युक्त) सूप घेईन, पण तू तुझ्या गरीब माहेरी जाऊ नको, असे नवरा भारजेला म्हणजे बायकोला म्हणतो आहे. माहेरी माझ्या भावाने बांबूसारख्याच पण पोकळ आणि जाडजूड कळकीचे, अगदीच ओबडधोबड सूप माझ्यासाठी घेतले तरी चालेल, तसेच रेशमी चोळीऐवजी चिटाची चोळी, जरीच्या लुगड्याऐवजी अंगावरचा सुडका आणि सोन्यारुप्याच्या दागिन्यांऐवजी कथलाचे गोट, पाटल्या भावाने मला घेतल्या तरी मी माझ्या गरीब माहेरी जाईन, असे ती म्हणते आहे. या गीतात आलेली कोंड्याची भाकरी, टाकळ्याची भाजी, कळकीचे आणि सोळाबंदी सूप अशा शब्दांवरून हे गीत कोकणातलेच आहे हे स्पष्ट होते.

अखेर नवरा अगदी नाखुशीनेच तिला माहेरी जाण्याची परवानगी देतो. ती आनंदाने होडीतून जायला निघते. पुढच्या गीतात तिची माहेरी पोचण्याची आतुरता नदीला पूर आला तरी तराफा किंवा होडीने मला पैलतीरी ने असे होडीवाल्याला सांगण्याइतकी शिगेला पोचली आहे.

वाजव बंदवा बंदरी ढोलकी रे ।
नाचन बंदवा तुज्या मी ढोलकीवरी ।
दर्यात बंदवा केवडा फुलेला रे ।
दे की रे बंदवा माथ्यात मालाया रे ।
माथ्यात मालुन मायेरी जायाला रे ।
बांदलाय बोचका मायेरी जायाला रे ।
मायेरला जाताना नदीला पूर आला रे ।
घाल की रे तरा ने मला पैल तिरा रे । ... (रत्नागिरी, चर्मकार)

अशा तऱ्हेने सासुरवाशिणी एकदाच्या आपापल्या माहेरी आल्या की त्यांच्या भावांनाही गाणी म्हणायला, नाच करायला हुरूप यायचा. पुरुषही गणपतीसमोर खास त्यांचे म्हणून एक पारंपरिक गीत म्हणायचे. ढोलकीच्या ठेक्यावर कंबर हलवत नाचायचे. खरे तर ते जाखडी गीत कुणबी समाजात गायले जायचे. ते वळणावळणाने दलितांच्याही घरात घुसले होते.

पुरुषांचे जाखडी गीत व नृत्य

गणा धावरे गणा पाव रे । तुजे आमी किती गुण गाव रे ।
तू दर्शन आमाला दाव रे । ... (रत्नागिरी)

या जाखडी गीतात काही कथानकेही असायची

श्रावण बाळ जातो काशीला जातो काशीला ।
मात्या पित्याची कावड खांद्याला कावड खांद्याला ।
तान रे लागली त्याच्या मातेला रे त्याच्या पित्याला ।
घेवून झारी तो गेला पाण्याला तो गेला पाण्याला ।
... (रायगड, रत्नागिरी)

मग शिकारीला आलेला दशरथ राजा, त्याचा बाण लागून श्रावणाचा झालेला मृत्यू, श्रावणाच्या आईवडिलांनी दिलेला शाप अशी कथा सर्वांच्या डोळ्यांना पाणी आणत पुढे सरकायची. तर काही गाणी त्यांतल्या मिस्किल भावाने वातावरण हलकेफुलके करायची. यात पुरुष स्त्रियांची थट्टामस्करी करतानाचे सर्वांच्या आवडीचे गाणे असायचे, ते म्हणजे

शालू झोका दे गो मैना ।
लुगडं नाय आनलं रुसू नको मैना ।
चोळी नाय आनली रुसू नको मैना ।
शालू झोका दे गो मैना ।

असे मग वेगवेगळ्या कपडे आणि दागिन्यांवरून गाणे पुढे वाढत जायचे. आपल्या सोबतिणीची थट्टामस्करी करणारा किंवा साजशृंगार करण्यात रंगणाऱ्या तरुणीला कोकणातल्या करवंदांचे, जांभळांचे आमिष दाखवणारा तरुण आणि त्याऐवजी करवंदासारख्या आणि जांभळासारख्या काळ्याभोर सुताची म्हणजे मंगळसूत्राची मला ओढ आहे असे म्हणून त्याला लग्न करण्याची जाणीव देणारी ती, असा काहीसा खट्याळ संवाद पुढील गीतात आला आहे.

किती करशील टाकमटीका कपाळी टिकली ।
चल माज्या कोकणामध्ये ही करवंदं पिकली ।
तुज्या करवंदीची करवंदं लागली गोड ।
तुज्या काळ्या सूतीचे लागले मजला वेड ।
चल माज्या कोकणामध्ये ही जांभळं पिकली ।
तुज्या जांभळीची जांभळं लागली गोड ।
तुज्या जांभळ सूतीचे लागले मजला वेड । ... (रायगड)

चंद्रदर्शन न करणे

गणपती येतो त्या दिवशी चंद्राकडे न पाहण्याचा रिवाज आहे. पण पाहिलेच तर प्रायश्चित्त घेतले पाहिजे अशी समजूत दलितांमधेही होती. गणपती उंदीर या आपल्या वाहनावरून पडला. त्याला चंद्र हसला म्हणून 'मी येईन तेव्हा चंद्राचे तोंड पाहू नका, जो पाहील त्याच्यावर आळ येईल' असा गणपतीचा शाप त्यांनाही माहीत होता. गणपती आणताना कुणाची ना कुणाची तरी नजर चंद्राकडे गेलेलीच असायची, त्यामुळे गणपती घरात येताच त्याला स्वतंत्रपणे फुले वगैरे वाहून चंद्र पाहिलेली माणसे हात जोडत. त्यावरून स्त्रीपुरुषांच्या गाण्याच्या दोन ओळी अशा आहेत.

नाय पावं तुज तॉंड रं चंद्रा । नाय पावं तुज तॉंड रं ।
येईल त्याच्यावर आल रं चंद्रा । येईल त्याच्यावर आल रं ।
... (रायगड, मातंग)

तिरपान करणे

गणपती घरी आणताना आकाशातल्या चंद्राला पाहिल्यामुळे लागणारे पाप धुऊन जाण्यासाठी 'तिरपान' करण्याची गमतीदार रीत सावंतवाडीतील चर्मकार समाजात आहे. चंद्र पाहणारी व्यक्ती शेजाऱ्याच्या दारात केरकचरा, घाण वगैरे टाकून काहीतरी कुरापत काढते. त्यावर शेजाऱ्याने चिडून भरपूर शिव्या दिल्या की या व्यक्तीला लागलेले पाप नाहीसे होते, अशी त्यामागे समजूत आहे.

हुंदरबी

सावंतवाडीतील चर्मकार समाजात गणपती आल्यानंतर दुसऱ्या दिवशी गणपतीच्या उंदराच्या नावाने वाडी म्हणजे जेवण वाढून ते रानात नेऊन ठेवत. त्याला 'हुंदरबी' म्हणत. त्या निमित्ताने घरातले उंदीर रानात पळून जातात, अशीही समजूत असे.

गणपतीची पूजा करून आपले चांगले व्हावे, जन्मभर भावाचे प्रेम मिळावे, पुत्र मिळावा नवऱ्याला आयुष्य मिळावे, बाकी काही मागत नाही अशी गणपतीसमोर स्त्रिया प्रार्थना करत गाणे गात. त्यांतलेच खालील गीत आहे.

गनोबादेवा करीन तुजी सेवा ।
नवसाला पावशील कायी रे ।
पाच नारलानी पाच फुलानी तोरन बांदीले तुला रे ।
कपालीच कुकु माज्या जल्माला देरे ।
आनि काय मागन कायी रे ।
पाच फलांनी पाच नारलानी तोरान बांदीले रे ।
पाटीचा भाव माज्या जल्मावर देरे ।
आनि काय मागन कायी रे ।
पाच पानानी पाच बेड्यानी तोरन बांदले तुला रे ।
पोटीचा पूत्र माज्या जल्माला देरे ।
आनि काय मागन कायी रे ।
डोक्याला फूल माज्या जल्माला देरे ।
आनी काय मागन कायी रे । ... (सिंधुदुर्ग)

फूल जन्माला दे म्हणजे, नवरा हयात असलेल्या बाईनेच केसात फूल घालावे असा कोकणात एक संकेत आहे. त्याचे प्रतिबिंब या गाण्यात आहे. गणपतीच्या मूर्तीसमोर स्त्रिया-मुलींमध्ये फुगड्या घालण्याची, गाणी म्हणण्याची रात्री चढाओढ लागायची. अर्थात स्त्रियांना जास्त हुरूप यायचा तो गौरीसमोर. त्यांच्यामधे गौर आणायची आणि तिच्या व्हवशाची तयारी करण्याची मोठी धांदल उडत असे.

गौर आणणे, गौर पुजणे

कोकणातल्या चारही जिल्ह्यांतील चर्मकार, मातंग समाजांत गौर आणत असत. आजही आणतात. पण महार समाजात गौर फारशी

कुणाकडे आणत नसत. कारण गौरीच्या व्हवशाला लागणाऱ्या सुपल्या, सुपे त्या समाजातल्या स्त्री-पुरुषांना करावी लागत असत. ते व्हवसे गौर येण्या आधीपासूनच तयार करून लोकांना घ्यावे लागत. त्यामुळे त्यांना गौर आणायला, पुजायला सवडच मिळत नसे. व्यवसायामुळे किंवा आपल्या वेगळ्या संस्कृतीमुळे असेल, पण महार समाज धर्मांतरापूर्वीही काही रूढिपरंपरांपासून दूर राहिला असे दिसते.

कुणी गौर आणलीच तर अत्यंत साध्या पद्धतीने ती आणली जात असे. गणपतीच्या आदल्या दिवशी नदीतले पाच लहान गोटे आणि नदी काठावर, बांधावर, परसात वाढलेली तेरडा, गोमेटा, सोनावली, हरळी अशी वनस्पती तोडून आणत. ज्या घरात गणपती आणला असेल त्या घरी जाऊन गणपतीच्या पाटाजवळ ते पाच लहान गोटे ठेवून त्यांवर तो तेरडा, गोमेटा वाहत आणि वर हळद, कुंकू, तांदूळ वगैरे घालून पूजा करत. बाकी सगळ्या स्त्रिया जिथे गणपती व ती खड्यांची गौर मांडलेली असेल त्या घरी येऊन हात जोडत.

रायगडमधील चर्मकार समाजात स्त्रिया गणपतीच्या तिसऱ्या दिवशी तेरडा, गोमेटा वगैरे वनस्पती गौर म्हणून सुपात ठेवत आणि घरी आणून त्या वनस्पतीला साडी नेसवत, मण्यांचे दागिने घालत. सुपाला कडेने भेंडीची फुले लावून सजवत. ते सूप म्हणजेच गौरीचे आसन. आसनावर बसलेली तेरडा गोमेट्याची गौर तिला हळद, कुंकू, तांदूळ वाहून पूजा करत. पुढे मग ती गौर खुर्चीवर ठेवून पुजायची पद्धत सुरू झाली. त्यानंतरच्या काळात त्या खुर्चीलाच मुखवटा लावून खुर्चीचे हात म्हणजे गौरीचे हात समजून त्या हातांना बांगड्या भरत, दागिन्यांनी नटवत, फुलांनी सजवत. आता तर चर्मकार, मातंग समाजांत गणपतीसारखी गौरीची मूर्ती आणून पुजतात. धर्मांतरापूर्वी मुंबईतल्या बी. डी. डी. आणि बी. आय. टी. चाळीत राहणारी महार मंडळी गौरी-गणपती आणून पूजत असत.

गौरीसमोर नाचतानाच्या पुढील गीतात, खेळ खेळण्यासाठी गौर डोंगर उतरून खाली माळावर आली आहे, असा आपल्याच मनातला भाव स्त्रियांनी व्यक्त केला आहे. पुढे त्या म्हणतात, माहेरहून मुळ्ारी आपल्याला न्यायला येईल. माहेरी आपल्याला दागदागिने काय हवे विचारतील आणि आपण कपाळाचे कुंकू, जोडवी वगैरे सौभाग्यलंकार मागू म्हणत गौर वाट पाहते आहे.

ताडाची गौर मालाला उतरेली ग ।
राम कृष्ण अंगाशी भिरला ग ।
गौर पाते मुळ्ळाऱ्याची वाट ग ।
गौर बाय तुला सिनगार काय पायजे ग ।
मला पायजे कपालीचं कुकु ग ।
मला पायजे पायातलं जोरवं ग । ... (ठाणे)

गौरीचा पदर धरून शंकर तिला अडवत आहे तरी माहेरी जायला, आपल्या आईचे दागिने घालायला ती ताडमाड चढून जाण्याइतकी उतावीळ झाली आहे. कोणत्याही सासुरवाशिणीच्या मनात येणारा हा भाव खालील गीतात आला आहे.

ताडावरची माड गौराई वेंगुजी लागली ।
तिकडून आला शंकर त्याने पालवी धरली ।
सोड सोड शंकरा मला मायेरी जाऊं दे ।
माज्या आईची नथ मला ल्यायाला आणूं दे । ... (मुंबई)

असेच मग कुड्या, बुगड्या अशा दागिन्यांवरून हे गाणे पुढे सरकते.

सिंधुदुर्ग जिल्ह्यात पाने आणि बेळे अशा महारांच्या दोन पोटजाती आहेत, त्यांतील फक्त पानमहारांत गौर आणत नसत, बेळेमहार ती आणत. सावंतवाडीतील इन्सूली गावच्या चर्मकार स्त्रिया गौर आणण्याविषयी म्हणाल्या, ''आमी गवर आनतव. गवर म्हंजे आमी नदीवरसून हळदीचे पाच खांब त्यासोबत हरन, मेकू, आगाडो, लाल माठाच्या भाजीचा मूळ असा आनतॉं. हीच गौर आसता. ती गवर आदीच जावन नदीवर ठेवायचो. धयसून गौरीक हाडताना तिका साडी, दागिने घालून आनयचॉं. हाडनारान नदीचा एक घोट पानी तोंडात घेवन येवचा लागता. गवर खाली ठेवताना तोंडातलो घोट गवरीच्या बाजूक पेल्यात ठेवायचो. गवर आमी गनपतीच्या आसनावर ठेवत नाय. वायली पूजतॉं. गवरीक पूजेक लावून निवेद दाकवायचॉं. मगे सवास्नी आसतील त्या सगळ्यानी व्हवसे भरायचॉं. व्हवशाच्या सुपात हळदीची पाना, घरात मानसा आसतील तशी ठेवतत. कायजनी दोडक्याची नायत तोवशाची पाना ठेवतत. त्या पानांवर पिटाचो दिवो, पाच फळांचे तुकडे, घारगो ठेवायचो. मगे गवरीक गाराना घालतव 'गवरीदेवी आमी तुका आनला हा, तर आमचा भागसोभाग जल्मभर ठेव आनि हे व्हवसे मान्य करून घे बाय.' ते व्हवसे गवरी देवीक दावले का

त्यांतला एक एक पान न्हान थोरांका देतव. या दिसाक गवरीक मटनाचा जेवान करतव. गवर पोचवताना पेल्यात काडलेलो पान्याचो घोट भायर झाडाच्या मुदात टाकतव. पाच दिवसाचे गणपती व गौरीचा एकत्रच विसर्जन करतव. पयल्यान आमी गनपती दिड दिसाचाच आणॉ पन गणपती जाताना 'म्हामदा' गावजेवण आसता. त्यामुळे त्याचो बोवाळ आनि दिड दिसाच्या गवरीचो बोवाळ एका दिसाकच व्हता, म्हणान आमी आता गनपती सात दिसाचे आनतव. तिसऱ्या दिसाक गवर हाडून दिड दिसान एकटीच पोचवली का नंतर गनपतीक म्हामदा घालून पोचवूक बरा पडता.''

ठाणे येथील मुरबाड तालुक्यात गणपती दीड दिवसासाठी आणि गौर षष्ठीला एक दिवसाचीच यायची व त्याच दिवशी नैवेद्य दाखवून तिला पोचवत. गौर आणण्यापूर्वी गौरीचे किंवा कुठल्याही देवीचे चित्र भिंतीवर लावत. रानकेळीचे लहान खांब लावून मखर तयार करत, सजवत. मग नदीवरून 'इंदय' नावाची पिवळ्या लालसर रंगाची फुलांची वनस्पती खरी गौर म्हणून आणत. ती आणताना ज्याच्या हातात ती गौर असेल त्याच्या पुढे उखळात कुटलेले तांदळाचे पीठ पेरत पेरत मुली चालत. म्हणजे गौर चालत चित्राजवळ आणली असे समजत. पिठाचे पंजे भिंतीवर मारत. समोर एका मडक्यात तांदूळ ठेवत. गौरीला हळदकुंकू वाहून पुजत. कोंबड्या बकऱ्याच्या जेवणाचा नैवेद्य दाखवत.

भादवी पुजणे

जव्हार, मोखाडा, पालघर, वसईकडेही महार समाजात गौरीला भादवी असे नाव आहे. तिची कथा आणि पूजाही वेगळी आहे. भादवीची कथा सांगताना अनुसूया भातणकर म्हणाल्या, ''गवरीन एका मुलीचा रूप घेतला होता. ती मोटी खरजुली झाली. मासक्या तिच्या आंगावर येई. त्या खरजूलीला सगले हाकलून लावत, पन बान्या म्हार होता त्यानं तिला घरात घेतला. तिचा आंग धोवला. नेसाला लुगडा दिला. म्हनाला बदल. तिना आडवा लुगडा कमरेला गुटालला. ती म्हनाली, तू मला घरात घेतला. बरा वाटला. मंग त्या बान्या म्हारानं गोठ्यातला टोनगा मारला. त्याच्या गुडशाचा बसायला आसन केला. टोनग्याच्या नेत्राचा दिवा केला. भादवीला टोनग्याचा मास जेवाय दिला. तेवा तिना बान्याला सांगला, तू माजी सेवा केली, मला बरी केली. पहाटेस माजी आरती कर. बान्यान

आरती केल्यावर तिचा आसन सोन्याचा झाला. तेतपासून लोक भादवी पूजाचे. फाटेस आरती कराचे.''

भादवी पुजण्यासाठी तांदळाच्या पिठाची उकड काढून ते पीठ मळून त्याचे मोठ्या मेणबत्तीसारखे नऊ लांब आकार बनवत. प्रत्यक्षात ते गुरांच्या पायाच्या हाडासारखे दिसत. त्यांतला एक आकार मोठा असे. या आकारांचा वरचा भाग तेलाचा दिवा पेटवण्यासाठी थोडा खोलगट असे. हे आकार उकळत्या पाण्यात टाकून उकडून घेत. सुपामधे मधोमध मोठा आकार व बाजूने आठ आकार उभे करत. तेलवात ठेवून दिवे पेटवत व त्या आकारांना लांब धागा गुंडाळत. तशाच पिठाची गाय व वासरूही करत. गाईच्या पोटातही धागा ठेवत. सुपात थोडेसे तांदूळ मोजून घेऊन त्यात गायवासराचे आकार ठेवत. फुले, देवतिरडा, हरळी, हळद-कुंकू तांदूळ वगैरे सुपातल्या त्या आकारांवर टाकून धूप दाखवून गाऱ्हाणं घालत ''भादवीबय, तू आमची मोटी बय हायेस, तू आमा सर्व्याला सुकात ठेव. घराची इरापीरा घालव...'' असे म्हणत. ही पूजा झाली की पेटलेल्या दिव्यांवर झाकण टाकून ते दिवे विझवत. दुसऱ्या दिवशी ती गाय कापून तिच्या पोटातला दोरा व त्या गुडशाच्या आकारांभोवती बांधलेला दोरा सर्वजण मनगटाला किंवा दंडाला बांधत. सुपातले तांदूळ मोजून बघत. ते जास्त भरत अशी समजूत होती. मग ते सुपातले पिठाचे वासरू, फुले नदीओढ्याला वाहत. दिव्यांचे पिठाचे आकार आणि ते गायीचे पीठ गुळात चुरून सर्वजण प्रसाद म्हणून खात. नंतर म्हणत. ''भादवी बय, आमी उपाशी हाव. तू आम्हाला उपाशीच ठेवला...'' आणि आकाशाकडे बघत गिधाड वगैरे फिरतेय का पाहत. दिसले तर 'पड' आहे समजून तिकडे जात. भादवी पुजल्यावर पड मिळतेच अशी त्यांची समजूत होती.

गौर आली, मांडली की ती दीड दिवसांसाठी माहेरी आलेली लेकच आहे असे कल्पून गौरीशी संवाद केल्याप्रमाणे स्त्रिया पुढील गाणे गात.

तलपट्या मालावरनं गवर एकली आली ।
नाय आई एकली संग शंकर मुरारी ।
तलपट्या मालावरनं गवर भुकेली आली ।
नाय बाबा भूकेली मी जेवून आली ।
तिरड्या गोमट्याचं लेन माजं दीड दिवसाचं न्हानं ।

दीड दिवस ऱ्हानं माजं खूर्चीवर बसनं । ... (रत्नागिरी)

असेच पुढच्या गाण्यातही एक दोन शब्द इकडे तिकडे होऊन गौरीच्या माहेरी येण्याचे वर्णन आले आहे. एकच गाणे सर्वत्र फिरलेले दिसते आहे.

ढवळ्या नंदीवरन गौर एकली आली ।
बापानी देकली गौर एकली आली ।
नाय बापा एकली संग कृष्ण मुरारी ।
बापानी देकली लेक भुकेली आली ।
नाय बापा भुकेली मी अमृत प्याली । ... (रत्नागिरी, चर्मकार)

हेही गाणे तसच शब्द बदलून पुढे गेले आहे.

हळब्या ढवळ्या वारूवरून गवर बसून आली ।
चुलत्यानं देखीली पुतणी भूकेली आली ।
नाय काका भूकेली पुतणी जेवून आली ।
घाटीया सासर बाजरीचा खाना ।
कोकनी मायेर आंगठीचा लेना ।
हळब्या ढवळ्या वारूवरून गवर एकली आली ।
भावानं देखीली बहीण भूकेली आली ।
नाय बंदवा भूकेली बहीण जेवून आली ।
घाटीचा सासर मक्याचा खाना कोकणी मायेर माळेचा लेना ।
... (सिंधुदुर्ग)

गौरीचे सासर घाटावर आणि माहेर कोकण असे कल्पून आणि दागिन्यांवरून तिचा चुलत्याशी, भाऊबहिणीशीही झालेला संवाद वरच्या गाण्यात आहे, तो संवाद नाती आणि दागिन्यांवरून वाढत जातो. तर गौर येताच तिच्या पूजेची तयारी करण्याविषयी त्या त्या वस्तू आणण्याविषयीच्या सूचना पुढील गीतात आलेल्या आहेत.

उट उट रे मालीदादा बैल जुंप हाटाला ।
बैल जुंप हाटाला काय पानी जावदे पाटाला ।
पानी जावदे पाटाला काय नारली बनाला ।
नारलीचे नारल येवदे गवरीच्या व्हवशाला ।
गवरीच्या व्हवशाला काय गवरायच्या चौकाला ।
... (रत्नागिरी, महार)

मळ्याच्या माळीया रे बैल जुंप हाटाला ।
बैल जुंप हाटाला रे पानी जावदे पाटाला ।
पानी जावदे पाटाला रे केगदी बनाला ।
केगदीची पात जावदे रे गवरायच्या व्हवशाला ।
गवरायच्या व्हवशाला रे शंकराच्या मांडाला ।
... (रत्नागिरी, चर्मकार)

वरील दोनही गाणी एकच आहेत. एकात पूजेला लागणारी फळे आहेत तर दुसऱ्यात फुले.

दागिन्यांवरून पुढे सरकणाऱ्या खालील गीतात गोंधळासाठी माहेरी येणारी मुलगी आपल्याला पुन्हा पुन्हा माहेरी येता येणार नाही म्हणून आई आणि भावाकडे साडीचोळीचा हट्ट धरते आहे.

दो बाजूनी तारू डुले लेक माजी गोंधळाला येते ।
अशी लेक माजी गोंधळाला येते रे ।
लेक माजी गोंधळाला येते ।
चांगली साडी घे माज्या बंदवा ।
मी परतुनी येनार नायी ।
दो बाजूनी तारू डुले । लेक माजी गोंधळाला येते ।
अशी लेक माजी गोंधळाला येते रे ।
लेक माजी गोंधळाला येते ।
चांगली चोळी घे माज्या आई ।
मी परतुनी येनार नायी । ... (रायगड, मातंग)

मातंग समाजात शुभकार्यात गोंधळ विधी केला जात होता त्याच अर्थाने हे गाणे आले आहे. पुढील गाण्यात गौरीला येताना वाटेत गावातल्या हिरव्या, पिवळ्या गवतांच्या वेगवेगळ्या वाड्या वस्त्या दिसत आहेत आणि गौरायला अधीरतेमुळे ते तिचे माहेर वाटते आहे, पण ते माहेर नसते. मनात ती नाराज होते. मग त्या त्या वाड्यांवर तयार होणाऱ्या वस्तूंचा, दागिन्यांचा ती आग्रह धरते.

हरयाली सोनयाली पिवळी दिसं । गवराय म्हणे माजं मायेर दिसं ।
मायेर नव्हे गौरी सोनारवाडा । सोनारवाडा मला पाटल्या घडा ।
हरयाली सोनयाली पिवळी दिसं । गवराय म्हणे माजं मायेर दिसं ।
मायेर नव्हे गौरी शिंपियावाडा । शिंपियावाडा मला चोळीया शिवा।

हरयाली सोनयाली पिवळी दिसं । गवराय म्हणे माजं मायेर दिसं ।
मायेर नव्हे गौरी कासारवाडा । कासारवाड्या मला बांगड्या भरा ।
... (रायगड)

हेच गाणे थोडेसे शब्द बदलून पुढे आले आहे. त्यात गौर साळी माळी वगैरे बलुतेदारांच्या वस्तीवर जाते. साडी, अलंकाराबरोबर तिथल्या वस्तू मागते, नाहीतर गौर रुसते. रुसलेली ती आसनावर बसत नाही, ती बाजेवर म्हणजे बाजल्यावर बसते. तिथे बसलेल्या गौरीची पूजाही करता येत नाही.

हिरव्या बांगडीला पिवळं ठसं । गौराय म्हणे माजं मायेर दिसं ।
मायरं नव्हं बाय साळ्याची वाडी ।
साडी नाय म्हनून गवर रूसं ग गवर बाजवर बसं ।
हिरव्या बांगडीला पिवळं ठसं । गौराय म्हणे माजं मायेर दिसं ।
मायेर न्हवं बाय बुरूडावली ।
सूप नाय म्हनून गवर रूसं ग गवर बाजवर बसं ।
हिरव्या बांगडीला पिवळं ठसं । गौराय म्हणे माजं मायेर दिसं ।
मायेर न्हवं बाय कासार आली । बांगड्या नाय म्हनून गवर रूसं ।
ग गवर बाजवर बसं । ... (रायगड, मातंग)

असा गौरीला आपल्याच भावभावनांचा साज चढवलेल्या या गीतात बलुतेदारांच्या कामांची माहितीही आली आहे.

गौर व्हवसणे

रायगडमधील मातंग समाजात गौरीची पूजा वैशिष्ट्यपूर्ण असायची. या समाजातली नवी नवरी पाच सुपे सजवून त्यांत तांदूळ, नारळ, पानसुपारी, विडा, हळद, कुंकू, वडे, पोळी, दिवा वगैरे वस्तू ठेवून गौरीची पूजा करते. म्हणजे ती गौरीला पाच सुपांनी व्हवसते. बाकीच्या स्त्रिया नवस वगैरे बोलल्या असतील तरच पाच सुपांनी व्हवसत. सुपांत पिठाचे सात दिवे, सात पोळ्या, सात वडे, सात फुले, पानाचे सात विडे ठेवत असत. भेंडीच्या सात पानांवर वरील एकएक वस्तू ठेवून वाण तयार करीत असत. ह्यांतले एक वाण ती नवरी प्रथम मामाला देत असे. नंतर नातेवाइकांना देत असे. वाण हातात घेणारा पानावरचा दिवा पानाच्या दोन्ही कडा एकत्र जुळवून विझवून मग त्यावरचा प्रसाद खाई. पूर्वा नक्षत्रात गौरी आल्या

असतील तर वयात आलेल्या नवरीला व्हवसायला तिचा मामा सूप म्हणजे पाच सुपांसह पूजेचे वाणाचे साहित्यही पाठवत असे. गौर व्हवसताना स्त्रिया गौरीला विनवण्या करत. आशीर्वाद मागत.

पालनची गंगा गौरी व्हवशाला यावं ।
व्हवशाला येवूनी काय फळ मागावं ।
पाटीचा बंदू माज्या जल्मावर द्यावा ।
पोटीचा बाल माज्या जल्मावर द्यावा ।
कपाली कुंकू माज्या जल्मावर द्यावा । ... (रायगड, मातंग)

या आधी आलेल्या सिंधुदुर्गातल्या गाण्यासारखेच हे गीत आहे. मला आयुष्यभर भाऊ, मुलगा, पती यांचे प्रेम मिळावे म्हणून त्यांना आयुष्यमान कर असे तिचे मागणे आहे. इथे थोडे शब्द वेगळे आहेत इतकेच. गौरी जाण्याच्या दिवशी मांसाहारी जेवण करत. गणपती बाजूला असेल तर गणपतीला मांसाहार चालत नाही असे समजून मध्ये पडदा करत. सामान्य माणसांच्या भावभावनांचे प्रतिबिंब या सणासुदीच्या विधींतून समोर येते. कोकणातल्या चर्मकार समाजातही याच रितीने गौरीला व्हवसत. आजही तोच रिवाज पाळत आहेत.

गौरीसमोर नात्यांवरून गीते व नृत्य

सासरच्या जाचावाचातून, दुःख आणि त्रासातून माहेरी आलेल्या माहेरकरणी गौरीपुढे नाचताना मनाने अगदी मुक्त, मोकळ्या व्हायच्या. फुगड्या, झिम्मा, काटवटकाना, बसफुगड्या, दंडफुगड्या घालणाऱ्या स्त्रियांमध्ये आजूबाजूच्याही खेचल्या जायच्या आणि मग त्यांच्या ओठांवर गमतीदार थट्टेची, मस्करी करणारीही गाणी धावून यायची.

तळ्याचं पानी पाटाला जावदे । शेवंती फुलेली लाल गो ।
शेवंती फुलेली लाल गो । माज्या वेनीवरती डाल गो ।
वेनीवरती डाल गो । माजा सासरा हवालदार गो ।
सासरा हवालदार गो । माजी सासू नायकीनदार गो ।
सासू नायकीनदार गो । माजा नाजुकला संसार गो ।
नाजुकला संसार गो । माजा गुजगुजला भरतार गो ।
... (सिंधुदुर्ग)

या गीतातली सासुरवाशीण आपल्या छोट्या संसाराचे, सासूसासरे, नवऱ्याचे अत्यंत प्रेमाने आणि गमतीनेही कौतुक करत आहे. नाचता-

नाचता गंमत करण्याचीही लहर येऊन काहीही शब्द जोडत स्त्रिया गात, हसत राहायच्या. धाकटा दीर आणि भावजयीचे नाते आई-मुलासारखे, त्यातूनच दिराचे चांगलेच व्हावे हा भाव भावजयीच्या मनात असतो आणि ती त्याची थट्टाही करते. हे दोनही भाव ठाणे जिल्ह्यातल्या पुढच्या गाण्यात व्यक्त झाले आहेत.

धाकटा दिर माजा सजनाला गेला ।
सजनाला गेला नि सायेब झाला ।
सजनाला गेला नि कलेक्टर झाला ।
सजनाला गेला नि मिनिस्टर झाला । ... (ठाणे, पालघर)

सजनाला म्हणजे फिरायला. माझा दीर सहज फिरायला गेला आणि सायेब झाला, कलेक्टर, मिनिस्टर झाला. दिराचे कौतुक सांगणारे हे शब्द, हे गाणे अगदी अलीकडचे असल्याचे सांगतायत.

'झिबडा' गीत व नाच सिंधुदुर्गात प्रसिद्ध आहे. हे गीत प्रचंड वेगाने म्हटले जात असे व त्यावरचे नृत्यही तसेच असे. झिबडा नाचासाठी वाद्य म्हणून पीठ मळायचा लाकडी पडगा वापरत. पगडा उपडा ठेवून त्यावर डवलीने म्हणजे करवंटीला लावलेल्या दांड्याने घासल्यावर जो तोंडाने पखवा घातल्यासारखा आवाज होतो त्या आवाजावर नाचत.

दोन तीन बैलांची लागली झोंबी गो लागली झोंबी ।
माजी मासोळी धापो गेली गो धापो गेली ।
ती बा कुनाला सापाडली गो सापाडली ।
धाकल्या दिराला सापाडली गो सापाडली ।
धाकल्या दिरान काय माजं केलं गो काय माजं केलं ।
सासूसासऱ्याला सांगीतलं गो सांगीतलं ।
सासूसासऱ्यानं काय माजं केलं वो काय माजं केलं ।
दोन-तीन चाबूक चमकाविलं गो चमकाविलं ।
माजं मायार पंढरपूरी गो पंढरपूरी ।
पंढरपूरीचं काय गो साजं गो काय गो साजं ।
पंढरपूरीच्या बांगड्या साजं गो बांगड्या साजं ।
जाता येताना खाळखूळ वाजं गो खाळखूळ वाजं ।
... (सिंधुदुर्ग)

वरील झिबडा गीतात गंभीर प्रसंगाला विनोदाची झालर लावलेली आहे. दोन-तीन बैलांची लागलेली झुंज सोडवताना तिची पायाच्या बोटातली हरवलेली मासोळी तिच्या धाकट्या दिराला सापडली आणि त्याने ती चुगली आपल्या आईबापाकडे केली तेव्हा तिच्या सासू, सासऱ्याने फार काही केले नाही, फक्त आपल्याला चाबकाचे दोन-तीन फटके मारले असे ती सहज सांगते आहे. कारण पंढरपूर या आपल्या माहेराविषयी वाटणारी भक्ती आणि तिथल्या बांगड्या आपल्या हातात खाळखूळ वाजत आहेत याचा आनंद यानेच त्या सुनेचे मन भरलेले आहे.

सुनेला मारहाण करणं ही घटना किती सामान्य वाटत होती त्याचेही हे गाणे निदर्शक आहे.

झाप घाली झापू नि मला झापू येईना ।
सासू गेली आनाय मला चलता येईना ।
आणेली आणेली मोदकाची भेट ।
मोदकाची भेट मी खानार नाही सासूसंग मी जानार नाही ।
मामंजी गेले आनाय मला चलता येईना ।
मामंजीनू मामंजीनू काय आनली भेट ।
आणेली आणेली लाडवाची भेट ।
लाडवाची भेट मी घेनार नाई मामंजीच्या संग मी जानार नाही।
दीर गेला आनाय मला चलता येईना ।
भावोजीनू भावोजीनू काय आनली भेट ।
आणेली आणेली पोल्यांची भेट ।
पोल्यांची भेट मी घेनार नाई भावोजीसंगे मी जानार नाई ।
भरतारा भरतारा काय आनली भेट ।
आणेली आणेली खोबऱ्याची वाटी ।
खोबऱ्याची वाटी मी खाईन कुरूकुरू ।
भरतारासंगे मी जाईन तुरूतुरू । ... (सिंधुदुर्ग)

वरील गाण्यातल्या माहेरवाशिणीला सासरी न्यायला बाकी कुणी नको तर तिचा नवराच यायला हवा आहे आणि तोच येईल ना या आशंकेने ती म्हणते, मी झोपायला झाप म्हणजे नारळीच्या झापाची चटई घातली तरी मला झोप येत नाही.

स्त्री जीवनात विटाळ ही नैसर्गिक घटना अत्यंत महत्त्वपूर्ण आहे. विटाळ

आल्यानंतर रूढिपरंपरेनुसार स्त्रीने कसे वागावे हेही अव्यक्तपणे सांगणारे पुढील गीत आहे. या विषयाचे कोकणातले हे पहिलेच लोकगीत समोर आले आहे.

रादीबाय सूर्याची कन्या । रादीला न्हानं बा आलं ।
रादीला पदर आला ।
चार दिस बाहेर बैसली । पाचवारा गंगेला गेली ।
धोविला विटाल सारा ।
गेला तो विटाल दर्या । पानी गेला नारली बन्ना ।
पानी गेला केलीया बन्ना ।
नारलीचे नारल सुकेले । केलीची केला सुकेली ।
तारू बा बंदरी जावदे ।
राजा बा घराला येवदे । तारू बा बंदरी गेला ।
राजा बा घराला आला ।
उगर उगर दारीच्या किल्ल्या ।
नाय उगरीत दारीच्या किल्ल्या ।
तू हायेस कोनाचा कोन ।
हाई मी जीवनाईचा भरतार । ... (मुरबाड, ठाणे)

स्त्रीच्या रजस्रावाने अनर्थ होतात म्हणजे नारळीवरचे नारळ सुकले, केळीच्या बागा सुकल्या अशी समजूत या गीतात दिसते आणि विटाळानंतरच पति-पत्नीने एकत्र यावे या संकेतानुसार इथे बाहेर गेलेल्या पतीला आणायला होड्या पाण्यात घातल्या गेल्या. तो आला आणि दाराला घातलेला कडी-कोयंडा उघडण्यासाठी तो आपल्या पत्नीचे जीवनाई हे नाव सांगून आपली ओळख देतो आहे.

सामाजिक रूढी, परंपरा आणि संकेतांचे भान देणाऱ्या गीतांबरोबरच अगदी अलीकडच्या काळात शोभेल अशी चेष्टामस्करी आणि मुंबईसारख्या शहरातील सर्वसामान्य लोकांचे जगणे गाण्यातून समोर आले आहे.

पंगाऱ्याचा मडक्या पानी झाला थोडक्या ।
मुंबय जायाला सांज झाली ग ।
मुंबयत नायकानं नायकीन ठेवल्यान । पंधरा रूपये पगार ग ।
बारा वर्सानी नांदायला गेली । मेल्याच्या खोलीत अंधार ग ।
हाताशी धरता चुलीकडं न्हेता । मडकी मेल्याची फुटली ग ।
... (सिंधुदुर्ग)

कथात्मक गाणी

काही फुगडीगीतांतून कथानकेही साकार झाली आहेत. खालील गीते तशीच आहेत.

श्रीकृष्ण, मथुरेच्या गवळणी, पेंद्या वगैरेंचा संवाद असलेली गीते सर्वच स्त्रियांना आवडायची. सगळ्यांच्या चेहऱ्यावर त्या गाण्याच्या शेवटचा मिस्किल विनोद आधीच लखलखायचा. या गाण्यातल्या कथानकातून काहीजणींच्या मनात अशीच इतर कथानके जागी व्हायची. गाणे असे असायचे.

नंदागवळ्याच्या सातजणी सुना ग ।
मिलून चालच्या मथुरे बाजारी ग ।
असा आडवा आला, आडवा आला । श्रीकृष्णाचा पेंद्या ग ।
अरं अरं पेंद्या, अरं अरं पेंद्या । काय तुजं मागणं रं ।
माजं मागणं, माजं मागणं । खोली, खोली दूध गं ।
देसा पेंद्याला देसा पेंद्याला । खोली खोली दूध गं ।
असा निघून जाईना, असा निघून जाईना ।
श्रीकृष्णाचा पेंद्या ग ।
अरं अरं पेंद्या, अरं अरं पेंद्या । काय तुजं मागणं रं ।
माजं मागणं, माजं मागणं चंद्रा ही गवळणं ग ।
अग देसा मेल्याच्या, देसा मेल्याच्या । हुरेडावर लात ग ।
अग पाडा मेल्याचं पाडा मेल्याचं । फुडचं दोनीव दात ग ।
... (रत्नागिरी)

मथुरेच्या बाजारात निघालेल्या गवळणींना अडवणाऱ्या पेंद्याला त्याचे मागणे, विचारणे, त्याने केलेली दुधाची मागणी निष्पाप बुद्धीची वाटून त्याला ते द्यायला गवळणींनी तयार होणे, पण त्याच्या मनातला चावटपणा लक्षात येऊन गवळणींनी त्याच्या छातीवर लाथ मारायला सज्ज होणे या गीतात आले आहे. चारही जिल्ह्यांतल्या गीतात कृष्णाच्या खोड्या थोड्याफार फरकाने अशाच येतात, पण पुढील गीतात वेगळाच प्रसंग उभा राहिला आहे.

नंदा गवल्याच्या सातजनी सुना ग ।
त्या गेल्या मथुरेबाजारी ग ।
नंदाचा काना आरवा त्या आला ग ।

करीतो तिच्या रावल्या ढावल्या ग ।
एक चंद्रावली काय बोलू लागली ग ।
उपटा याची माथ्यावरची शेंरी ग ।
देसा मेल्याला शिपी शिपी दूद ग ।
माजा का धर्म नाही का दह्याचा ग ।
तितून गोविंद घराला तो आला ग ।
आपल्या भैनीला काय बोलू लागला ग ।
दे ग बाय तुजा सावला पितांबर ग ।
दे ग बाय तुजी अंगातली चोली ग ।
मला जायाचा शिमगा खेल खेलाया ग ।
दे ग बाय तुज्या पायातल्या पटट्या ग ।
दे ग बाय तुज्या नाकातली चमकी ग ।
मला जायाचा शिमगा खेल खेलाया ग ।
सर्व अलंकार अस्तूरीचा केला ग ।
गोविंद गेला चंद्रावलीच्या म्हाली ग ।
चंद्रावली म्हनते माजी भैन का आली ग ।
ये ग बाय तुजी पाऊलं धुवते ग ।
पाय धुताना पाय लागलं पुरशाचं ग ।
तितं चंद्रावल मनी काय इराकली ग ।
ये ग बाय आपन दोगीजनी जेऊ ग ।
जेवता जेवता घास वळ्लं पुरशाचं ग ।
तितं चंद्रावल मनी काय इराकली ग।
ये ग बाय आपन दोगी पान खाऊ ग ।
पान खाताना चूना लावला आंगट्यानी ग ।
तितं चंद्रावल मनी काय इराकली ग ।
ये ग बाय आपन दोगी पलंगी झोपू ग ।
झोपताना आंग लागलं पुरशाचं ग ।
सकाली उटूनी चंद्रावल काय बोलू लागली ग ।
यशोदेचा काना असा कसा खोड्याल ग ।
राती पाऊस पाडला मोत्यापोवल्याचा ग । ... (ठाणे)

मथुरेला जाणाऱ्या नंदा गवळ्याच्या सात सुनांना अडवून त्यांची थट्टामस्करी करणाऱ्या कृष्णावर त्या सुना चिडल्या, पेंध्याची शेंडी उपटा म्हणाल्या. याला शिंपी शिंपी दूध द्या म्हणत त्यांनी त्याची उपेक्षा केली म्हणून अपमानित झालेल्या कृष्णाने चंद्रावळीला गाफील ठेवून आपल्या पद्धतीने कसा धडा शिकवला त्याचे अगदी चित्रदर्शी कथात्मक वर्णन केले आहे. त्या अन्यायाचे, फसवेगिरीचे 'रात्री मोत्यापवळ्याचा पाऊस पडला' म्हणत इथे उदात्तीकरण मात्र केले गेले आहे.

याच गीतातला शेवट थोड्याशा फरकाने पण वास्तववादातून खालीलप्रमाणे आला आहे.

बोलता चालता रात गेली निगून ग ।
मध्यान अंमलामदी भोग देवूनी गेला ग ।
सकाळी चंद्रावली पानीयाशी गेली ग ।
चंद्रावलीबाय तुजा चेहरा का कोमेला ग ।
आला हुता गोकुळचा गोविंदा ग ।
मध्यान राती भोग देवूनी गेला ग । ... (रायगड)

प्रमुख गवळणीचे नाव सर्व गाण्यांत चंद्रावळच आहे. लोकगीते थोड्याफार फरकाने सर्वत्र फिरत होती याचे हेही उदाहरण आहे.

वचनाला जागणारा राजा

एके नगरीचा राजा कबीर जातीचा गुजर ।
त्याचे पोटी कन्या जनमली जसी चंद्राची कोर ।
भट बामन जल्दी बोलवा नाव ठेवा सुकुमार ।
कन्येसाटी माडी बांदली नगराच्या बाहीर । ।
त्या माडीला चित्र कोरली चिमन्या पोपट मोर ।
त्या माडीला सात कमानी माडी दिसं गुलजार ।
त्या माडीत वस्तीस गेली कन्या ती सुकुमार ।
तिच्या सेवेला दास दासी आनी घोडेस्वार ।
एके दिसी कन्या गेली पोवाया नदीवर ।
गल्यातला हार काडून ठेवला कन्येन तीरावर ।
तो बा हार घेवून गेली आकाशीची घार ।
तो हार जावून पडला एका झाडावर ।

ते बा झाड तोडत होता जातीचा धनगर ।
हारासाटी दवंडी फिरली सगल्या नगरावर ।
हार आनूनी देईल त्याची कन्या होईल नार ।
हार घेवूनी आला तो बा जातीचा धनगर ।
वचनासाटी सुकुमार झाली धनगराची नार । ... (रत्नागिरी)

त्या काळात लोक आपले वचन हरिश्चंद्रराजाप्रमाणेच जिवापाड पाळत असत त्याचे हे आणखी एक उदाहरण.

पतिपरायण स्त्री

चंदनकाटीचे मालनी ग । तुजला राजा बोलावितो ग ।
तुजला राजा बोलावितो । मजला कशाला बोलावितो ग ।
दंडीच्या वेळा घडवितो ग । जळो मेल्याच्या दंडच्या वेळा ग ।
माजा माळी हाय बरवा ग । त्याच्या दंडी रूमाल हाय हिरवा ग ।
...(रत्नागिरी)

इथे दंडातला हिरवा रुमाल तिच्या माळ्याच्या म्हणजेच नवऱ्याच्या तारुण्याचं, त्याच्या चांगल्या स्वभावाचं निदर्शक आहे.

लबाड मेव्हणा

गौरीसमोर स्त्रियांप्रमाणे पुरुषही आपल्या आईबहिणींकडून ऐकून गाणी म्हणत. चर्मकार समाजात आजही म्हणतात. अशीच गाणी महाड येथील राजेंद्र बिरवाडकर हे म्हणतात. खालील गाणे त्यांची आई म्हणायची. मेव्हणा-मेव्हणीचे हे संवादगीत वर वर पाहाता गमतीदार आहे, पण त्यात चावटपणाही आहे.

चल ग मेव्हने तांबड मातीला डोंगराच्या बाजूला ग ।
चल ग मेव्हने वलवलनी मी येताय गवंडांनी ग ।
व्हलला लावली साटी रं । मेव्हन्या मेव्हनी लागली पाटी रं ।
चल ग मेव्हने तांबड मातीला डोंगराच्या बाजूला ग ।
माजी मेव्हनी खरी का खोटी पायान धुरला लोटी रं ।
मेव्हनीच्या हातात खोबऱ्याची वाटी मेव्हना जिभल्या चाटी रं ।
चल ग मेव्हने जेवन वाढाया घरी आले पावने ग ।
अग तुजा नवरा माजा साडू इतर नाही कुनी गं ।

नको रे मेव्हन्या मारू मला डोळा जीव माजा कोवळा रं ।
चल ग मेव्हने तांबड मातीला डोंगराच्या बाजूला ग । ... (रायगड)

या गाण्यातल्या मेव्हणीला तिचा मेव्हणा डोंगराकडील तांबडी माती आणायच्या निमित्ताने बोलावतो आहे. आपल्या कृतीबाबत दक्षता घेत तिला तो वळणावळणाने यायला सांगून स्वतः गवंडानी म्हणजे गुरांनी शोधलेल्या जवळच्या वाटांनी येतो म्हणतो आहे. शेताला मी पाणी लावलंय अशी वारंवार कारणे सांगत रागावून ती पायाने धुरळा उडवतेय, त्यामुळे नेहमीची शांत मेव्हणी ती हीच का असा त्याला प्रश्न पडून तो तिला पुन्हा पुन्हा बोलवतोय. माझा जीव कोवळा आहे म्हणजे मी अजाण आहे, भोळ्या मनाची आहे असेही ती आपल्या मेव्हण्याला म्हणते आहे आणि डोंगराच्या बाजूला किंवा आपल्या घरी बोलावणाऱ्या, तुझा नवरा माझा साडू आहे असा विश्वास देणाऱ्या त्या लंपट मेव्हण्याला जिभल्या चाटायला लावते आहे. बाईकडे एक उपजतच शहाणपणा असतो, तो असा.

स्वार्थी बहीण

अशाच एका संवादरूपी गीतातून कोकणातला समुद्र, मुंबई शहर इत्यादींचा उल्लेख आणि बहीणभावाच्या नात्यातल्या मिश्किलपणाबरोबरच या गीतातल्या बहिणीचा चिकट स्वभाव आणि स्वार्थही दिसतो आहे.

दर्या लोटला फेसांनी भरला रं ।
भाऊ चालला भैनीच्या घराला रं ।
दे ग भैनी तांब्या भरून पानी ग ।
बगून बहीन बोलाया लागली रं ।
राती रं बंदवा बावी साऱ्या आटल्या रं ।
दे ग भैनी बसायला पाटं ग ।
बगून बहीन बोलाया लागली रं ।
राती रं बंदवा सुतार आपल्या गेलं घरी रं ।
दे ग भैनी पान सुपारी खायाला ग ।
बगून बहीन बोलाया लागली रं ।
राती रं बंदवा पानाची वेली कोमेजूनी गेली रं ।
बाय मी जातो मुंबई शेराला ग ।
लाडूके भैनी काय काय आनू तुला ग ।

बगून बहीन बोलाया लागली रं ।
मला रं बंदवा साडी चोळी हवी रं ।
बगून भाऊ बोलाया लागला गं ।
आता ग भैनी कशी लाज वाटत नाय तुला ग ।
दर्या लोटला फेसांनी भरला रं । मग भाऊ परतुनी गेला ग ।
... (रायगड)

भावाशी कठोर वागणारी अशीच बहीण आणखी एका गीतात दिसते. ही बहीणही भुकेने व्याकूळ झालेल्या भावाला कसलीतरी कारणे सांगून टाळते आहे. भाऊ म्हणतो...

भूक भारी लागली जनाबाय भूक भारी लागली ग ।
दूद नि भाकर दे ग भैनी भूक भारी लागली ग ।
दुधाचं केलं दही रे बंदवा खायाला कायी नायी रं । ... (रायगड)

असेच मग ती बहीण दह्याचे ताक, ताकाचे लोणी, लोण्याचे तूप वगैरे प्रक्रिया सांगत शेवटी ते तूप मांजराने खाल्ले म्हणते. भुकेलेला भाऊ म्हणतो, मग नुसती भाकर तरी वाढ. यावर ती बहीण 'घरात भाकरीला पीठच नाही' असे निर्लज्जपणाने सांगते.

सवतीचे नाते

हे नाते दुःख देणारे असते म्हणून 'सवत नसावी लोण्याचीही' अशी एक म्हण आहे. सवत लोण्यासारखी मऊ किंवा गाईसारखी गरीब असली तरी बाईला नकोच. नवऱ्यासोबत त्याची बहीण आली असे समजून सवतीचे स्वागत करणारी बाई सत्य समोर येताच डोंगरातल्या वाघालाच आवाहन करते.

दोगा आली मी म्हनले ग बहीनभाव आला ग ।
एक तांब्यात पाय धुवले मी म्हनले बहीनभाव आला ग ।
एका ताटी दोगा जेवली मी म्हनले बहीनभाव आला ग ।
एका पालंगी दोगा झोपली तवा मीनी सवतुली पाहीली ग ।
रोंगरच्या वागोबा बिलातल्या नागोबा ।
खा खा माज्या या सवतुलीला रं ।
तुजी सवतुली माजी बहीनुली ।
कशी मी खाईन तिला ग । ... (ठाणे)

या गीतात 'डोंगरातल्या वाघा आणि बिळातल्या नागा माझ्या सवतीला खा' असे सांगणाऱ्या स्त्रीला वाघाने मोठे मासलेवाईक आणि कलात्मकतेने उत्तर दिले आहे. तो म्हणतो, तुझी सवत माझीच बहीण आहे म्हणजे तीसुद्धा माझ्या इतकीच क्रूर आहे. सवत हे नाते कसे असू शकते त्याचे हे उदाहरण आहे. हाच विषय पुढील गीतातही आला आहे.

आटाचं आट दिस म्हयन्याचं तीन दिस कुटं व करमीलं ।
गेला तो गेला बांदीव लावीला ।
भगवी पांगरूना कशानं वो झाली ।
बाई तुमावर सवतुली हो आली ।
आनली सवतुली आनली सवतुली ।
कुटं व ठेविली ।
ठेविली ठेविली नारलीच्या बन्ना ।
घ्या घ्या कुराडी घ्या घ्या कोयता ।
तोडा वो बन्ना । बन्ना तोडूनी बन्ना तोडूनी ।
घातील्या वो राशी । बाई सवतुली दावावी आमाशी ।

... (रायगड, मातंग)

या गाण्यात आलेल्या 'भगवी पांघरुणं' या शब्दात 'संन्यास' हा अर्थ उघड आहे म्हणजे सवतीमुळे तुम्ही माझ्यासाठी संन्यासी झालात आणि त्यामुळे आता मला विरक्त जीवन जगावे लागणार आहे, असा अर्थ कलात्मकतेने उघड झाला आहे. पतीच्या विश्वासघाती वृत्तीमुळे स्त्रीला भोगाव्या लागलेल्या दुःख आणि प्रतारणेविरोधातला हा आक्रोश पाहता ही निर्मिती स्त्रीचीच असल्याचे दिसते आहे.

जावयाची कथा

माहेरच्या ओढीने सतत माहेरी येणाऱ्या पत्नीला आणायला सासुरवाडीला आलेल्या जावयाचा खून झाला. त्याची ही कथा अत्यंत रहस्यमय असून ती ऐकणाराला खिळवून ठेवत असे.

लेक व्हता आईबापाला सक्यारामाला ।
त्यानं छंद गेतला सासुरवाडी जान्याला ।
बाल कदीच न्हवता गेला सासूरवाडीला ।
आता उशिर नको लावू जलदी यावं घराला ।

मांरवात (मांडवात) गेला राम राम त्यानी केला ।
सासऱ्यानी देकीला जावय माजा आला ।
मेवन्यान देकीला मेवना माजा आला ।
मेवनीन देकीला मेवना माजा आला ।
शिशी पाटाचा बसकार करी आपल्या मेवन्याला ।
गिरजानं देकीला पती मागारी आला ।
दूद नि पोली दिली त्याला खायाला । ... (ठाणे, चर्मकार)

ती दूधपोळी खाण्याआधीच त्याला विषाची उलटी झाली. सासुरवाडीला येताच त्याला कुणीतरी विष घातले होते, त्यात तो मरण पावला. गिरजाचे माहेरकर त्याचे प्रेत लपवून ठेवतात. तो आपल्या आईच्या स्वप्नात जातो. त्याची आई त्याच्या बापाला उठवून स्वप्न सांगते. मग त्याचे आईबाप खुनाचा शोध लावतात, असे हे खूप वळशा वळशाने गात रात्र जागवणारे गीत आहे.

बहिणीचे प्रेम

आईवडिलांप्रमाणेच भावावरच्या प्रेमानेही स्त्रियांच्या मनाचा तळठाव घेतलेला असे. भावासाठी काहीही करण्याची ऊर्जा, इच्छा त्यांच्या मनात निरंतर असे. पुढील गीतात बयो देजाल या बहिणीचे असेच असीम प्रेम रेखाटले गेले आहे.

चाय वजीर नांदतो नांदतो हुल्या घराला ।
कानू गमज्या नांदतो नांदतो बोरी पाटनाला ।
खेल त्यानी मांडीला मांडीला गोपिंगनाचा ।
चेंडू त्यानी उडवीला उडवीला कलम खांदी ।
चेंडू अडकीला अडकीला कलमखांदी ।
कानूबाल चडला चडला कलमखांदी ।
पाय त्यान ठेवीला ठेवीला आडव्या खांदी ।
ते बा खांदीला खांदीला कालीया नाग ।
तो बा डसला डसला कानूबालाला ।
कानूबाल पडला पडला धरनीवरी ... ।
बयो देजाल देजाल कानूची बहीन ।
धावत आली बा आली ती कलमाखाली ।

कालकाय देवीला देवीला नवस बोलली ।
जीवन भर ग भर ग कानूबालाला ।
कुरल्या केसानी केसानी देवूल लोटीन ।
घाऱ्या पुऱ्यानी पुऱ्यानी देवूल शिवीन ।
दह्यादुदानी दुदानी देवूल सारवीन ।
पानाफुलानी फुलानी देवूल सजवीन ।
जीवन भरल भरल कानूबालाला ।
बयो देजालनी देजालनी नवस फेडीला ... (रत्नागिरी)

पुढे मग बोलल्याप्रमाणे बयो देजाल नवस फेडताना दह्यादुधाने देऊळ सारवते. कुरळ्या केसांनी देऊळ झाडते. ते सर्व वर्णन गाण्यात अधिक रंग भरत राही. बहिणीचे भावावरचे प्रेम गाणाऱ्या, नाचणाऱ्या स्त्रियांच्या डोळ्यांतून पाझरत राही. देवादिकाच्या कथा आणि मानवी स्वभावावरही प्रकाश टाकणाऱ्या कथा, गीते, गाऊन, नाचून स्त्रिया रात्री जागवत.

भावाचा दुष्टपणा

ती गीते कहाण्या आता बऱ्याचशा विस्मृतीत जाऊन थोड्याशा कथात्मक आठवणी उरल्या आहेत. त्यांतलीच भावावर बहिणीने केलेल्या प्रेमाची, वहिनीच्या दुष्टपणाची कथा लक्ष्मीबाई अर्जुन पवार, रत्नागिरी यांनी खालीलप्रमाणे सांगितली.

''कुणाच्या तरी लग्नात नेसाय ननंदेला लुगडं हवं हुतं म्हनून ती आपले भावजयकडं लुगडं मागते. भावजय डोलं मोडीत आपलं लुगडं देते. तं नेसून ननांद लग्नास जाते. तितं लुगड्यास हलदीचा डाग लागतो. ता डाग बगून भावजय चिडीस येते. न्होवऱ्यास सांगते तुजे भैनीन माजं नुकसान केलान, तेचा खून कर आनी तेच्या रक्तात लुगडं भिजवून माला आनून दाकव. भैन तल्यावर कपडं धोवाय जाते. भाव पाटनी जातो नि हातातल्या सस्तरान तेचा खुन करतो. मरता मरता भैन म्हनते, 'तुला कुटलेच भैनीची माया मिलनार नाय तवा तुला समजंल, भैनीचं मॉल काय आसतं.' भावाच्या डोल्यावर बायकोचा धूर आसतो. ता भैनीच्या रक्तात लुगडं भिजवून बायकोस आनून दावतो. ती भैन तल्यात जितं मेली तितं रक्तासारं तांबडं कमलाचं फूल व्हते. भाव त्या तल्याकडनं जातो तवा तवा फूल बगून त्याला भैन आनि तेची माया आटावते.''

अशीच गाण्यातून म्हटली जाणारी, भावाने बायकोचे ऐकून बहिणीला भांडे फेकून मारल्याची कथा लक्ष्मीबाई गोपाळ खेडेकर, रत्नागिरी यांनी सांगितली. ''ननंद भावजय दोगी खल्यात फोवं कांडीत आसतात. भायरशी भाव येतो. फोवं खाया मागतो. भैन सीता उकलातलं जरासं फोव घरातल्या सुपात निवडाय न्हेते. सुपात पाकडून भातकुटं काडून भायर आनते तवसर भावजय फोव्यावर निस्तं पानी शिपडून नवऱ्या म्होर धरते. भैनीला फोवं आनाय उशीर झाला म्हणून भाव हातातलं पान्याचं भांड भैनीवर फेकून मारतो. भैनीच्या कपालातनं रक्त आनि डोल्याना आसवांच्या धारा लागतात. तेची आसवा जितं जितं सांडतात तितल्या गवताला डोल्यासारी नीली फुला येतात. ती फुला कवडा पक्षी खातो म्हनून ता वराडतो 'सितचं फोवं गोड गोड 'सितचं फोवं गोड गोड.' ''

दुष्ट वहिनी

सिंधुदुर्गातील कुवळे गावातील पार्वती शंकर जाधव यांच्याकडून एका दुष्ट वहिनीची कथा मिळाली. ''ननांद गनपतीच्या सनाक मायेराक आलेली आसता ती सासऱ्याक जावक पाटी फिरता तवा तिच्यो भाव आपले बायकोक सांगता, माजे भैनीक ती सासऱ्याक जायत तवा भरपूर भाकऱ्यांचो पावनेर दी. बायको देतय म्हणान सांगता नि जुन्या लुगड्याच्या धडप्यात धा बारा सुक्या सेनी बांदून देता. ता मोटा बोचका बगून भावाक चांगला वाटता. आपले बायकोन भैनीक मॉप भाकरी दिल्यान म्हणान तो हराकता. पन ननदेक ठावक आसता. ननांद मनात रडत सासरच्या वाटन चालताना शेनी फेकून देता. ती मायेरासून रिकामी इली म्हणान सासयेच्या शिव्या नी मार खाता.''

ही कथा सासर माहेरच्या माणसांची मने सांभाळताना स्त्रियांची मने कशी पिचून जात होती त्याचे चित्र समोर ठेवते.

गावखेडी सोडून शहरात राहणाऱ्या, शिकलेल्या, शहरी प्रमाण भाषा बोलणाऱ्या दलित समाजातील स्त्रिया अनुकरणातून पारंपरिक गीतेही म्हणू लागल्या. रत्नागिरीतील यशोदाबाई शिवराम जाधव यांनी गौरीगणपतीतली गायलेली कथनात्मक गीतरचना याची साक्ष देते.

सुंदर कन्या

वासुदेवाची कन्या लाडकी जाते आंगोळीला हो ।
धरतरीची वीट बनवली आणि बसायला दिली तिला हो ।
बावन तळ्याचं पाणी आटलं तिच्या आंगोळीला हो ।
चांद सुर्याची चीरी बनवली कपाळी ल्यायला हो ।

वासुदेवाच्या अशा तोलामोलाच्या लाडक्या लेकीच्या साजशृंगाराचे हे प्रमाण भाषेतले वर्णन दलित स्त्रियांनी आपल्या भावबंधात शब्दांसह जपले आहे.

नशीब श्रेष्ठ की धन

काही गीतांतून कोडी घालणे, चढाओढ लावणे, परीक्षा बघणे असेही विषय मांडलेले असत. चंदनसेन राजाचे पुढील कथागीत अशाच प्रकारचे आहे.

चंदनपुरचा चंदनसेन राजा ग ।
त्या राजाच्या राणीचं नाव सुंदरा ग ।
चेंड्या नि पांड्या पोटी होते दोन पुतर ग ।
राजाच्या म्हाली दास दासी नोकर ग ।
राजाला न्हवता धनधान्याला तोटा ग ।
राजाच्या म्हाली लक्ष्मी नांदते ग ।
राजा करतो राज्य आनंदात ग ।
एके दिवशी काय प्रकार घडला ग ।
कर्म लक्ष्मी यांचा भांड जुंपला ग ।
कर्म बोलतो मीच आहे थोर ग ।
लक्ष्मी बोले मीच आहे थोर ग ।
आहे तो आमचा चंदनसेन राज ग ।
तोच देईल न्याय करून आमचा ग । ... (रत्नागिरी)

मग ती दोघे त्या राजाकडे जातात. राजाला संपत्ती प्रिय असते. तो तिलाच थोर म्हणतो. तेव्हा कर्म संतापतो आणि राजाला आपला म्हणजे नशिबाचा हिसका दाखवतो. त्याची बायकोमुलांपासून ताटातूट करून त्यांना भुकेकंगाल बनवतो. अखेर राजाला मान्य करायला लावतो की, कर्मच थोर

आहे. अशी ही कथा सत्यवान राजा हरिश्चंद्र तारामतीच्या कथेचीही आठवण देणारी आहे.

रावण आणि सीतेचे नाते

बदलत्या संस्कृतीतील दडून गेलेली काही ऐतिहासिक सत्ये किंवा विचाराबाबतचे काही धागेदोरे लोकगीतांत सापडू शकतात. खालील गीतात रावणाची वेगळीच कथा सांगितलेली आहे.

सात वर्साची होती सीतामाय मेला मायबाप ग ।
मेला मायबाप सीतामाय धर्मसा जोडीला ग ।
असा धर्मसा जोडूनी सीताला तल्ल्यात लोटली ग ।
तितं बा पाच कमळं उगवली ग ।
पाच कमळ उगवली तीत रावण आंगोळीला गेलं ग ।
तितं रावणानं पाच कमळं तोडली ग ।
पाच कमळ तोडूनी रावणानं झोळीत भरली ग ।
अशी कमळ भरून रावण बाहेर पडलं ग ।
ती बा कमळ रावनानं पेटीत भरली ग ।
ती बा पेटी रावणानं जमीनीत पुरली ग ।
ती बा पेटी सापडली जनकाला शेतात ग ।
धर्मान घातली सीतेला जनकाच्या पदरात ग । ... (ठाणे)

इथे 'कमळ' हे सीतेच्या पाण्यात लोटलेल्या बाळ रूपाचे प्रतीक आहे. जनक राजाला शेतात पुरलेल्या पेटीत सीता सापडली या कथेचा इथे संदर्भ आला आहे. आदिवासींच्या गीतात रावण हा सीतेचा पिता आहे अशा प्रकारची जी कथा सांगितली जाते त्या कथेशी या कथेचे नाते असावे असे दिसते.

मृत पतीला जिवंत करणारी स्त्री

यमाला हरवून सत्यवानाचे प्राण परत आणणाऱ्या सावित्रीची कथा भारतीय जनमानसात पिढ्यान्‌पिढ्या रुतून बसली आहे. खालील गाण्यावरही त्या कथानकाचा प्रभाव आहे.

सूर्याची कन्या रादीका उटली फाटचे पारी ।
गेली ती यमुना नदी आनीलं झारीभर पानी ।

गेली ती गायीचे गोटी आनील पाटीभर श्यान ।
सर्गीच्या वाटा सारविल्या केला गे श्यान सितारा ।
सोना गे निगूनी गेला लागली सासयेच्या चरनी ।
सोना गे निगूनी गेला लाकेची काय आमा गोरी ।
सासऱ्याच्या चरनी लागली सोना गे निगूनी गेला ।

पतीचा मृत्यू झाल्यानंतर ती आपल्या सासूसासऱ्याच्या सेवेला लागते पण ते म्हणतात, आमचं सोनं गेलं, तू लाखेसारखी आहेस. तुझा आम्हांला काय उपयोग. मग ती स्वतः नवऱ्याला आणायला स्वर्गाची वाट धरते.

सर्गीच्या वाटा लागल्या । काय तुज्या नवऱ्याची खून ।
डोईला रूमाल जरीचा । हाताला यताची काटी ।
नवऱ्याला वळकून आनीला । लागली सासऱ्याच्या चरनी ।
... (ठाणे)

स्वर्गातून पतीची खूण पटवून पतीला आणल्यामुळे मग सासूसासरे आनंदी झाले, तिची थोरवी गाऊ लागले. यातून पती म्हणजे सोने आणि पत्नी केवळ त्याला आधारासाठी, तिने पतीसाठी आपले प्राण धोक्यात घालावे हा पारंपरिक विचारही पुढे येतो. अशी कथास्वरूप गाणी गात नाचत स्त्रिया रात्र जागवत. अशा कथा मानवी स्वभाव व रितीभातींवरही प्रकाश टाकत असत.

हरिणीची कथा

गौरीगणपतीच्या गाण्यांतून केवळ माणसांच्याच नाही तर प्राण्यांच्याही कथा स्त्रियांनी पुढे आणल्या आहेत. खरे तर ही रूपक गीते आहेत. हरिणी आपल्याला पाडस व्हावे म्हणून देवाला शरण गेली आणि स्वतः हरिणी पारध्याच्या फासात अडकल्यावर तिच्या त्या पाडसाने आईसाठी आपल्या बलिदानाची तयारी कशी दाखवली, पारध्याने प्रभावित होऊन हरिणीला कसे सोडून दिले वगैर कथा खालील गीतात आली आहे.

अरे अरे देवा काय केली चोरी मला ठेवलीस वांझोरी रं ।
हरन मिरग ही दोगा जुगमा गेली त्या देवाजवली ग ।
हात जोडूनी शरन आली त्या देवानं वचन दिला ग ।
तुमा दोगाना होईल ताना डुबा ग ।
पयला म्हयना लागला हरनीला हरन झाली गर्भीन ग ।

इथे मग हरिणीला लागलेल्या डोहाळ्यापर्यंत हे गाणे वाढत जाते. मग पुढे —

चवता म्हयना लागला हरनीला ।
आंबियाचे गुर कवले त्यावर हरनीचे दोले परले ।
पाचवा म्हयना लागला हरनीला ।
चिचेचे गुर कोवले त्यावर हरनीचे दोले परले ।
सातवा म्हयना लागला हरनीला ।
गर्भस्वामीचा घाम लोटला तिच्या तोंरावर ग ।
नववा म्हयना लागला हरनीला ।
ती हरन परसूत झाली ग ।
तसी तिला झाला तो ताना दुबा ग ।
तसी हरनीला तान लागली ग ।
ती गेली तल्यावरी ग ।
तित हुता पारदीदादा ग ।
पारद्यान टाकाला फासं ग ।
तसी हरण फासात गुतली ग ।
तसी हरनीला वाचा फुटली ग ... (रायगड)

मग, ती हरिणी मी माझ्या बाळाला दूध पाजून येते मग तू मला ने, अशी विनवणी करते. घरी गेल्यावर तिचा पती तिचे प्राण वाचवायला जातो आणि त्यानंतर ते पाडस आईवडिलांचा प्राण वाचवायला पुढे जाते. त्याची मातृपितृभक्ती बघून पारध्याचे मन द्रवते आणि त्या तिघांची सुटका होते अशी ही साधीसोपी कथा आहे. यातला जुलमा म्हणजे जोडपे, गूर म्हणजे कोंब किंवा पालवी, डुबा म्हणजे बाळ हे शब्द तसे साधेच आहेत, पण पोटातल्या गर्भाला इथे गर्भस्वामी म्हणजे राजा म्हटलेले आहे. खरोखरच गर्भाला राजासारखे सांभाळावे लागते ही कल्पनाच अपूर्व आहे.

चिलिया बाळाची कथा

गौर जागवताना गंभीर करुण रसाने भरलेल्या अशाच गाण्यातल्या आणखी एका गाण्यासाठी सर्वांचे मन अधीर व्हायचे. ते गाणे ऐकल्याशिवाय, त्यावर नाचल्याशिवाय गौरीचा सण साजरा झाल्याचे समाधान स्त्रियांना वाटत नसे. ते गाणे असायचे चांगुणा आणि तिच्या

चिलिया बाळाचे. कुणातरी एकीला ते हमखास यायचे. मग जोरदार आग्रह व्हायचा. ती बाई पुढे गाऊ लागायची. पुढे गाणाऱ्या बाईच्या आवाजातला कंप बाकीच्यांच्या मनात झिरपत जायचा. हे गीत सर्वांचे मन हलवून सोडायचे. 'अतिथी देवो भव' या उक्तीला माणसांनी कोणत्या सीमेपर्यंत नेऊन अंगीकारावे हे सांगणारे, नियमवजा दाखवलेले ते उदाहरण होते. देवच साधु महाराजांचे रूप घेऊन चांगुणाच्या घरी येतात. भोजनात चांगुणाच्या बाळाचे, चिलियाचे मांस मागतात. त्या साधूंनी विन्मुख जाऊ नये म्हणून चांगुणा आपल्या बाळाची हत्या करून त्यांना भोजन वाढते. तिची निष्ठा बघून देव प्रकट व प्रसन्न होऊन तिच्या बाळाला जिवंत करतात. चांगुणेने हाक मारताच चिलिया दुडुदुडु धावत येतो. ही कथा गात स्त्रिया फेर धरत तेव्हा ऐकणाऱ्यांचेही डोळे झरत राहत. पिढ्या दर पिढ्यांमधे गाण्यातले शब्द आणि नव्याने रचना करणाऱ्या व्यक्ती बदलत गेल्या तरी कथेतला भाव चिलिया चांगुणाच्या नावाने स्त्रियांच्या मनात घर करून आहे. इतका की त्यातल्या काल्पनिकतेचा स्पर्श क्वचितच कुणाला शिवत असेल.

चांगुणा व चिलियाबाळ

सत्वाचे चांगुना तुज्या बाय । घरी आलं पावनं ग ।
येताना त्याना बायनी बगतलं ग ।
टाकीली त्याना बसाया घोंगरी ग ।
तांब्या भरूनी दिला त्याना पानी ग ।
लावीली बायनी शिंकीयाला शिरी ग ।
कारीली बायनी दोन मुटी राली ग ।
जेवन केला खिरी का तुपाचा ग ।
ठेवीला बायनी आंगोलीला पानी ग ।
पानी उतरीला केलीयाच्या बनी ग ।
उटा ओ बुवा आंगोलीला तुमी ओ ।
तुला मी म्हने सत्वाचे चांगुना ग ।
भोजन काय सांगावे तू आमा ग ।
भोजन केला खिरी का तुपाचा ओ ।

तुला मी म्हने भोजन नको आमा ग ।
भोजन हवं तुजा चिलिया बालाचं ग । ... (रायगड)

येथे मग चिलियाच्या आईने त्याला मारणे, रडणे, त्याच्या मांसाचे भोजन वाढणे, चिलियाला हाक मारणे, त्याने धावत येणे वगैरे घटना गीतातून पुढे सरकत राहतात. ते गीत, तो चिलियाबाळ, त्याची आई स्त्रियांच्या मनातल्या वात्सल्याला वर्षभर आंदोलने देत राहतात.

गौर जातानाची गाणी

गौरीगणपतीचे विसर्जन एकाच दिवशी व्हायचे. काही घरे नुसतीच गवर आणून पुजत असत. गणपतीगौरीच्या सर्वच काळात कोणतेही गीत गायले जात असले तरी गौर आणताना, पुजताना आणि निघतानाचे स्त्रियांच्या मनातले भाव मात्र वेगवेगळे असत. खालील गीतात अलंकार लेऊन बंधूसोबत जाण्याचा आईने आग्रह करणे, त्यावर गौरीने शंकराचे असामान्य राजबिंडे व्यक्तिमत्त्व आपल्या सोबत असताना बंधूला सोबत येण्याची गरज नाही हे सांगणे, शंकराने धोतरे धुणे वगैरेंमधून स्त्रियांनी आपलेच स्वतःचे जगणे, आपल्या भावना या गाण्यातून प्रतिबिंबित केल्या आहेत. चारही जिल्ह्यांतली या गाण्याची रचना थोड्याफार फरकाने एकच आहे.

अलिकडं शंकर धोतरा धुवी पलिकडं गौराय न्हाय हो ।
आई बोले ताने ग लेकी जोडवी लेवून जाय हो ।
नको ग आई जोडवी आता शंकर भ्रतार जाय हो ।
शंकर म्होरं जावदे ग लेकी साकल्या लेवून जाय हो ।
नको ग आई साकल्या म्होरं शंकर भ्रतार जाय हो ।
शंकर म्होरं जावदे ग लेकी बंदू मुरारी जाय वो ।
नको ग आई बंदू मुरारी शंकरासंग जाय वो
शंकरा सारा राज ग म्होरा नगरामदी नाय वो । ... (रत्नागिरी)

गौर या स्त्रियांशी बोलते, आपल्या इच्छाआकांक्षा सांगते आणि मग या स्त्रिया तिच्या पुढच्या सहवासाची आस मनात धरून तिला परत येण्याविषयी प्रश्न विचारतात. गौरही आपले निसर्गाशी असलेले अतूट नाते प्रकट करत त्यांना उत्तर देते.

आता गौरी जाशील ती कदी गौरी येशील ।
पावस पडल नदी भरल तवा मी येईन ।

डोंगर सासर ग माजं कोकन मायेर ।
माजं वर्साचं येनं ग माजं खुर्शीवर बसनं ।
तिरड्या गोमेट्याचं लेनं ग माजं सुपल्यानी व्हवसनं ।
दिड दिवसाचं न्हानं ग माजं सासरला जानं ।

या गीतातला खुर्ची हा इंग्रजी शब्द नव्या लोकगीताने स्वीकारलेला दिसतो आहे. खालील गीत केवळ यमक जुळवून बनवलेले आहे. खालील गीत अनुकरणातून आले असावे असे वाटते. मात्र यात आलेला नारळ आणि पोफळाचा उल्लेख या गीताचे कोकणाशी नाते जोडतो.

पट्टा बाय पट्टा कातीव पट्टा ।
आमची गवर जाते सख्या सासूरा तिला नारळाच्या भेटा ।
पट्टा बाय पट्टा कातीव पट्टा ।
आमची गवर जाते सख्या सासूरा तिला पोफळाच्या भेटा ।
पट्टा बाय पट्टा कातीव पट्टा ।
आमची गवर जाते सख्या सासूरा तिला खारकांच्या भेटा ।
पट्‌टा बाय पट्‌टा कातीव पट्‌टा ।
आमची गवर जाते सख्या सासूरा तिला बदामांच्या भेटा ।

... (रत्नागिरी)

गौर सासरी जाताना तिला व्हवसायला चीजवस्तू, साडी, दागिने कुठल्या प्रकारचे व कसे नामांकित हवे हे या गाण्यात सांगितले आहे.

केवल फुलेली मायाची ग । उद्या मी सासरी जायाची ग ।
सूप भरलं माज्या बंदवानी ग । सुपावर नक्षा कार मालवनी ग।
सारी घे माज्या बंदवा रं । सारीवर नक्षा कार गुजराती रं ।
बांगऱ्या घे माज्या बंदवा रं। बांगऱ्यावर नक्षा कार कोल्हापूरी रं।

... (रायगड, मातंग)

काही ठिकाणे विशिष्ट कलेसाठी प्रसिद्ध आहेत, त्या कला इथल्या वस्तूंवर दिसाव्या असा आग्रह धरलेला आहे. गौर जायला निघते तेव्हा बापाचेही हृदय भरून येते. त्या भावनेलाही स्त्रियांनी खालील गीतात शब्द दिले आहेत.

कारली वेल काय मंडपी गेला । कारलीखाली बस माज्या पित्या रं।
तुजी लेक जाते सासूरा । जा जा म्हनशी पानी डोला भरशी ।

पेटीतला शेला लेकीला देशी । वज जा म्हनशी पानी डोला आनशी।
केतकी बनातना पहाया येशी । ... (रायगड)

या गाण्यात आलेल्या 'वज जा'चा अर्थ 'जपून जा' असा आहे. बाप गौरीला म्हणजेच मुलीला जपून जा असे सांगतो आहे आणि ती खरोखरच जपून जाते आहे ना या काळजीने केतकी बनापर्यंत जाऊन डोळ्यांत पाणी आणून बघतो आहे.

गौर येणार आहे आणि केव्हा येणार हेही ती सांगते आहे

लव लव लवशील ग ।
पान्यातली गवर खेलशील ग ।
आई म्हने लाडके लेकी आता कदी येशील ।
भरल पानी भरतील नद्या भादवेकाली येईन ग ।
भादवे काली येवूनी काय काय लेना लेशील ग ।
आईची सकवार साकली मपल्याला घेईन ग ।
भादवे काली येवूनी काय काय लेना लेशील ग ।
घेईन बापाचा जांबला दोरा देईन मी शंकराला ग । ... (ठाणे)

गौर पुन्हा येईल तेव्हा आपल्यासाठीच नाही तर शंकरासाठीही ती माहेरचा दागिना घेणार आहे. तोही बापाचा जांभळा दोरा. तो का, हे गीत म्हणणारांना माहीत नाही. कदाचित ते त्या कुळाचे विशिष्ट चिन्ह असावे.

गौर सासरी गेली की सासरचे लोक तिच्या दागिन्यांची चवकशी करतील तेव्हा गौर माहेरच्या माणसांबद्दलचा अभिमान राखून कसे उत्तर देईल त्या बाबतचे मासलेवाईक वास्तववादी उत्तर देणारे गाणेही स्त्रिया गात असत. पाच खणांची ओटी आणि पाचूचा चुडा हातात ल्यालेल्या गौरीला सासरची विचारत आहेत.

पाच खनाचा पाचूडा गौराय धाडावी सासूरा । सासू पुसते सासूरा ।
दीर काय पुसतो धाकला । गौराय पुतळ्या काय वो केल्या ।
गौराय पुतळ्या काय वो केल्या ।
माजं मायेर समरत तुमचं काय हरपतं ।
पाच खनाचा पाचूडा गौराय धाडावी सासूरा । ... (रायगड, मातंग)

असे मग बुगड्या, साखळ्या, अंगठ्या वगैरे दागिन्यांवरून गौरायला विचारत गाणे पुढे जाते. माहेरच्या गरिबीमुळे कधी कधी माहेरी आलेली

मुलगी आपला एखादा दागिना मोडत असे आणि सासरी विचारपूस झाली असता माझे माहेर श्रीमंत आहे, त्यांना काही कमी नाही असे माहेरच्या अभिमानानेच पण मोघम उत्तर देते, त्याचे हे चित्र आहे.

गणपतीबरोबरच गौरीचे विसर्जन होते. यावेळी काही लोक कसे वागतात त्याचे गमतीदार वर्णन खालील गीतात आले आहे.

तीन पेऱ्या टोकरू रे । तीन पेऱ्या टोकरू रे ।
कसा पेरावर फोडीला रे । पेरावर फोडीला रे ।
कशी पाताशी पारली रे । त्याचा पालना बनविला रे ।
पालना समुद्री टांगला रे । त्यात नाच्यास बसविले रे ।
कशी झेपशी लोटली रे । नाचे समुद्री पडले रे ।
नाचे गडबडा लोलती रे । आन भडभडा ओकती रे ।
नाचे भडभडा ओकती रे । ... (ठाणे)

बांबूचे तीन पेरावर तुकडे पाडून त्याच्या पाती काढून गौरी-गणपतीला न्यायला पाळणा बनवला आहे. त्या पाळण्यात गौरी-गणपतीसमोर नाचणाऱ्या नाच्यांनाही बसवले आहे. पाळणा समुद्रात टांगल्यासारखा हलतो आहे. त्यामुळे नाच्यांच्या झेपा जाऊन नाचे गडबडा लोळतायत. समुद्रात पडतायत आणि चक्कर येऊन की दारू पिऊन भडाभडा ओकतायत. हे गणपती विसर्जनाचे चित्रमय गीत आहे असे म्हणता येईल. गौरीचे म्हणजे इंदय या वनस्पतीचे विसर्जन समुद्रात केल्यावर गौर पाण्यात कशी दिसते आहे त्याचे मनोज्ञ वर्णन खालील गीतात आले आहे.

गौर इंदय जशी चमकेली । गौर दर्यातली मासोली झाली ।
आता मांगेल्या माज्या मैतरा रे । यवडी मासोली धरूनी दे रे ।
गौर इंदय जशी चमकेली । गौर बिलातली नागीन झाली ।
आता गारुड्या माज्या मैतरा रे । एवडी नागीन धरून दे रे ।
गौर इंदय जशी चमकेली । गौर आकाशी बिजोली झाली ।
गौर सोन्याचा साज ल्याली । गौर दर्याला जाऊन मिलाली ।
... (ठाणे)

मासोळीसारखी, नागिणीसारखी, आकाशातल्या बिजलीसारखी चमकणारी, मनोज्ञ दिसणारी गौर आता समुद्राला मिळाली. ती पुन्हा पुन्हा यावी असेच स्त्रियांना वाटत राहायचे.

कर बाधणे

गणपती विसर्जनाच्या दुसऱ्या दिवशी कोणतेही चांगले काम करू नये असा संकेत होता. काही खरेदी करू नये, संकल्प करू नये अगदी सासुरवाशिणींची सासरी पाठवणीही करू नये. तसे केले तर काही ना काहीतरी बाधा येते किंवा आळ येतो असे समजत.

नवरात्र

नवरात्रात मरीआई हिची नऊ रूपे पुजली जातात. नवरात्रौत्सवात घटस्थापना होत असते. पिकलेल्या धान्यावर, पिकदाव्यावर कीड पडू नये म्हणून ही पूजा केली जाते. सिंधुदुर्गात नवरात्रात यावेळी पावणाई, कळकाई, जाकमाता वगैरे देवींच्या देवळाजवळ जागर असे. भाविणी देवळात नाचत. महार देवळात बसायला बांबूच्या डाळ्यो म्हणजे चटया करून देत आणि रात्रभर देवळाबाहेर महार माणूस उभा राहून ढोल वाजवी. महाराने ढोल वाजवल्याशिवाय पूजा सुरू होत नसे. आजही हा रिवाज आहे. रायगड जिल्ह्यात सवर्ण लोकांच्या शेतातले पीक कापताना पहिली ओंबी कापण्याचा मान महाराला देत. या जिल्ह्यातल्या श्रीवर्धन तालुक्यातले तळागाळातले लोक भात, नाचणी, वरी अशा नव्याने उगवलेल्या धान्याच्या लोंब्यांची माळ घराच्या दर्शनी भागी पोवळीला म्हणजे पागोळीला तसेच दाराला बांधत. गावातल्या मानकऱ्याच्या अंगणात तांब्यात काही ओंब्या ठेवून त्या भोवती स्त्रीपुरुष ढोलकी आणि बांबूच्या टिपऱ्यांच्या तालावर गाणे गात नाचत. चांगले पीक आल्याचा आनंद व्यक्त करत. यावेळचे गाणे असे असे.

हुंबराखाली खणीलो रवरो । खणीलो रवरो बाय ग ।
त्यामदी होतो बोयचो मासो । बोयचो मासो बाय ग ।
केतकीच्या वनी वास परमालतो बाय ग ।
सराईमंदी नाचऱ्या टिपतो बाय ग ।
नाचऱ्याची आंबील भूरकतो बाय ग ।
मोहाच्या फुलाची दारू घोटतो बाय ग ।
आंगनामंदी टिपऱ्या खनानतो बाय ग ।
सुकादुकाचा गाना गातो बाय ग । ... (रायगड)

या गाण्यात आदिवासींच्या नाचगाण्याची, कामकाजाची आणि समूह-जीवनाचीही छटा दिसून येते.

गाव पुजणे

ठाणे, वसई, विरार जिल्ह्यांत जव्हार, मोखाडा वगैरे भागांत 'गाव पुजणे' व 'ढोरं उडवणे' हे दोन विधी दिवाळीच्या सुमारास करत असत. गाव पुजणे महारांकडून करून घेत, तर ढोरे उडवणे सवर्णांचा रिवाज असे. कार्तिक महिन्यात दिवाळीच्या आदल्या रात्री महारवाड्यातला कोतवाल आपल्या लोकांना संपूर्ण गावातील सवर्ण लोकांचे गोठे पुजायला नेत असे. जाताना ते ताटात तांदूळ, गुलाल, शिजवलेल्या भाताची गोडे तेल ओतलेली पणती किंवा लामण दिवा ठेवून आरती तयार करून नेत. संपूर्ण गावाला अन्नधान्य देणाऱ्या बैलांच्या प्रत्येक गोठ्याच्या दारात उभे राहून महार लोक ओवाळणी करून गोठे पुजत. त्यायोगे गाव पुजल्यासारखे होत असे म्हणून या विधीला 'गाव पुजणे' म्हणत. त्यानंतर ढोरे उडवणे हा रिवाजही याच तालुक्यात महारांच्या मदतीनेच केला जाई.

ढोरे उडवणे

पेरणी व लावणी झाली की जोताच्या बैलांना काही काम नसे आणि ते शेतात तोंड घालून शेताची नासधूस करत म्हणून वरील तालुक्यांत जोताच्या बैलाना गोठ्यातच बांधून ठेवून जाग्यावरच चारावैरण घालून पोसत. याला 'कंसरी बांधणे' असे म्हणत. दिवाळीच्या सुमारास बळीप्रतिपदेच्या दिवशी बैलाला अंघोळ घालून सजवत. लाल गेरूत, मातीत हात बुडवून हाताचे छाप बैलाच्या पाठीवर उमटवत. बैलाला ओवाळून गोड घास भरवत. मग जमिनीवर मोठा आडवा जाळ पेटवून त्यावरून बैलाला मोठी उडी मारून जाळापलीकडे जायला लावत. उडी जितकी लांब तितका बैल ताकदवान समजत. अशा बैलांची मग झुंज लावत. आजही काही ठिकाणी हा रिवाज चालू आहे. इथे सर्व ठिकाणी बैलांना धरून आणणे, सजवणे, झुंजीच्या ठिकाणी नेणे, ढोलताशा वाजवणे वगैरे कामे महार करत.

दिवाळी

दलितांमधे दिवाळीचा सण साजरा करण्याची पद्धत नव्हती. बळी राजा, नरकासुर हे असुरांचे राजे होते. आर्यांशी झालेल्या युद्धात ते मारले गेले. त्यांचा मृत्यू हा एक संस्कृति संघर्ष होता. जेत्यांनी पराजितांच्या मृत्यूवर आनंद साजरा करणे हाही एक रिवाजच होता. नरकासुराच्या मृत्यूवर साजरा करण्यात आलेला सण म्हणजे दिवाळी. वरच्या जातीतून अनुकरणातून आलेला हा सण चारही जिल्ह्यांतल्या दलित समाजात, विशेषतः महार, मातंग समाजात अत्यंत साधेपणाने पाळला जात असे. दिवाळीच्या आदल्या दिवशी पायाच्या अंगठ्याने कडू कारेटे — जे नरकासुराचे प्रतीक मानले जात असे ते — चिरडून त्याची बी कपाळाला लावण्याचा रिवाज होता. त्या दिवशी उच्चवर्णीय समजल्या जाणाऱ्या समाजाच्या दारात दिवाळीचा फराळ मागायला दलित बायका, मुले जात. फराळ म्हणून सुके पोहे, एखादी कडबोळी, शंकरपाळी असे काहीतरी मिळायचे. पुढे स्वतंत्र भारताच्या पुढच्या दहा-बारा वर्षांनी खात्यापित्या दलितांच्या घरात गोडधोड आणि दारात पणत्या व आकाशकंदीलही दिसू लागले. चर्मकार समाजात याच सुमारास दिवाळीच्या दिवशी उटणे लावून स्नान करणे, कारेटे चिरडून कपाळाला बी लावणे, घरातल्या कर्त्या बाईने घरातल्यांना ओवाळणे वगैरे रिवाज होतेच. पाडव्याला नवऱ्याला नि बिजेला भावाला ओवाळण्याची पद्धत मात्र शिक्षित नोकरदारांच्या घरात उशिराने, साधारणतः १९६०-७० नंतर कधीतरी, तीही अनुकरणातूनच सुरू झाली.

होलिकोत्सव/होळी

होळीविषयी एक पुराणातली आख्यायिका आहे की, होळी ही हिरण्यकश्यपूची बहीण. ती मायावी होती. अग्नीपासून तिला अभय मिळाले होते. देवभक्त प्रल्हादाला ठार मारण्यासाठी ती प्रल्हादाला मांडीवर घेऊन लाकडे रचलेल्या ढिगावर बसली. तो ढीग पेटताच त्यात ती जळून खाक झाली. प्रल्हाद विष्णुकृपेने वाचला. दुसरी कथा अशीही समोर येते. होलिका नावाची राक्षसी म्हणजे द्रविड स्त्री लहान मुलांना खाते अशा समजुतीने तिची हत्या केली गेली. त्या स्त्रीचे प्रतीक म्हणून होळी पेटवली जाते. पेशवेकालीन समाजात होलिकोत्सवाबद्दल आज्ञा घेणे, अनुकूल उत्तर येईपर्यंत पुन्हा पुन्हा कौल लावणे चालत असे. पुढे पंचांगाप्रमाणे होळीचा

दिवस निश्चित होऊ लागला त्यातून कौल घेणे मागे पडले असावे.[३] कोकणात होळीच्या सणाला शिमगा म्हणतात. इथल्या प्रत्येक गावात होळीच्या तिथी, दिवस वेगवेगळे असत. फाल्गुन महिन्याच्या अमावस्येपासून तिसऱ्या तर कुणी पाचव्या दिवसापासून होळी पेटवत. आठव्या किंवा नवव्या दिवशी जी होळी पेटवली जाई तिला 'सयमाची' होळी व त्यानंतर बऱ्याच ठिकाणी फाल्गुन महिन्याच्या पंधराव्या दिवशी होळी साजरी करत तिला पौर्णिमेची किंवा पुनवेची होळी म्हणत. सर्वांचे होळीचे सण साजरे झालेले बघून गरिबांना दुःख व्हायचे म्हणून त्यांच्यासाठी त्याच महिन्यात आणखी एक होळीचा प्रकार होता, तिला 'भद्रेची होळी' म्हणत. सर्वांच्या शेवटी साजरा होणारा हा शिमगा झाला की सर्वत्र भद्र, चांगले होते असे मानत.

कोकणातील प्रत्येक गावात असलेल्या जातिनिहाय वाड्यावस्त्यांवर वेगवेगळ्या होळ्या पेटवत गाऱ्हाणे घालत. मात्र संपूर्ण गावाची एक मोठी होळी असे. ही परंपरेनुसार गावातल्या देवाच्या देवळासमोर उभी करत. ती उभी करण्याचा, तिला नारळ फोडून वाहण्याचा, चूड लावून पेटवण्याचा, ढोलावर थाप मारण्याचा पहिला मान गावच्या महाराला देत. अर्थात ढोलही महारच वाजवत. रत्नागिरीत देवीची पालखी तयार करून उच्चवर्णीय लोक ती अमावस्येच्या दुसऱ्या दिवसापासून गावातल्या प्रत्येक घरी फिरवायचे; पण दलितांच्या वस्तीबाहेर पालखी झाडाखाली ठेवायचे. दलित मंडळी आपापल्या घरातून नारळ, तांदूळ, आणून पालखी दुरूनच पूजायचे. अशा गावागावांतल्या पालख्या रत्नागिरी शहरातल्या जाखाई देवीच्या देवळापर्यंत नेऊन तिला भेटून परत आपापल्या गावी आणत. पौर्णिमेला रात्री होळी पेटवून देवळासमोर पालखी आणि नमन खेळे नाचवून रात्र जागवत.

रत्नागिरीतील फणसवळे गावात महारांची होळी वेगळ्या पद्धतीची असे. डोंगरावर एक मोठी शिळा होती, तिच्यावर पाला पाचोळा टाकून तो होळी म्हणून पेटवत. बाकीच्या वाड्यावस्त्यांवर बारक्याशा होळ्या पेटवत गाऱ्हाणे घालत. संपूर्ण गावाची म्हणून मोठ्या झाडाची होळी असे. गावातल्या शंकराच्या देवळासमोर सहाणेवर होळी पेटवत असत. होळीच्या आधी अमावस्येपासूनच गावातले मुलगे, तरुण तोंडाला रंग फासून.

"आयनाच्या बायना घेतल्याशिवाय जायना.
कोल्याची आय कोलसं खाय, माल्यावर ढबू पैसा सोदते हाय."

असे म्हणत, पैसे मागत, गावात फिरत. रात्री नमन खेळे नाचवत. रत्नागिरी तालुक्यातच शिरगांव नावाच्या गावात होळीच्या दिवशी महारांमधे एक विशिष्ट रिवाज केला जात असे. ज्या घरावर यसकर पाळी करण्याचे काम आले असेल त्या घरातल्या लहान मुलाला होळीच्या दिवशी लुगडे नेसवून फुलांचा हार घालून मळवट भरत. सवर्ण लोक महारवाड्यात येऊन त्या मुलाला घेऊन जात आणि गावातल्या प्रत्येक घरासमोर नेत आणि होळी पेटवल्यावर त्या मुलाच्या अंगावरचे कपडे उतरून होळीत टाकत. बळी देण्याच्या पद्धतीचे हे शेष रूप असावे.

नालासोपारा, पालघर भागांतील महार, चर्मकार समाजांतील लोक आपापल्या वाडीवस्तीवर सर्वसाधारण पद्धतीनेच होळी पेटवून पुढील गाणे गात असत...

उटा उटा मालीया बैल जुंपा ऱ्हाटाला ।
पानी जावदे पाटाला केलीच्या बनाला ।
केली येवदे होलू बायच्या होमाला ।
होलू बाय होलूबाय यावं आमच्या सनाला ।

असेच मग पानी जावदे उसाच्या मल्याला, नारली बनाला वगैरे म्हणत ते सारे होलूबाय म्हणजे होळी तिला होमाला ये अशी एकएक ओळ तीन चार वेळ गाऊन तिला आवाहन करत राहत.

ठाणे जिल्ह्यातीलच पण वसई तालुक्यातले मोरेश्वर शनवार चव्हाण होळीविषयी सांगताना म्हणाले, "समुद्रकिनाऱ्यावर आमच्या महार जातीतल्या लोकांच्या वाडवडलांनी वालूत देवांच्या नावाने ठग म्हणजे निशानं ठोकलेली असत. होलीच्या दोन दिवस आधी ती निशानं जितं जितं असत तितं जावून आमी एकवीस नाल ठेवायचो. पिटाचे दिवे लावून विडा सुपारी ठेवून पूर्वापार तळी उतरायचो. नंतर होली पुजायचो. पयल्या पासून आमच्याकडं गावच्या दोन होल्या आनत आसत. एक 'कोंबड होली' जी लहान असे, जिच्या शेंड्याला कोंबडी बांधत आणि दुसरी मोटी होली. दोनही होल्या पोफलीच्या आसायच्या. 'जय जय जयता खांद्यावरी कोयता' असं मोठमोठ्यान ओरडत पोफलीची दोन झाडा तोडून आनत. झाडा आनून गावच्या पाटलाच्या दारात दोन खुर्च्यांवर आडवी ठेवत. तितं ल्हान आनि मोटट्या दोनीव होल्यांची

पूजा झाली की ती पेटवाय महार लोक होली पेटवायच्या जागवर नेयाचे. दोनी झाडा पेटवून सवर्ण लोक बोंब मारायचे, शिव्या देयाचे. म्हारांना आनि पाटलाच्या बायकोला पन शिव्या देयाचे. म्हार ढोल वाजवीत न्हायाचे.'' या बोलण्यातले 'नाल' म्हणजे नारळ व 'तळी' म्हणजे आरती हे शब्द सिंधुदुर्ग जिल्ह्यातील मालवणी भाषेतल्या शब्दांशी साम्य असलेले शब्द आहेत. श्री. म. माटे यांनी ठाणे जिल्ह्यात 'पाण' ही जात असल्याचा उल्लेख केला आहे.

होळी पेटवून 'जय जय जयता खांद्यावरी कोयता' हे गाणे म्हणत सर्वजण नाचायचे. मुळात पालघर, जव्हार, मोखाडा वगैरे भागांतील आदिवासींचे हे गाणे असून ते या भागांतील सर्वच समाजांत विशेषतः दलितांमधे अनुकरणातून आलेले दिसते. हे गाणे असे आहे...

जय जय जयता खांद्यावरी कोयता ।
शिव शंकर पार्वतीचे वरान वय माजं मांडिलं ।
दिवस मावळला नि झुंजार पाडिला हे हे खोपट कुणी बांदिला।
चांबारनी बाय तुजं काय बाय नेला, चामडा कापायची रापन नेली।
कुंबारनी बाय तुजा काय बाय नेला, मडकं थापायची थापनी नेली।
जय जय जयता खांद्यावरी कोयता ।
आरं तू नाभिया सुतारा आरं तू वंदा वंदा रामा ।
आरं तू वनाचा शेला केला चंदनावं पयला घाव घातीला ।
चंदनावं पयला घाव घातीला माया बसल्या तारवामंदी ।
पारूबाय चाले धकाधकी जय जय जयता खांद्यावरी कोयता ।

होळीत जाळायला चांभारणीची रापण, कुंभारणीची थापणी अशी कुणाचीही उपयोगाची वस्तू बिनदिक्कत उचलून आणत. चंदनाच्या झाडावर मायावी शक्ती असल्याने सहसा कुणी घाव घालत नसे. तो घाव सुतारच घालतो. कारण लाकूड कापायला तो संपूर्ण जंगलाचा शेला पांघरून बिनधास्त जंगलात फिरत असतो, अशी समर्पक उपमाही वरील गीतात आली आहे.

होळी पेटवताना तिच्या शेंड्याला काळे कोंबडे बांधण्याची पद्धत अनेक ठिकाणी होती. बांधलेल्या काळ्या कोंबडीच्या प्रतीकाचा अर्थ वेगवेगळ्या ठिकाणी वेगवेगळा लावलेला आहे. ठाणे जिल्ह्यातल्या मुरबाड तालुक्यात ही कथा एका ब्राह्मण मुलीवरून सांगितली जात होती. या कथेतील मुलीने महार जातीतल्या मुलाशी प्रेमलग्न केले. तिला मुले

झाली. त्यानंतर तिच्या घरच्यांना जावयाची जात कळली म्हणून तिच्या माहेरच्यांनी तिला महार समाजाकडूनच लाकडे रचून जाळले. तेव्हापासून महार समाजात होळी प्रथम पेटवत. ब्राह्मण मुलीचे प्रतीक म्हणून होळीला कोंबडी बांधत. होळीवरून दलित स्त्रिया पुढील गीत म्हणत. यात काळ्या कोबडीचा उल्लेख आला आहे.

व्हली आली गावाच्या मंदिरी । व्हली मागते काला कपिला ।
व्हली मागते पुरानपोली । लावा गं माल्याला निसनी ।
काडा गं डाली का साली । लोटा गं कुरंजी जाता ।
लाटा गं पुरानपोल्या ।

महारांच्या होळीतले लाकूड आणून मग इतर समाजातली होळी पेटवत असत. ठाणे जिल्ह्यातले महार लोक होळी पेटवल्यानंतर 'तमाशा' हा लोकनाट्यप्रकार करत असत. यातली सर्व स्त्री पात्रे पुरुषच असत.

रायगडमधेही होळीला जिवंत कोंबडी बांधत. तिला ते काळभैरवाचे प्रतीक समजत. होळी पेटताच कोंबडी ओरडली याचा अर्थ आपल्यावरचा काळ गेला असे मानत. या वेळी देवदेवतांना सर्वांचे चांगले व्हावे यासाठी गाऱ्हाणे घालत. कुणीतरी एक माणूस सर्व देवदेवतांना आवाहन करत पुढे म्हणायचा "गावात सगला कुशल मंगल होवदे म्हाराजा..." बाकीचे म्हणत "... होय म्हाराज्या..." या गाऱ्हाण्यात कुणाकुणाचे वाईट व्हावे असेही म्हणत, विशेषतः ज्या कुणाशी शत्रुत्व असेल त्यांची नावे घेत. होळीभोवती नाचून देवांना आवाहन करत. या आवाहनाला 'फाग' म्हणत. रायगडमधील चर्मकार समाजातले लोक हे फाग पुढीलप्रमाणे म्हणत

कलकीच्या बेटी ग कोंब निपजला ।
तो हो कोंब नेला सुताराच्या आली ।
सुताराच्या बालानं ताशीला पुशीला ।
तो हो कोंब त्यानं पालकी जोडीला।
कलकीच्या बेटी कोंब निपजला ।
तो हो कोंब नेला लोहाराच्या आली ।
लोहाराच्या बालानं लवबंद केला ।
तो हो कोंब त्यानं पालकी जोडीला ।
सोन्याच्या पालकीला रूप्याचं ठसं ।
या हो पालकीत कोन देव बसं ।

या हो पालकीत जाकमाता बसं ।
कलकीच्या बेटी ग कोंब निपजला ।

असे मग हे धृवपद पुढे घेत वीरेश्वर, कोटेश्वर, भैरोबा, विठोबा, मरीआई, सोमजाई, जाखाई, वल्हाई अशा देवदेवींची नावे घेत पालखी तयार होतानाचे वरीलप्रमाणे वर्णन करत मोठमोठ्याने कुकारे, शिट्या मारत पालखी नाचवत राहत. कुणाच्याही नावाने शिव्या देत बोंब ठोकत. घरात काही तरी गोडधोड जेवण करत.

सिंधुदुर्ग जिल्ह्यात होळीसाठी मोठे उभे झाड तोडून आणून त्याच्या बारीक फांद्या त्या झाडाभोवती बांधून होळी तयार करत. ठरावीक ठिकाणी होळी उभी करून तिची पूजा करत ढोल वाजवून देवाला गाऱ्हाणे घालत. ''देवा म्हाराजा, ही होळी या ठिकानार उबी करतावं, ती मान्य करून घे म्हाराज्या आनि घरादारात, गावातल्या समध्याना सुकी ठेव म्हाराजा.'' यावेळी पुरुष साडी वगैरे नेसून नाचत सोंगे काढत. होळीच्या पाचव्या दिवशी रंगपंचमी साजरी करत. सावंतवाडीत फणसाच्या झाडाची होळी आणत. होळीच्या दुसऱ्या दिवशी पुरुष शिकारीला जात. शिकार आणून होळीला दाखवत. सिंधुदुर्गात होळीच्या शेंड्याला कोंबडी बांधण्याची पद्धत नव्हती.

गुढीपाडवा

या दिवसापासून सर्व सणांची समाप्ती होऊन नवे वर्ष सुरू होते असे म्हणत. हा दिवस दलित समाजातही साजरा केला जात असे. दारात गुढी उभारण्यासाठी नवा बांबू रानातून तोडून आणत. बांबूच्या टोकावर नवे कापड, कडुनिंबाचा टाळा, बत्ताशाची माळ आणि चाफ्याच्या फुलांचा हार बांधून वर तांब्याचा तांब्या उपडा ठेवून तो बांबू दारासमोर उभा करत. धूप पेटवून, तांदूळ, कुंकू वाहून गुढीसमोर हात जोडून पुढचे वर्ष चांगले येऊदे, असे गाऱ्हाणे घालत.

सत्यनारायणाची पूजा

या पूजेला दलित समाजात स्थान नव्हते, पण ही पूजा सुरू करण्या-पाठीमागच्या दोन-तीन कथा सांगितल्या जात. त्या प्रत्येक कथेत नारायण हा महार जातीचा माणूसच आहे. ठाणे जिल्ह्यातल्या कथेत नाऱ्या नावाचा एक देखणा बलदंड तरुण ब्राह्मण कुटुंबाकडे काम मागायला येतो. ते

कुटुंब त्याला कामाला ठेवते. त्या कुटुंबातली मुलगी त्याच्या प्रेमात पडते. तिचे त्याच्याशी लग्न लावून देतात. तिला दोन मुले होतात. मुले सतत उकिरड्यावर खेळायला जातात. ब्राह्मण कन्या नवऱ्याला त्याचे कारण विचारते. तो म्हणतो, 'खाण तशी माती जातीवर जाती.' या वाक्यावरून तिला नवऱ्याची महार जात कळते. ती आपण विटाळलो या भावनेने अतिशय दुःखी होते. आत्मदहन करायच्या तयारीला लागते. मग नाऱ्याचा खून केला जातो. त्याच्या सरणावरच ती स्वतःला जाळून सती जाते. पुढे सती नारायण हे नाव मान्यता पावून 'सत्यनारायण' या नावाने पुजले जाते.

दुसरी कथा अशीच आहे, पण त्या कथेत ब्राह्मण कन्या प्रसूत होताच तिचा व तिच्या नवऱ्याचा खून होतो आणि तिचे बाळ केळीच्या कोक्यात जन्मते, केळ प्रसवली असे सांगून तोच सत्यनारायण असे सांगितले जाते. तेव्हापासून पूजेला कापलेल्या केळीचे खांब बांधले जाऊ लागले म्हणतात.

तिसऱ्या कथेत महार जातीतल्या नारायणाच्या प्रेमात पडलेली सत्यवती ही गरोदर मुलगी असतानाच त्या उभयतांचा गावातल्याच एका माणसाकडून खून केला जातो. त्या दोघांना पुरून वर केळी लावल्या जातात. खून करणाऱ्या माणसाला मग वेगवेगळे भास होऊ लागतात. तो बेचैन, भयभीत होतो. त्यावर उपाय म्हणून सत्यवती आणि नारायणाची पूजा करायला कुणीतरी सुचवते. तो तसे करतो. भयमुक्त होतो. तेव्हापासून चांगले घडावे म्हणून सती आणि नारायण या दोघांची म्हणजेच सत्यनारायणाची पूजा करण्याचा रिवाज सुरू झाला असे म्हणतात. अशी ही कथानके आहेत, त्यांत अनेक घटनांची सरमिसळ गृहीत आहे. स्वातंत्र्योत्तर काळात कधीतरी या पूजेने दलित समाजातल्या बऱ्या परिस्थितीतल्या कुटुंबात शिरकाव केला असावा.

संदर्भ :

१. केळकर, भालबा, (संपादन) १९८६, *महाभारत*, वरदा बुक्स प्रकाशन, पुणे, पृष्ठ ४२१

२. प्रा. देशमुख, बी. ए. २००६, *कोकणा-कोकणी आदिवासी इतिहास आणि जीवन*, सुगावा प्रकाशन, पुणे, पृष्ठ ३५

३. डॉ. गवळी, १९८२. *पेशवेकालीन समाज व जातीय संघर्ष*, प्रचार प्रकाशन, कोल्हापूर, पृष्ठ ७८

७

गावाची पीडा सीमेबाहेर टाकणे

कोकणातल्या गरिबीमुळे, अतिवृष्टी, वादळे, समुद्राचे भय तसेच डोंगर, दऱ्या, झाडी-झुडपे, त्यांतली श्वापदे आणि साप, विंचू अशा विषारी भूचरांचा संचार यांच्या भीतीमुळे असेल कदाचित, पण कोकणी माणूस अतिशय धार्मिक होता. त्याचा अनेक देव-देवतांवर, भुताखेतांवर ती त्याचे दुःख दूर करतील किंवा भर घालतील असा अतिशय विश्वास होता. तो मरीआई, जोखाई, जाखाई, साती आसरा अशा देवी आणि म्हसोबा, गिरोबा, चेडोबा, भैरोबा अशा देवांची मनोभावे पूजा करत असे. हे देवदेवता अंगात येतात म्हणजे वारे येते यावर त्याचा विश्वास होता. ‘‘देवाचो वारो आंग धरता, देवचाराचो वारो कुदता आनि आसरांचो वारो नाचता,’’ असे कोकणी माणूस सांगायचा. अदृश्य अशा शक्तीला, यातु शक्तीला, जादूटोण्याला तो घाबरायचा. यातही काही शक्ती या माणसाचे कल्याण करणाऱ्या तर काही नायनाट करणाऱ्या, त्रास देणाऱ्या असतात असे मानले जाई. नरसिंह, महावीर हनुमान, वेताळ, भैरव, रक्त्या, समंध, झोटिंग, काळ, अघोरी अशा वीर आणि अतींद्रिय शक्ती मानत असत. त्यांना नारळ, सुपारी, कोंबड्या-बकऱ्यांचे बळी दिल्यास त्या शक्ती माणसाचे हित करतात या समजुतीने यांची श्रावण महिन्यातल्या अमावस्येला गावाच्या सीमेवर पूजा करून बळी दिला जायचा. भूत उतरण्याच्या मंत्रांमध्ये ‘मारुती’ या शक्तीचा नामोल्लेख व्हायचा. मारुती हा एक वीर असून मंत्रशास्त्राचा उत्पादक आहे असे मानतात. मारुतीला गावाचे रक्षण करणाऱ्या क्षेत्रपालाचे कार्य करणारा असे समजतात.[१] रत्नागिरीत

भूतबाधा उतरण्यासाठी जोयशी पुढील मंत्र म्हणत :

बिसमिल्ला रहमा रहीम बजर बजर काया ।
हनुमंत जाती लंका साया ।
आप बांध पर बांध जकील सकील की दाढ बांध ।
तांब्याचा कोट नवीकी बॉडी मस्तक रखी ।
पीठ रखी खापरी भैरंग । जहांगीर की जनार्दन ।
जा हमारे दिल हनुमान दिलमे रखवाले है ।[२]

या मंत्रातले मराठी आणि हिंदीमिश्रित शब्द, बिसमिल्ला रहमा रहीम हे मुस्लिमांना आदर्श असलेले पुरुष आणि जकील सकील या अतींद्रिय मानलेल्या शक्ती आलेल्या आहेत. त्यातून आमच्यावर कितीही संकट आले तरी भैरंग म्हणजे शंकर पाठ राखतोय, त्यामुळे तू जहांगिर म्हणजे मोठा राजा असलास किंवा जनार्दन म्हणजे लोकांचा पालनहार असलास तरी काही हरकत नाही. हनुमान आमच्या हृदयात आहेत तोपर्यंत तेच आमचे रक्षणकर्ते आहेत, असा काहीतरी अर्थ काढता येऊ शकतो. या मंत्राच्या निर्मितीचा काळ हा मुस्लिम राजवटीतला, तोही धर्मांतरातून निर्माण झालेल्या मुस्लिम समाजाच्या सहवासातला दिसतो आहे. यातु शक्ती ही मुस्लिम पीर, फकीर, जादूगार यांच्याकडेच आहे आणि ती विनाश करणारी शक्ती आहे असे मानले जात असे. राज्यातल्या अशा मुस्लिम लोकांबद्दल, विशेषतः सैनिकांबद्दल वाटणारे भयही एकूणच मुस्लिम समाजाबद्दल गैरसमज पसरायला पुरेसे होते. त्या भयातूनच वरील मंत्रात मुस्लिम नावे आली असावी. कोट, बॉडी हे इंग्रजी शब्द या मंत्राचा काळ इंग्रजी राजवटीत दाखवतात.

बळ पोचवणे / देसरूढ / पराप

कोकणातील प्रत्येक गावात दर वर्षी अमावस्येला गावाची पीडा गावाच्या सीमेवर किंवा बाहेर टाकायची पद्धत होती. रोवळीत नारळ, पानसुपारीचा विडा, अबीर, गुलाल, धूप ठेवून ती महार व्यक्तीच्या डोक्यावर आणि कोंबडा त्याच्या काखेत देऊन विशिष्ट पद्धतीने मोठमोठ्याने ढोल वाजवत सीमेवर जात. तिथे नारळ फोडून आणि कोंबडा कापून गावच्या देवाला गावाचे रक्षण करण्याचे आवाहन करत. गाऱ्हाणे घालत. या विधीला 'बळ पोचवणे' म्हणत. सिंधुदुर्गात हा विशिष्ट असा विधी

असे. त्याला 'देसरूढ' किंवा 'पराप' असे म्हणत. या विधीविषयी सांगताना सावंतवाडीतील शेरला गावचे यशवंत सोमा जाधव म्हणाले, ''अमोस्येच्या आदल्या दिशी येताळाच्या देवळाजवळ बकरो मारायचो. त्याचा मटान देवाचा परसाद समजून सगल्यानी वाटून घेयाचा. दुसऱ्या दिशी भात शिजवायचो. धा-बारा कोंबे कापून त्यांच्या रक्तात सिदो म्हंजे शिजवलेला भात भिजवून तो वेताळाच्या देवळाभोवती पेरायचो आनि कुलेरी म्हणजे बोंब मारून मोट्यान आरडून भूतांना उटवायचा. ही ओरड पडली मग गावातली सगळी मानसा आपापल्या घरातलो कचरो त्यावर मीठ मिरची घालून पेटवून तो रस्त्यावर फेकतत. त्याच वेळी मराटी लोक भाकरीवर इंगळ व मीठ ठेवून ती भाकरी महाराक देतत. ह्यातना गावाची पीडा गेली असा समाजतत. दुसऱ्या दिशी तरंग काटी तिका 'कवळास' म्हणतत ती करून गावातल्या मुख्य देवस्थानात आनून उबी करतत. थय कोनाकोनाच्या आंगात देवाचो वारो कुदता. मगे देवाक थारवूक कोंबा कापॉन कोंब्याचा शीर थय ठेवायचा नि धड घराक हाडायचा. रसो करून सगळ्यानी परसाद म्हणान खायाचो.'' त्यानंतर सुखशांती मिळावी अशा इच्छेने संध्याकाळी गावातला कचरा महार माणसाच्या डोक्यावर देऊन मंदिरातला गुरव आणि काही गावकरी गावातल्या ठरावीक मंदिरापासून चालत जाऊन गावाची पीडा म्हणून तो कचरा महार माणसाकडूनच गावाच्या सीमेबाहेर टाकत. आजही टाकतात.

संदर्भ :

१. डॉ. मांडे, प्रभाकर, *लोक साहित्याचे अंतःप्रवाह*, पृष्ठ १५५
२. पवार उर्मिला, *आयदान*, पृष्ठ २३

८

भलरी गीते, बालगीते आणि समारोप

कोकणात जात्यावरची गाणी फारशी सापडली नाहीत, तशीच शेता-वरचीही नाहीत. इथल्या लोकांचे मुख्य अन्न म्हणजे भात. वर्षातले चार महिने तरी पेजपाणी मिळावे किंवा पैरेपणासाठी काम मिळावे म्हणूनही भातशेतीची वाट बघत. लग्न होऊन हळद उतरताच नवी नवरी शेतावर यायची. वैशाख, ज्येष्ठ या दोन महिन्यांना आगोट म्हणत. या महिन्यापासून शेतीच्या कष्टाच्या कामाला सुरुवात व्हायची. भाजावळ, पेरणी, बेणनी, लावणी, कापणी, झोडपणी, मळणी वगैरे. अशावेळी कधीतरी बाया आणि बाप्यांच्या ओठावर भलरी गीते येत असत.

रुप्याचा नागर काय सोनियाचा फाल ।
भाटलं पिकवतो गं कुनब्याचा बाल ।
भाटलं एक पाकी झालं । भाटल दोन पाकी झालं ।
पाकाला भात पेरलं । भलरी दादा भल रं ।
भलगडी दादा भलं रं ।
सहाव्या पाकाला गं पेरली लिंबोली ।
लिंबीनीन डालबी फोडीली ।
लिंबीन एक पाना आली ।
लिंबीन दोन पाना आली लिंबीन तीन पाना आली ।
लिंबीवर लिंब लागली ।
माली काडितो लिंब मालिन भरते दुरड्या ।

लिंबवा घ्या गं बायांनो । लिंबवा घ्यारं दादानो ।
भलरी दादा भल रं । भलगडी दादा भलं रं । ... (रत्नागिरी)

असे मग प्रत्येक पाकाला म्हणजे शेताच्या बांधाजवळच्या जागेत काही धान्य-फळांची बी पेरत, त्यावरून तर कधी कधी आजूबाजूच्या वास्तवातून लगेच काही जुळवूनही गाणे गात. रायगड जिल्ह्यातील श्रीवर्धन तालुक्यातले पुढील गीत असेच आहे.

बांदावरच्या आंब्या कुरण घालते तुला ग ।
बय माजी येई चूल मांडूनी जाई ग ।
मावशी माजी येई रांजन ठेवूनी जाई ग ।
बाबा माजा येई रांजन भरूनी जाई ग ।
बहिन माजी येई साडी नेसूनी जाई ग ।
सवत माजी येई चूल फोडूनी जाई ग ।
सासरा माजा येई हिस्सं करूनी जाई ग ।
सासू माजी येई वाटन्या करूनी जाई ग ।

कोकणात दलित मुलांची किंवा मुलांसाठीची गाणी नाहीतच. आहेत ते आजूबाजूच्या वास्तवातून सहज उमटलेले उद्‌गार. आईवडील दिवसभर पोटाच्या पाठी असत. संध्याकाळी ते घरी येत तेव्हाच मुलांच्या तोंडी अन्न लागे, त्यामुळे मुले कासावीस होऊन आईवडिलांची वाट बघत. पार संध्याकाळ झाल्यावर बेडूक ओरडतात तेव्हाच आईवडील घरी येतात हे निसर्गाशी जोडलेलं सत्य मुलांना माहीत असे म्हणून की काय ती म्हणत:

"**आराड रे बेडक्या सांज जावदे आमचे आयेबाबा घराक येवदेत**".

शहरातल्या सर्वसाधारण मुलांच्या तोंडी असलेले

"**च्याऊ माऊ गरे खाऊ, माऊ गेली रानावना, तिला दिसला उंदीरमामा .उंदीर गेला बिळात, माऊ पडली तळ्यात...**" हे बडबड गीत किंवा

"**झिम पोरी झीम, कपालाचं भिंग, भिंग गेलं फुटून पोरी आल्या उटुन पोरीत पोऱ मीच थोर...**"

अशी पोरीतले किंवा पोरपणातले थोरपण सांगणारी काही बालगीते दलित मुले शाळेत जाऊ लागल्यानंतरच परिचयाची झाली.

पूर्वाश्रमीचे जे अस्पृश्य म्हणजेच दलित ते स्वतःला हिंदू धर्मीयच मानत होते. त्यांचे धार्मिक विधी व रूढी, रितीरिवाज हे काही फरक वगळता

एकूण हिंदूंप्रमाणेच होते. कोकणातील ठाणे, रायगड, रत्नागिरी, सिंधुदुर्ग अशा चार जिल्ह्यांतील महार, मातंग आणि चर्मकार अशा तीन जातींतील लोकांचे धार्मिक विधी, रितीरिवाज आणि त्या प्रसंगीची गाणी-गीते मी गेली पाच-सहा वर्षे प्रत्यक्ष त्या त्या ठिकाणी जाऊन मिळवली आहेत. ही माहिती व गाणी साठसत्तर वर्षांपूर्वीची म्हणजे दलितांच्या १९५६च्या धर्मांतरापूर्वीचीच संकलित करावी हा माझा कटाक्ष होता. हे रितीरिवाज, गीते त्याच काळातली आहेत का हे पडताळून पाहताना इंग्रज अधिकाऱ्यांच्या माहितीसाठी म्हणून तयार करण्यात आलेल्या काही शासकीय गॅझेटमधून माहिती मिळवण्याचा प्रयत्न केला. या गॅझेटमधून दलित जातींमधील लग्नविधींची माहिती मिळाली. उदा. महाराष्ट्र शासनाच्या रायगड जिल्ह्याच्या १९९३ च्या ग्याझेटीअर पृष्ठ २८५ वर चर्मकार समाजातल्या विवाह प्रसंगीच्या रितीरिवाजांची माहिती पुढीलप्रमाणे आहे. या समाजात 'पहिल्या दिवशी दोघांना उटणे लावतात. तेव्हापासून वरवधू उपास करतात. फक्त शिजलेला भात व गूळ खातात. वरवधूला एकदा हळद लागल्यावर दोघांनी घराच्या भिंतीला टेकून बसायचे नसे. लग्नाच्या दिवशी वधूला तिचे आईवडील वराकडे घेऊन जातात. लग्नाआधी ग्रामदेवतेच्या देवळात जाऊन वर तिथे नारळ फोडतो. त्या वेळी त्याला रुईच्या मुंडावळ्या बांधतात. बरोबर आलेले नातेवाईक त्याला गोड पदार्थ देऊन भेटतात. मंडपात प्रवेश करण्यापूर्वी नवरा तोरण तोडतो. वधूच्या भावाला काहीतरी भेट देतो. ती कानपिळणी म्हणतात. हे लग्नविधी तीन दिवस चालत.'[१] ही माहिती फारच संक्षिप्त आणि एकांगी आहे. असे असले तरी यामधील देवळात जाऊन नारळ फोडणे, रुईच्या मुंडावळ्या बांधणे, नवरीच्या भावाला कानपिळणी देणे, गूळ वाटणे अशा काही पद्धती मला मिळालेल्या माहितीशी ताडून पाहता आल्या.

दलितांच्या लग्नप्रसंगी म्हटल्या जाणाऱ्या गीतांसाठी ग. प्र. प्रधान यांच्या 'अन्टचेबल वर्कर्स ऑफ बॉम्बे सिटी' या १९३८ साली लिहिलेल्या प्रबंधाचा आधार मला मिळाला. ग. प्र. प्रधान यांनी १९३८ साली लिहिलेल्या त्यांच्या पीएच. डी.च्या या प्रबंधाअखेर त्यांनी चौतीस गीतांची यादी जोडली आहे. गुजराथ, नासिक, औरंगाबाद, सातारा व कोकणातून येऊन मुंबईत राहिलेल्या सफाई कामगारांच्या लग्न व गौरीगणपतीच्या सणात जी गीते म्हटली जात होती त्यांतली ही गीते

आहेत. त्यांत रायगड, रत्नागिरीत म्हटल्या जाणाऱ्या काही गीतांचाही समावेश आहे. उदा. वरात, हळद, जानोसा प्रसंगीची गाणी वगैरे. तीच गीते मला रायगड, रत्नागिरीतल्या स्त्रियांकडूनही मिळाली. या प्रबंधातील गीतांच्या भाषेत आणि मी मिळवलेल्या गीतांच्या भाषेत फारसा फरक नाही. याचा अर्थ, १९५६च्या धर्मांतराआधी जी गीते गायली जात होती तशाच प्रकारची गीते मी संकलित केलेली आहेत. या काळात इंग्रजी भाषेचा जो प्रभाव जनजीवनावर पडला होता त्याचे प्रतिबिंबही या गाण्यांतील काही शब्दांतून दिसते. याच टप्प्यावर खऱ्या अर्थाने दलितांच्या शिक्षणाला, विविध पातळ्यांवरील जागृतीला तसेच अस्पृश्यता मागे पडायला आणि आजूबाजूचे नकळत उचलण्याच्या, शिकण्याच्या प्रक्रियेलाही हळूहळू सुरुवात झालेली दिसते. उदा. लग्नानंतरचे पंचपदीच्या वेळचे गीत तसेच मोत्याचा मंडप, चंदनाचे पाट, सोन्याचे ताट, वाटी, पान, रुप्याचा पलंग, सरस्वती, चक्रपाणी असे शब्द जे वरच्या जातींतील गीतांमधे वापरले जात होते ती गाणी दलितांच्या रितीरिवाजांत आलेली दिसतात.

दुर्गाबाई भागवत यांनी *'लोकसाहित्याचा सैद्धांतिक इतिहास'* या पुस्तकात लोकसाहित्याबाबत पाश्चात्त्य समीक्षकांची जी मते दिली आहेत त्यांत म्हटले आहे की, "ही गीते गाणी अगदी सामान्य अशिक्षित लोकांकडून तयार करण्यात आलेली असावी." याचीही प्रचिती मी संकलित केलेल्या या गीतांमधून येते. सतत भाकरीच्या विवंचनेत असलेल्या दलितांच्या उपेक्षित जगण्यातही आयुष्याकडे बघण्याची त्यांची सकारात्मक दृष्टी दिसते. जन्मापासून मृत्यूपर्यंतच्या रितीभाती पाळणे हा जितका कर्तव्याचा तितकाच श्रद्धेचा भाग म्हणून त्यांनी अंगीकारलेला आहे. लग्न, सण, उत्सवांमध्ये वनस्पतीचा वापर करताना, चित्र काढताना कशासाठीही अडून न राहता त्यांच्यात असलेल्या ऊर्जेचा, निर्मितिक्षमतेचा त्यांनी उपयोग केलेला आहे. रितीरिवाज, सणवार प्रसंगी एखादी गाण्याची ओळ सुचल्यावर तिथेच अडून न राहता त्या गाण्याने नवीन शब्द जोडत पुढे जात वेग घेतलेला आहे. त्यातून त्या प्रसंगीचा प्रत्येक क्षण जगण्याची, साजरा करण्याची कोकणी माणसाची धडपड दिसते आहे. एखाद्या ओळीने सुरुवात करून मग आई, बाप, भाऊ, बहीण, वहिनी ही नाती किंवा दागिने, झाडे,

फळे यांवरून तो भाव तसाच पुढे नेलेला आहे. या गाण्यांमधून फार मोठे तत्त्वज्ञान समोर आले नसले तरी काही गाणी आणि कथांमधून कलात्मकते-बरोबर महत्त्वपूर्ण विचार पुढे आलेले दिसतात.

डॉ. बाबासाहेब आंबेडकरांनी, आपल्या लाखो अनुयायांसोबत दि. १४ ऑक्टोबर १९५६ या दिवशी बौद्ध धर्मात प्रवेश केला. त्यामुळे पूर्वाश्रमीच्या महार व आताच्या बौद्ध समाजात नव्याने प्रवेश केलेल्या रितीरिवाजांचा आणि त्यात पुन्हा प्रवेश केलेल्या गीतांचा शोध घेणेही अपरिहार्य वाटले आणि ती माहिती परिशिष्टात दिली आहे

अशी ही कोकण भूमी. असंख्य रितीभाती आणि विविध संस्कृतींच्या मिलाफांनी संस्कारित झालेली आहे. कोकणात मूळचे वास्तव्य असलेले लोक म्हणून नागवंशीयांचा उल्लेख होतो. नाग लोक आदिवासी होते असेही म्हटले जाते. कोकणातील महारही मूळचे नागवंशीय होते, असेही त्यांच्या नावापुढच्या 'नाक' या उपपदावरून अनेकांचे अनुमान आहे. खरे तर हजारो वर्षांच्या कालखंडात हजारो संस्कृती नामशेष झाल्या, काही नव्याने उभ्या राहिल्या. प्रत्येक वंशाची, धर्माची, जातीची, प्रदेश आणि प्रांताची संस्कृती नव्याने आकाराला आली. अनेक संस्कृतींतल्या रूढि-परंपरा आणि चालीरितींबाबतचे साहित्य लोकसाहित्य म्हणून वाचले, अभ्यासले जाऊ लागले. असे असले तरी कोकणातल्या दलित समाजाचे सांस्कृतिक जीवन, त्यांच्या रूढी, त्या प्रसंगीची त्यांची गाणी-नृत्ये यांबाबत फारसे वाचनात आले नाही. हे बारीकसे संकलन त्यादृष्टीने थोडसे उपयोगी पडेल असे वाटते.

संदर्भ :

१. *रायगड जिल्हा ग्याझेट*, सुधारित आवृत्ती (१९६३), पृष्ठ २८५

परिशिष्ट १

नवबौद्धांचे धार्मिक संस्कारविधी

बौद्ध तत्त्वज्ञानानुसार धर्मांतराच्या वेळीच डॉ. बाबासाहेब आंबेडकरांनी नागपूर येथे हिंदूधर्मातील देवदेवता, त्यांच्याबाबतच्या संकल्पना आणि रूढी, परंपरांचा त्याग करण्याच्या स्वत: तयार केलेल्या बावीस प्रतिज्ञा सर्वांना दिल्या. तसेच, डॉ. आंबेडकरांनीच सिलोनहून बौद्ध संस्कारांची माहिती मागवून ती मे-जून १९५६ च्या 'धम्मयान' मासिकात प्रसिद्ध केली होती.[१] त्यानुसार विचारविनिमय करून बौद्ध महासभेने नवबौद्धांसाठी नवे रितीरिवाज तयार केले. काही वैशिष्ट्यपूर्ण प्रतिभासंपन्न रचनांचा समावेशही पूजा संस्कारात केला. उदा. सिंधुदुर्गातील वेंगुर्ला गावचे एक पुढारी वि. तु. जाधव यांनी तयार केलेली 'भीमस्तुती', 'दिव्यप्रभ रत्न तू साधू वरदान तू भीमराजा...' वगैरे. जुन्या रूढिपरंपरांचा त्याग करून नवा धम्म आणि जीवनाला वेगळे वळण ज्या महामानवांनी दिले त्यांच्याबाबतची कृतज्ञता व्यक्त करण्यासाठी संस्काराच्यावेळी भगवान गौतम बुद्धाची मूर्ती आणि डॉ. बाबासाहेब आंबेडकरांचा फोटो अशा दोन प्रतिमा समोर असणे आवश्यक मानले गेले. त्याचबरोबर निष्कलंक आचरणाचे प्रतीक म्हणून पांढरे वस्त्र, त्यावर जीवनाचे प्रतीक असलेले पाण्याने भरलेले लहानसे मातीचे भांडे, त्यात गौतम बुद्धांना ज्या पिंपळवृक्षाखाली ज्ञानप्राप्ती झाली त्याचे प्रतीक म्हणून पिंपळाची लहानशी फांदी, सर्वांना एकत्र एकबंधात जोडणारे सुत्त म्हणजे सूत धागा, प्रकाशाचे प्रतीक मेणबत्ती, सुगंधाचे प्रतीक फूल आणि ऊर्जेचे प्रतीक म्हणून फळ अशी सामुग्री कोणत्याही संस्कारविधीत आवश्यक मानली गेली.

भिख्खू / बौद्धाचार्य

भिख्खू हे धम्मज्ञान देण्याचे काम करतात व त्यांचे दैनंदिन जीवन सामान्य माणसांसारखे नसल्याने हे विधी करण्याचे त्यांच्यावर बंधन ठेवले गेले नाही. त्यासाठी बौद्धाचार्य तयार होऊ लागले. सर्वसामान्य व्यक्तीही हे विधी करू शकते, पण हे विधी प्रशिक्षणाने शिस्तबद्ध पद्धतीने व ज्या व्यक्तीबद्दल लोकांच्या मनात आदर आहे अशा व्यक्तीने करावे अशी लोकांची अपेक्षा असते. भारतीय बौद्धमहासभेकडून इच्छुक व्यक्तीला वर्ष दोन वर्षांचे प्रशिक्षण दिले जाते किंवा आयोजित केलेल्या शिबिरातून व्यक्ती प्रशिक्षित होते. अशा व्यक्तीला 'बौद्धाचार्य' ही पदवी प्राप्त होते. जन्म, लग्न आणि मृत्यू या प्रसंगीचे विधी बौद्धाचार्य पार पाडतात. पुरुषांप्रमाणे स्त्रियांनाही ही पदवी संपादन करता येते. नागपूर विदर्भात हे विधी करणाऱ्या अनेक स्त्रिया आहेत. कोकणात येरडव, ता. राजापूर, जिल्हा रत्नागिरीतून शीतल श्रीधर जाधव या महिला बौद्धाचार्य म्हणून बौद्धविधी करतात. कोकणात पंचायतीतील अध्यक्ष व सचिवांच्या उपस्थितीत हे कार्यक्रम घेतले जातात.

नामकरण

मूल जन्मल्यानंतर तिकोंडी, पाचवी असे कोणतेही विधी न करता बाळाचे नाव ठेवण्यासाठी व पाळण्यात घालण्यासाठी बारसा करतात. यालाच 'नामकरण' म्हटले जाते. पाळणा सजवून बाळबाळंतिणीला पांढरी वस्त्रे घालायला लावतात. हा संस्कार करताना बौद्धाचार्य उंचावर अंथरलेल्या पांढ्या शुभ्र वस्त्रावर भगवान गौतम बुद्ध आणि डॉ. बाबासाहेब आंबेडकर यांच्या प्रतिमा मांडतात. प्रतिमांना फुले वाहून समोर मातीच्या भांड्यात पाणी भरून त्यात पिंपळाची लहानशी फांदी ठेवतात. त्यात पांढरा दोरा म्हणजे रक्षणसुत्त व तबकात मेणबत्त्या, उदबत्त्या पेटवून ठेवतात. पाच प्रकारची फळे मांडून बाळंतिणीला बाळाला मांडीवर घेऊन समोर बसवतात व संस्काराला सुरुवात होते. सुरुवातीला पंचांगप्रणाम, 'त्रिरत्न', 'पंचशील', 'बुद्धपूजा', 'भीमस्तुती' वगैरे बौद्धाचार्यांपाठोपाठ उपस्थित लोक म्हणतात. नंतर बौद्धाचार्य परित्राण पाठ, आवाहन सुत्त म्हणून बाळ-बाळंतिणीच्या उजव्या मनगटात मातीच्या भांड्यातले सुत्त बांधतात. करणीयमेत्तसुत्त,

सब्बसुखगाथा, धम्मपालन गाथा म्हणून बौद्धाचार्य सर्व चांगले व्हावे या इच्छेबरोबरच गौतम बुद्ध आणि डॉ. आंबेडकरांबद्दल आदर व्यक्त करतात. त्यानंतर जमलेल्या माताभगिनी बाळाचे नाव ठेवून त्याला पाळण्यात घालतात.

नामकरणप्रसंगी पाळणागीतेही म्हटली जातात. डॉ. आंबेडकरांच्या असाधारण कार्याबाबत वाटणाऱ्या कृतज्ञतेतून त्यांच्या हयातीतच त्यांची जयंती साजरी होत असे. त्यांचे असाधारण काम, त्यात आलेल्या अडचणी, त्यांचे विरोधक, तेव्हाची इंग्रजी राजवट त्यांचा संदर्भ असलेली अनेक गीते, कवने रचून शाहीर गात असत तर पाळणागीते रचली जाऊन ती मुंबईतल्या कामगारांच्या चाळीतल्या दलित स्त्रिया धर्मांतराआधीपासून नवजात बाळाच्या बारशात हमखास म्हणत असत. १९५६च्या धर्मांतरानंतर देवादिकांची नावे असलेल्या गीतांबरोबरच हे पाळणेही हळूहळू मागे पडले. त्यांतला एक पाळणा मुंबईतल्या बी. आय. टी. चाळीत राहणाऱ्या पंच्याऐंशी वर्षे वयाच्या नर्मदाबाई गंगाराम कांबळे यांच्या स्मरणात मात्र आजही आहे.

सोमवंशामदी जनमला बाळ । प्रकाश पडला तीनी वो काळ ।
गरीब दलिताचा करी सांभाळ । विरोधकाचे बनतील काळ ।
जो बाळा जो बाळा जो जो रे ।
दुसऱ्या दिवशी दुसरा रंग । रामजी सुभेदार गुपीत बग ।
नाव तकदीर दोनीव सांग । ऐकून रामजी झाले हो दंग ।
जो बाळा जो बाळा जो जो रे
तिसऱ्या दिवशी त्रिमुर्ती भगवान । आले बसून गरुडावरून ।
सुपुत्री मस्तकी हात ठेवून । दिला आशीर्वाद गेले निघून ।
जो बाळा जो बाळा जो जो रे ।
चवथ्या दिवशी चक्रवेढ्याचे । केले पूजन विध्यादेवीचे ।
डाक्टर बनतील पुढे विध्येचे । कार्य सत्याचे करतील जोमानं ।
जो बाळा जो बाळा जो जो रे ।
पाचव्या दिवशी आनंद मोटा । याहो बायांनो कार्याशी झटा ।
हाती आरती घेऊनी ताटा । पानसुपारी साखर वाटा ।
जो बाळा जो बाळा जो जो रे ।

सहाव्या दिवशी घातले दलान । भरली भानी दुधातुपानं ।
माता भिमाबाई गेली हरखून । माजे बाल पुढे करील गून ।
जो बाळा जो बाळा जो जो रे ।
सातव्या दिवशी साती सरसवंती । येती बालाजवल मदाने राती ।
आशीर्वाद बाला देवून जाती । राजकारन आले बालाचे हाती ।
जो बाळा जो बाळा जो जो रे ।
आठव्या दिवशी अस्पृश्यामदे ।
प्रकटला देव नाही कुनाला आला अनभाव।
सादून घेतला आपला डाव ।
जो बाळा जो बाळा जो जो रे ।
नवव्या दिवशी नव हो खंड । शिक्षन शिकतील ते हो प्रचंड ।
स्थापना करतील दलित अखंड । वैरी दुष्मनाला देतील तोंड ।
जो बाळा जो बाळा जो जो रे ।
दहाव्या दिवशी अनभाव जेव्हा । सुदारना करतील प्रत्येक गावा ।
कायदा दाकवतील साऱ्या या नवा । गुलामगीरीला ठोकर देवा ।
जो बाळा जो बाळा जो जो रे ।
अकराव्या दिवशी केला विचार । म्हने हो रामजी सुबेदार ।
पत्रिका पाटवूनी करा जाहिर । बोलवा बंदूभगीनी लहान थोर ।
जो बाळा जो बाळा जो जो रे ।
बाराव्या दिशी मंडप दारी । बँड इंग्रज वाजवी तुतारी ।
कार्याशी आली जनता सारी । बाल भीम नाव केले जाहिर ।
जो बाळा जो बाळा जो जो । ... (मुंबई)

लग्न विधी

साधारणत: १९५६ पर्यंत दलित समाजात स्त्री शिक्षणाचे महत्त्व पालकांच्या लक्षात येऊ लागले होते. डॉ. बाबासाहेब आंबेडकरांच्या भाषणांच्या प्रभावातून १९५६ नंतर दलितांच्या लग्नप्रसंगीच्या ज्या चालीरिती ठरवल्या गेल्या त्यांनुसार पंचायतीतील अत्यंत जबाबदार व्यक्तींसमोर नवरा आणि नवरी अशा दोघांचीही पसंती विचारली जाऊ लागली. फॉर्म भरून तशी लेखी अनुमती घेतली जाऊ लागली. लग्न दोन्ही

कुटुंबांच्या साक्षीने ठरते. डॉ. बाबासाहेब आंबेडकरांनी दिलेल्या 'धम्मयाना'तील माहितीनुसार विवाहविधी संपन्न होऊ लागले.

पंचायतीसमोर होणारी ठासणी

पंचायतीचे सदस्य, मुलामुलीचे आईवडील, वगैरेसमोर मुलामुलीचे लग्न निश्चित करताना दोघांना पंचायत सदस्य प्रश्न विचारतात.

सदस्य : काय रे बाबा तुझे नाव, जन्मतारीख, शिक्षण किती, या मुलीला ओळखतोस काय, तुला ही पसंत आहे काय.

नवरा मुलगा त्यानुसार उत्तरे देतो. त्यानंतर सदस्य मुलीलाही नाव, वय, शिक्षण किंवा ओळखतेस काय, पसंत आहे काय, वगैरे तेच प्रश्न विचारतात. तीही उत्तरे देते. मग दोघांच्या आईवडिलांची संमती आणि बरीच प्रश्नोत्तरे झाल्यावर साखरपुडा म्हणजेच 'साक्षगंध' व लग्न वगैरेची तारीख निश्चित होते. या बैठकीला 'ठासणी' असे म्हणतात. सुरुवातीला व आताही कुणाकुणाचे 'साक्षगंध' आणि लग्नाचे दिवस वेगवेगळे असतात. पण सर्वसाधारणपणे खर्च आणि वेळ दोनही वाचवण्यासाठी एकाच दिवशी, तेही लग्नाआधी एक-दोन तासांच्या फरकाने पद्धत म्हणून साखरपुडा करतात आणि लगेच विवाह होतो.

बस्ता बांधणे

लग्नासाठीचे वधूवराचे कपडे दोन्ही कुटुंबांतील वडीलधारे घेत. पुढे त्यात पंचायतीतील सभासदांना मान देऊन सामील करू लागले. यातून पुढे अनेक वादविवाद, रुसवेफुगवे सुरू झाले. लग्नात वधूवरासाठी पांढरी वस्त्रे घेण्याचा फक्त निर्बंध होता, बाकी कपडे आवड व ऐपतीनुसार खरेदी करत. पत्रिका छापताना नमोबुद्धाय, जयभीम आणि वरवधूच्या नावांमागे आयुष्यमान, आयुष्यमती लिहीत, मात्र अलीकडे वराला दारक आणि वधूला दारिका म्हणतात. पालीभाषेत याचा अर्थ मुलगा, मुलगी असा आहे. या ऐवजी आयुष्यमान आयुष्यमतीच योग्य वाटतं. तसेच मृत व्यक्तीचा उल्लेख स्मृतिशेष वगैरे होऊ लागला आहे.

साक्षगंध / साखरपुडा

बौद्ध पद्धतीने होणारा साखरपुडा म्हणजे दुसरे लग्नच असते. हा विधी करण्यापूर्वी वर आणि वधूला दारक व दारिकेला बोलघड्याच्या फॉर्मवर अनुमती असल्याबद्दल सही करावी लागते. आईवडील व पंचायतीतील सदस्यही सही करतो. त्यानंतर – नामकरणाप्रमाणेच मूर्ती आणि फोटोसमोर मांडामांड करून ठेवतात. मग वरील प्रमाणेच बौद्धाचार्यांनी 'त्रिरत्न वंदना', 'त्रिशरण', 'पंचशील' वगैरे म्हणून महामंगल गाथा, सब्ब सुख गाथा, आशीर्वाद गाथा म्हटल्यानंतर वरवधूला परस्परांना कुंकुमतिलक लावायला सांगतात. विवाह निश्चित होतो त्याची खूण म्हणून दोघे एकमेकांच्या बोटात अंगठी घालतात. या वेळी दारक दारिकेसोबत दोघांचेही आईवडील, पंचायतीचे सदस्य व नातलग वगैरे लोक उपस्थित असतात. दोन्ही कुटुंबांत लग्नखर्च समान वाटून घेतात. त्यांची परिस्थिती असेल त्यानुसार उपस्थितांना साखरेच्या पुड्या, पेढे किंवा अल्पोपाहार दिला जातो.

लग्न विधी

लग्नविधीसाठी लागणारे साहित्य नामकरण व साक्षगंध विधीप्रमाणेच असते. फोटो व मूर्तीसह पूजा साहित्य ठेवलेल्या टेबलासमोर वधूवर हात जोडून उभे रहातात. यावेळी उपस्थितांना फुले देण्यात येतात. बाकी विधी साक्षगंधाप्रमाणेच होतो. परित्राणपाठ, महामंगलसुत्त म्हटल्यानंतर दारक-दारिकांकडून बौद्धाचार्य प्रतिज्ञा म्हणून घेतात. 'धम्मेच कामेच अत्तेच नातीचरामी.' म्हणजे आम्ही परस्परांशी एकनिष्ठ राहून आपापली कौटुंबिक कर्तव्ये व आचरण चांगल्या रितीने करून एकमेकांना आनंदी ठेवू वगैरे. यानंतर 'जयमंगलगाथा' बौद्धाचार्य म्हणतात व दारक दारिका परस्परांच्या गळ्यात हार घालताच उपस्थित त्यांच्यावर पुष्पवर्षाव करतात. मातीच्या भांड्यातील सुत्त बौद्धाचार्य दोघांच्या हातात बांधतात व विवाह संपन्न होतो. इथून पुढे पेढे, सरबत, आईस्क्रिम किंवा अलीकडे ऐपत असेल तर वऱ्हाडाला जेवण देतात. वरात निघते.

मृत्युप्रसंगीचे विधी

माणसाचा मृत्यू झाल्यानंतर त्याच्या शरीराला सन्मानपूर्वक निरोप द्यावा ही सर्व मानव समाजाने स्वीकारलेली मानव परंपरा आहे. बौद्ध समाजातही

ही परंपरा पाळली जाते. मृत व्यक्तीला सन्मानपूर्वक अंघोळ घालून नवे पांढरे कपडे घातले जातात. ते शरीर तिरडीवर ठेवून त्यावर उपस्थित असलेले सर्वजण फुले व हार वाहतात. पूजेची मांडणी करून उदबत्ती, मेणबत्ती पेटवून बौद्धाचार्य त्रिशरण, पंचशील, पत्तीदान, सरणत्तय, वगैरे गाथा म्हणतात. सर्व संस्कार अनित्य आहेत. उत्पन्न होऊन परावर्तित होणे हा त्यांचा स्वभावधर्म आहे म्हणून प्रमादरहित व सुखकर मार्ग अवलंबावा. जेणेकरून चांगल्यातून चांगलेच पुढे जाईल, अशी मनुष्य जीवनासाठीची काही महत्त्वपूर्ण वचने गाथांमधून सांगितलेली असतात. मग ताटात पाण्याचे भांडे ठेवून ते पाणी मृताच्या तोंडात न घालता त्याच्या जवळचे कुटुंबीय ते हाताच्या ओंजळीतून ताटात सोडून ते पाणी झाडाला घालतात.

जलदान विधी

एखाद्याच्या मृत्यूनंतर त्याची स्मृती जागवण्यासाठी तिथीप्रमाणे नाही तर सर्वांना सोईच्या अशा एखाद्या सुट्टीच्या दिवशी जलदान विधी केला जातो. पूजेची तशीच मांडणी करून मातीच्या पात्रातील सुत्त उपस्थितांच्या हातात देऊन सर्वांना एका सूत्रात एकत्र आणले जाते. त्यानंतर बौद्धाचार्य त्रिशरण, पंचशील, संकल्प, पत्तीदान, पुण्यानुमोदन, रतनसुत्त तसेच परित्राण पाठ म्हणतात. अंत्यविधीच्या वेळी उच्चारलेल्या काही संस्कारगाथा यावेळीही म्हटल्या जातात. मृताच्या संस्काराला ज्यांची मदत झाली त्यांच्या ऋणातून अंशतः मुक्त होण्यासाठी या वेळी त्यांना भोजनदान केले जाते.

साधारण १९८० नंतर एका महत्त्वपूर्ण घटनेचा नामकरण व विवाह प्रसंगात समावेश झाला ती म्हणजे नव्या पिढीने लग्नप्रसंगानुरूप गाणी म्हणायला नव्याने सुरवात केली. वातावरण निर्मितीबरोबरच नव्या धर्मानुसार या गाण्यांतून वापरात आलेल्या वस्तूंचा उल्लेख जाणीवपूर्वक केला जाऊ लागला. भगवान गौतम बुद्धांचे व डॉ. बाबासाहेब आंबेडकरांचे नाव गाण्यात गुंफून त्यांच्याविषयीची कृतज्ञता व्यक्त केल्याचा आनंदही घेतला जाऊ लागला. या गाण्यांचे वैशिष्ट्य हे की, ही गाणी खेड्यापाड्यातल्या शालेय मुलामुलींनी तयार केलेली आहेत. त्यांतल्या काहींनी तसे सांगितलेही आहे. लग्न झालेल्या पण फारसे न शिकलेल्या काही तरुण मुलींनीच गाण्यांत आपले अनुभव गुंफले आहेत. ही गाणी त्यांच्या नंतरच्या तशाच मुली ऐकून किंवा तयार करून म्हणतात. तीही गाणी अतिशय

साध्या सोप्या शब्दांतली आहेत. एकूणच लोकगीतांचा जन्म सामान्य आणि शिक्षित नसलेल्या लोकांकडूनच होत असतो, हे इथेही खरे आहे. या गाण्यांचे वैशिष्ट्य हे की, ही नव्याने तयार झालेली गाणी फक्त ठाणे, रायगड, रत्नागिरी या तीन जिल्ह्यांतच तीही विशेषत: सिनेमा गीतांच्या चालीवर म्हणतात. इथे हेही वैशिष्ट्य आहे की, या मुलींनी केलेली रचना प्रमाण भाषेतली आहे. खेड्यापाड्यात प्रमाण भाषा पोचल्याचं हे निदर्शक आहे.

नवी गाणी

१. सौभाग्य लाभले... हिला आज हिचा साखरपुडा ।
दारी आले पाहुणे आणली नवी साडी ।
आईने दिली लेकीला, आज हिचा साखरपुडा ।
सौभाग्य लाभले हिला, आज हिचा साखरपुडा ।
दारी आले पाहूणे त्यांनी आणला ब्लाउझ ।
भावाने दिला बहीणीला, आज हिचा साखरपुडा ।
दारी आले पाहूणे आणली पांढरी साडी ।
आज आहे साखरपुडा । ... (रत्नागिरी)

२. ...च्या पुत्राची अमर जगी किर्ती छप्पनची साडी आणली... नवरीसाठी ।
रंग खुले छान सफेत साडी । साडीची किंमत सांगे जरीची काडी ।
रंग खुले छान सफेत ब्लाऊझ ।
ब्लाऊझची किंमत सांगे जरीची काडी ।
रंग खुले छान सफेत वेणी ।
वेणीची किंमत सांगे मोगऱ्याची कळी । ... (रत्नागिरी)

३. ठेंगण्या रेंगण्या भिंती । त्यावर बुद्धाची मूर्ती ।
नवरा बसला शेसेला ।
त्याची आई करते आरती । ठेंगण्या रेंगण्या भिंती ।
त्यावर बुद्धाची मूर्ती ।
नवरी बसली शेसेला । तिची आई करते आरती । ... (रत्नागिरी)

४. सफेत साडी अनारकली । घेऊन चला ग बौद्धमंदीरी ।
ती साडी पेनवा... नवरीला । तयार करा ग लग्नविधीला ।
बाबाना भेटताना हृदय भरलं । डोळ्यातून ग अश्रू गळलं ।
बाबा मी जाते दिल्या घराला । संबाला माज्या मोट्या दादाला ।
... (रत्नागिरी)

५. पिंपळाच्या झाडाखाली । निजरा काढते निजरा काढते ।
बापाला बोलते बापा रे बापा । तुनी विकरा का केला ।
नाय ग नाय लेकी विकरा नाही केला ।
तांब्याभर पाण्यासाठी मीनी सोयरा जोडीला । ... (रायगड)

६. मालनीच्या मल्यामदी । सूर्य हिंडतो सावलीला ।
पानी जावदे उब्या दंडाला । हा ठान्याचा आप्पा माली ।
ह्यानं फुलांचा खुडा केला । ही ठान्याची मालीनबाई ।
हिनं फुलांच्या वेन्या गुंफल्या । वेन्या इकाया बाजारी नेल्या ।
कुना हौशाच्या नंजरे पडल्या । त्यानं वेन्यांचा साठा मारेला ।
दिल्या नेऊन ... नवरीला । ... (ठाणे)

७. आई बोलते नवरेबाईला माथी कुनी ग वेन्या दिल्या ।
नाय ग दिल्या ऐतरानी नाय ग दिल्या मैतरानी ।
दिल्या... गावच्या ग माज्या भरतारानी । ... (ठाणे)

८. पान्याला मारली भवरी । ... डिस्को नवरी ।
...नवऱ्याने घातली आंगठी ।
...नवरी ग तू पसंत कर ग । पसंत कर आणि प्रेमानं घाल ग ।
जोडीनं मुंबयला फिर ग । जरा हळू हळू बोल ग । ... (रायगड)

९. नवरीच्या अंगणी आले नवरोजी सायकल घेवूनी ।
बस ग सायकलवरी माज्या रुमालाला सुवास भारी ।
कशी बसू सायकलवरी माज्या आईचा विचार नाही ।
मी आईचा विचार घेते मग मुंबई या गावी येते । ... (रत्नागिरी)

१०. आली आली बस आली मंडपादारी उभी ऱ्हाली ।
मंडपात गंमत झाली नवरीची आई रडते हो ।
अहो बँडवाले अहो बँडवाले जोरात वाजवा जोरात वाजवा ।
आली आली बस आली मंडपादारी उभी ऱ्हाली ।
मंडपात गंमत झाली नवरीची वहिनी रडते हो ।
अहो बँडवाले अहो बँडवाले जोरात वाजवा । ... (रायगड, श्रीवर्धन)

११. विमान हिंडते आकाशाला । नवरा मारतो डोला नवरेला ।
नवरे येतेस काय ग सिनेमाला । ... (ठाणे)

एकूणच या सर्वच नव्या आणि कशातरी जुळवलेल्या रचनांतून एक बोचरे सत्य समोर येते, ते म्हणजे नात्यातले प्रेम, प्रसंगाचे गांभीर्य आता हरवत चालले आहे. केवळ काहीतरी जोश, उन्माद दाखवणारे म्हणायचे, त्यातून आनंद घ्यायचा असे हे चित्र आहे. याला दुजोरा देताना रत्नागिरीतल्या फणसवळे गावातल्या प्रमिला शांताराम पवार म्हणाल्या, ''आता पूर्वीसारकी मांडवात बसून पोरी गानी म्हनीत नायत. वरात टरकातनं जाते नि टरकातनं यते ना तवा पोरा पोरी टरकात उब्या ऱ्हावन मोट्यानी वरडत कसली कसली गानी म्हनतात. त्यात सनीमाची पर गानी म्हनतात. काय म्हनतात तं कलताय कुटं...'' या प्रतिक्रियेतून आता आजूबाजूचे सर्व झंझावातासारखे बदलत आहे, त्यातून जुने असलेले सारे मागे पडले आहे आणि कसेही करून पण नव्याला सामोरे जायचे आहे हाच भाव दिसतो आहे.

कोकणातील जलसा

डॉ. बाबासाहेब आंबेडकरांनी बुद्ध, कबीर आणि जोतिबा फुल्यांना गुरू मानून भारतीय समाजव्यवस्थेतील विषमता दूर करून समता प्रस्थापित करण्याची एक प्रकारे क्रांती केली. दलितांच्या न्याय्य हक्कासाठी आयुष्यभर लढा दिला. त्यामुळेच बाबासाहेबांचे विचार, त्यांचे कार्य, कर्तृत्व आणि त्यांच्याबद्दलची कृतज्ञता सामान्यातला सामान्य माणूस शब्दांत बांधू लागला. आधीचे काही तमाशा कलाकार आणि शिक्षित तरुणही यात सामील झाले. पोवाड्यातील आक्रस्ताळेपणा आणि लावणी, वगनाट्यातील शृंगाराला फाटा देऊन सामाजिक विषयावर प्रबोधनात्मक नाट्यरचना व

गीतरचनेतून इतरांना जागे होण्याचा संदेश, चेतना, प्रेरणा हे जलसे देऊ लागले. यादृष्टीने नाशिकमधून वामनराव कर्डकांच्या गीतरचनेने इतिहास घडवला. त्यांनी तयार केलेल्या गीतांमधून जलसाकलाकारांनी डॉ. आंबेडकरांचे विचार सर्वदूर पोहोचवले. पुढे अनेक गीतरचनाकार झाले पण कोकणात ही गीतरचना फारशी झाली नाही. कुठेतरी अनुकरणाच्या स्वरूपातून किंवा आपापल्या भागात, गावात धर्मांतर होईपर्यंत आणल्या गेलेल्या गौरीगणपतीसमोर डॉ. आंबेडकरांच्या कार्याची, विचारांची चेतना देणारी गीते दलित स्त्रीपुरुष गात असत. मुंबईत खार येथे वामनराव कर्डक यांनी १९५४-५५ च्या दरम्याने 'डॉ. आंबेडकर प्रासादिक भजन मंडळ' सुरू केले होते,[१] असे बौद्धजन पंचायतीतील एक ज्येष्ठ कार्यकर्त्या भागीरथीबाई कासारे यांनी सांगितले. त्या मंडळातून भागीरथीबाई, यशोदा घाग, द्रौपदी तांबे, सावित्री मर्चन्डे, भीमाबाई येलवे वगैरे महिला जी गाणी गात त्यांतल्या एका गीताच्या ओळी अशा आहेत.

नमन तुला रे श्री गणराया । जमलो आम्ही जयभीम गाया ।
असुदे प्रीती आम्हावरती । दलितांना तू देई मुक्ती ।
तव चरणाची असूदे छाया । जमलो आम्ही जयभीम गाया ।

मालवण तालुक्यामधून मिलिंद जाधव, मोहन जाधव असे काही सुशिक्षित तरुण प्रबोधनात्मक अशी गाणी स्वतःच तयार करून गौरीगणपतीतून म्हणत असत.

या दलितांची या दलितांची गाडी आली रे । उठ वीरा तू धाव रे ।
या गाडीवर या गाडीवर भगवान बुद्धांचे नाव रे ।
उठ वीरा तू धाव रे ।
या दलितांची या दलितांची गाडी आली रे । उठ वीरा तू धाव रे ।
या गाडीवर या गाडीवर महात्मा फुल्यांचे नाव रे ।
उठ वीरा तू धाव रे ।

दलितोद्धारासाठी, समतेसाठी ज्यांनी ज्यांनी अपूर्व प्रयत्न केले त्या सर्वांची नावे घेत ही परिवर्तनाची गाडी पुढे जात असे.

संदर्भ :

१. *धम्मयान* मासिक, मे-जून १९५६, साहिल प्रकाशन, नेरूळ, नवी मुंबई.

परिशिष्ट २

कोकणातील म्हणी व त्यांचे अर्थ

१. गाव लय दयाल पान्याच लय चयाल - खूप पाणी असलेले गाव.

२. लाकाची भूरी कोलशावर पारा - किमती गोष्ट नष्ट होणे आणि क्षुल्लक गोष्टीची काळजी घेणे.

३. निजून का खाताव पराय हाय छाती का उगडी सराय हाय - निष्काळजीपणाने जगणे.

५. गवात ना गुली सारकी - ज्याला काहीच मिळत नाही त्याला जे मिळेल त्याचे मोल एकच.

६. जपं त्याला टपं - ज्याची अति काळजी घ्यावी त्यालाच त्रास होतो.

७. आगासली ती मागासली मागनं आली ती गुरवार ऱ्हाली - जो पुढे असतो किंवा वक्तशीर असतो तो मागे पडतो.

८. नव हात तोवसं धा हात भितला - अतिशयोक्ती.

९. रांडवलीच्या पोराची आली पाली देनाराच्या हातावर झाली पुली - जेव्हा गरीब सर्वहारा माणसाला काही देण्याची वेळ येते तेव्हा देणारा माणूस अडचणी पुढे करतो.

१०. हाती भोपला देस मोकला - ज्याच्या जवळ राखायला काही नाही तो स्वतंत्र, मोकळा.

११. माज्या बाबाची बारा शेता मी झोलटी हालवीत यता - वडिलोपार्जित उत्पन्नात वाटा नसणे.

१२. का रं कुंड्या बीदी सुकलीस की येशी माज्या सुदी - निःसत्त्व अन्नालाही भुकेच्या वेळी महत्त्व येणे.
१३. नव हात लुगडं नि बेंबाट उगडं - एखादी गोष्ट भरपूर असूनही निष्काळजीपणाने वागणे.
१४. गरीब गाय फटकं खाय - गरिबालाच मार पडतो.
१५. सून नाय ती सादवी लेक नाय ती भादवी - एखाद्याची पारख त्या व्यक्तीला प्रतिस्पर्धी आल्यावरच कळते.
१६. घरात नाय खाया नाव ठेवा राया - उगाच बडेजाव दाखवणे.
१७. पुसात पुसायचं, मागात मागायचं नि शिमग्यात वाजवायचं - प्रत्येक गोष्टीला तिची अशी वेळ असते.
१८. खंडीभर खानं मांडीचं वसनं - मांडीच्या आडपडद्याने कितीही बिनधास्त जेवावे.
१९. हाव हाय पन धाव नाय - मनाला वेग आहे पण शरीराला नाही.
२०. सोन्याचं जेवान मुताचं आचवान - चांगल्या गोष्टीचा शेवट वाईट करणे.
२१. जातीसाटी माती खावी - जातीला महत्त्व द्यावे.
२२. धटाय खाय मिटाय गरीब खाय गचयाली - बलवानाला मान मिळतो दुर्बळाची उपेक्षा होते.
२३. नटोरी व्हनजी घानयारडं भावजी - कुचकामी माणसे.
२४. खान तशी माती अवलादीवर जाती - आपले खरे स्वरूप दाखवणे.
२५. देकनी बायल गावाची नि काली बायल घोवाची - सौंदर्याला जग भुलते.
२६. नवरो केलो सुकाक नि पैसो नाय कुकवाक - नवरा किंवा धनी बेजबाबदार असणे.
२७. नायकिनीच्या पोराक दिसाक बापूस नाय नि राती आवस नाय - उपेक्षित स्त्रीचे मूलही बेवारस.
२८. परसातली भाजी व्हयी तवा खुदूची - उघड्यावरच्या वस्तूची मालकी कुणीही दाखवणे.
२९. भावकादेवीक नाय घोव नि वेताळाक नाय बायल - बेजबाबदाराला कर्तव्य नको असते.

३०. लगीन इला लागॉक नि व्हकलेक झाला हगॉक – महत्त्वाच्या वेळी अडचण येणे.

३१. मामाची पोरी गजालीक बरी – थट्टा मस्करीला सोपे किंवा हक्काचे साधन मिळणे.

३२. नागयेलीच्या धर्मान शेगलाक पानी – एकामुळे उपेक्षिताचा फायदा होणे.

३३. वाग पडलो घळी नि केल्ड नाळ दावी – योग्यतेचा माणूस संकटात पडला की लायक नसलेला माणूसही त्याची पर्वा करत नाही.

३४. अबोलीचो वळेसर ताळयेर नि घोव बोलावता माडयेवर – नटव्यांना भाव देणे.

३५. बायकोबांगडा वाकडा तो खाय चुलीतली लाकडा – योग्य व्यक्तीशी वैर घेतल्याने तोटा होतो.

३६. ज्यान नाय बगलान डरकाल त्यान बगलान कालू – योग्य अर्थासाठी कशाचाही संदर्भ जोडणे.

३७. केला तुका झाला माका – दुसऱ्याचे वाईट करणे आपल्यालाच भोवते.

३८. पैसो नाय तो आदी होडयेर – ज्याची ऐपत नसते तो पुढे सरसावतो.

३९. आयेची पदी नि हुंदराक गादी – थोरांना आवडणाऱ्यांना लायकी नसताना मान मिळणे.

४०. धनया लागान कुत्र्याक मान – थोरांच्या पाठिंब्याने लायकी नसलेल्याला मान मिळणे.

४१. बोल राजहंसाचे चाल गिधाडाची – बोलणे चांगले पण करणी वाईट.

४२. कोयल येलली कावल्यावर जोतकार – आपली जबाबदारी दुसऱ्यावर ढकलणे.

४३. रांड झाली येसवा काय करील पेसवा – वेश्या होणाऱ्या बाईला राजासुद्धा अडवू शकत नाही.

४४. चुलीमागं भानोसा – अतूट गोष्ट असणे.

४५. नकट्याला मारलं पिडं तं म्हनतं बसाय दिलं. निर्लज्ज माणसावर चिडण्याचा परिणाम होत नाही.

४६. रंग झाला फिका कोन घेल मुका. चांगली गोष्ट जवळ असेपर्यंतच महत्त्व असते.

४७. दहा हात भितला आणि चार हात तोवसं - अतिशयोक्तीने बोलणे

४८. क का कीकी सागाच्या उरावर मुसळ टेकी - शिकणे खूप कठीण, त्यापेक्षा सागाचा पाला कुटलेला बरा.

४९. पुढ्यातलं ताट द्यावं, ढुंगणाखालचा पाट नाय - एक वेळ जेवण द्यावं पण अधिकार देऊ नये.

परिशिष्ट ३

कोकणातील जातिवाचक म्हणी

१. म्हाराचं गॉत नि रेड्याचं जॉत - बिनकामाचे.
२. गाव तितं म्हारोडा - आवश्यक किंवा हमखास सापडणारी गोष्ट.
३. चांबाराच्या देवाला चपलांचा हार - सवयीच्या गोष्टीचे महत्त्व नसणे.
४. चांबाराच्या - खाली आरी चांबार पोरा मारी - वस्तू शेजारीच असणे.
५. रिकामो न्हावी कुले ताशी - निरुद्योगी माणूस.
६. चांबाराच्या व्हाना फाटक्या - ज्याच्या जवळ असते त्यालाच ते मिळत नाही.
७. चुकलेला ढॉर चांबार टाक्यार - हरवलेली गोष्ट ज्याला उपयोगाची त्याच्याकडेच हमखास सापडते.
८. आला जोडा द्या पुलाला - जोडपे बळी देणे किंवा कामाला लावणे.
९. टोनक्याला पानी पाज म्हाराला नको - रेड्याला पाणी दिलेले चालते महाराला नाही.
१०. तेलकरीन रडते म्हणून नालकरीन रडते - मोठे नुकसान झालेल्या बरोबर जरासे नुकसान झालेलाही दुःखी होतो.

११. एकासाठी घेतलं रान तितं भेटला मुसलमान - कुणातरी एकाला घाबरून रानात जावे तर तिथे दुसरे संकट उभे राहते.

१२. तेली जमवतो धारोधार खुदा पलवतो एक भार - खूप कष्टाने साठवलेला पैसा कुणीतरी कष्टाशिवाय पळवणे.

परिशिष्ट ४

कोकणातील वाक्प्रचार व त्यांचे अर्थ

१. मालका मारणे - गप्पा मारणे.
२. पेगार करणे - जबाबदारीने विचारपूर्वक व्यवहार करणे.
३. यरगाल करणे - प्रयत्न करणे.
४. तुरामणे - फुकाच्या अभिमानाने चालणे, मिरवणे.
५. बाबांजं करणे - काहीतरी कारणे सांगणे, नखरे करणे
६. केंडावणे - चिडवणे.
७. पोवल होणं - वंशसातत्य राहणे.
८. कानकोंडं होणं - खट्टू होणे.
९. फाकांडे मारणे - टोमणे मारणे.
१०. घालून घेणे - बसकण मारणे.
११. वशाड पडणे - सोडून देणे, फुकट जाणे
१२. वाकडा कुडाप - चुका काढणे.
१३. खानिवटा मोडणे - रितीरिवाज मोडणे.
१४. मुकली टाकणे - कायमचे टाकून देणे, सोडून देणे.
१५. चिखल धुवनी होणे - पेरणी लावणीची कामे संपणे.
१६. गरंडेला मारणे - फुशारकी मारणे.
१७. म्हामदं घालणे - पूजेचे जेवण घालणे.
१८. पाय पाकळणे - सन्मानाने पाय धुणे.
१९. वाडवळ घालणे - भूताची राखण देणे.

२०. पूली होणे - रोग होणे.
२१. भूरी होणे - सर्वनाश होणे.
२२. खोट लावणे - बाधा आणणे.
२३. काटी पडणे - मरणे.
२४. सिरा पडांदे - मरूदे.
२५. सू बाल्या करणे - पळून जाणे.
२६. धापो जाणे - हरवणे.
२७. गन काढणे - सुगावा काढणे.
२८. कुसधुवनी होणे - शेवटचे मूल होणे.

परिशिष्ट ५

कोकणातील उखाणे व त्यांचे अर्थ

१. सरसराटा उपर काटा धन्यापरीस चाकर मोटा - अडकित्ता

२. आलव पावनं बसा बसा, तुमच्या घरचा समाचार कसा, बापान बेटा कापलान कसा - नारळ

३. हे घ्या पावन पान, करा याचा मान, सांगा कसं नवराबायकोचं बावीस कान - रावण

४. अरं अरं म्हटलं पानी परतलं, देठावाचून अमृत पिकलं - मीठ

५. पांढऱ्या घागरीला तोंड नाय - अंडे.

६. आग दनदनी बाग दनदनी, बागेत पडल्या चौगीजनी - पानाचा विडा

७. तारावर तार बत्तीस तार त्यावर बसला मामलेदार - कोळी

८. माज्या बाबाची सातपाच उसला नि वयचे भायर पडला पासला - उसाचे शेत

९. बैठी गाय तिला मागं थाना - सूप

१०. तल्यात हुता खांब, त्याला आला घाम, शेपटीन पानी पितो गंगाराम - कंदील

११. काली गाय रानात ऱ्हाय, रगात खाय कवाट देय - ऊ

१२. तीन कोटा आत पानी - नारळ

१३. नदी किनारी तुरेभात, त्याच्या लोंबी साडेहात - पडवळ

१४. इथून दोरी सटकली ती पुन्याला जावून अडकली - रस्ता
१५. आगोटीच्या काळोकात चमाकतो - काजवा
१६. दहा शिराचा रावण गेला काशी, त्याचं मरण अस्तुरीपाशी - शिराळे

संदर्भग्रंथ सूची

१. बाबर, सरोजिनी, १९६३, *जा माज्या मायेरा*, महाराष्ट्र राज्य लोक साहित्य समिती, मुंबई.

२. केळकर, भालबा, (संपादन), *महाभारत*, वरदा बुक्स प्रकाशन, १९८६, पुणे.

३. पवार, राजेश, *आधुनिक खोतीचे आव्हान*, शाक्य प्रकाशन, २००७, मुंबई.

४. आचार्य शिंगणे, (संपादन), *मुंबई वृत्तांत*, महाराष्ट्र शासन प्रकाशन, १९८०, मुंबई.

५. डॉ. चौधरी वि. का. (संपादन), *महाराष्ट्र गॅझेटियर*, रायगड जिल्हा, महाराष्ट्र राज्य, सुधारित आवृत्ती, १९९३

६. केळूस्कर, महेश, *मालवणी मुलखातील लोककला*, पीएच. डी. प्रबंध, मुंबई विद्यापीठ, १९९५, मुंबई.

७. शिंदे, वि. रा., *भारतीय अस्पृश्यतेचा प्रश्न*, महाराष्ट्र शासन प्रकाशन, १९७६, मुंबई.

८. बेहेरे, पु. रा. आणि श्री. रवळनाथ, *कोकणातली देवस्की*, दुर्गा प्रकाशन, १९५५, बोरिवली, मुंबई.

९. आकलेकर, भालचंद्र, *कोकणचा सांस्कृतिक इतिहास*, नवभारत प्रकाशन, २००३, गिरगाव, मुंबई.

१०. बांदिवडेकर, लीला आणि सहस्रबुद्धे अविनाश, संपादन, *विश्व चर्मकारांचे*, २०००, ग्रंथाली प्रकाशन, मुंबई.

११. कठारे, अनिल, २००९, *शिवकाळ व पेशवे काळातील महारांचा इतिहास*, सुगावा प्रकाशन, पुणे.
१२. साने गुरुजी, १९८०, *स्त्रीजीवन*, प्रस्तावना रा. चिं. ढेरे, इंद्रायणी साहित्य प्रकाशन.
१३. वाकोडे, मधुकर, १९८५, *लोक प्रतिभा आणि लोक तत्त्वे*, लोकवाङ्मयगृह, मुंबई.
१४. पवार, उर्मिला, २००३, *आयदान*, ग्रंथाली प्रकाशन, मुंबई.
१५. त्रिंबक नारायण आत्रे, १९१५, *गावगाडा*, ह. वि. मोटे प्रकाशन, पहिली आवृत्ती.
१६. देशपांडे, अरुणा, १९९४, *एका शापाची जन्मकथा*, लोकवाङ्मय गृह, मुंबई.
१७. कोंडविलकर, माधव, १९९०, *कळा त्या काळच्या*, ग्लोरिया प्रकाशन, देवरूख, रत्नागिरी, प्रथम आवृत्ती.
१८. गायकवाड, यशोधरा, २००७, *माझी मी*, ग्रंथाली प्रकाशन, मुंबई.
१९. प्रा. देशमुख, बी. ए., २००६, *कोकणा-कोकणी आदिवासी इतिहास आणि जीवन*, सुगावा प्रकाशन, पुणे.
२०. डॉ. गवळी, १९८२, *पेशवेकालीन समाज व जातीय संघर्ष*, प्रचार प्रकाशन, कोल्हापूर.
२१. मांडे, प्रभाकर, २००८, *लोकसाहित्याचे अंतःप्रवाह*, गोदावरी प्रकाशन, औरंगाबाद, तिसरी आवृत्ती.
२२. प्रधान, ग. प्र., १९३८, *अनूटचेबल वर्कर्स ऑफ बॉम्बे सिटी*, कर्नाटक पब्लिकेशन प्रेस, मुंबई
२३. पवार, उर्मिला आणि मून, मीनाक्षी, १९८९, *आम्हीही इतिहास घडवला*, सुगावा प्रकाशन, पुणे ३०.
२४. माटे, श्रीपाद महादेव, १९३३, *अस्पृष्टांचा प्रश्न*, लोकसंग्रह छापखाना, सदाशिव पेठ, पुणे
२५. देवल, रा. बा., संपादन, १९८८, *ऐतिहासिक ठाणे*, जयजवान प्रकाशन, ठाणे.
२६. डॉ. बाबासाहेब आंबेडकर, १९५६, 'धम्मयान' मासिक, प्रकाशक साहिल प्रकाशन, नेरूळ, नवी मुंबई.
२७. दुर्गा भागवत, *लोकसाहित्याचा सैद्धान्तिक इतिहास*.

मोलाचे लेखन सहकार्य करणाऱ्यांची नावे

मुंबई - विद्याताई चव्हाण (आमदार-विधान परिषद), डॉ. छाया दातार, डॉ. तारा भवाळकर, प्रा. आशा कांबळे, रमेश शिंदे, उत्तरा किर्लोस्कर, सुबोध मोरे, प्रा. अभिनया कांबळे, रमाकांत जाधव.

ठाणे - दादासाहेब खरे, प्रिया खरे, अनुसुयाबाई भातणकर, सीताबाई लक्ष्मण गायकवाड, बेबी गणेश जाधव, राजूबाई कृष्णा भोईर, अनुसुया बुधाजी जाधव, पसाबाई बारकू उगरे, राजेंद्र गायकवाड, जगदीश कदम.

रायगड - विजय सातपुते, लोंढे गुरुजी, चंद्रकांत गोरेगांवकर, सुशीला सवादकर, विद्या लक्ष्मण मोरे, अंजीरा मोतीराम हाटे, शालिनी शांताराम मोरे, पार्वती नावाजी गोरेगांवकर, बेबी केशव हाटे, शकुंतला गंगाराम बिरवाडकर, गौराबाई सखाराम चांदोरकर, सविता गौतम हाटे, सुलोचना सुदाम चांदोरकर, अर्चना गिरीश गोरेगावकर, नीरा यशवंत गोतावळे, सरस्वती तुकाराम माने, चंद्राबाई बाळू हाटे, लीला अशोक वनारसे, चंद्राबाई रामदास पवार, रंजिता यशवंत जाधव, राजेंद्र बिरवाडकर, राजेंद्र माने, रा. ल. महाडिक, दीपक शिंदे, अंजनाबाई हाटे, हिरूबाई धर्माजी जाधव.

रत्नागिरी - निर्मला कृष्णा पवार, विजया विठोबा चव्हाण, चंद्रकांत खेडेकर, प्रदीप जाधव, सरला जयराम दाभोळकर, सरस्वती दामोदर कांबळे, तुळशीबाई केरू जाधव, नारायण हरी सावंत, जानकी शांताराम पवार, प्रमिला शांताराम पवार, सुंदरी सीताराम कांबळे, रुक्मिणी रामजी कांबळे, शांताबाई गमरे, स्मिता सुरेश खेडेकर, शारदा गोविंद चव्हाण, विनिता धोत्रे,

सरोज पवार, प्रगती आत्माराम धोत्रे, मनीषा मधुकर सकपाळ, अश्विनी अशोक सकपाळ, मायावती सखाराम सकपाळ, आनंदी यशवंत गमरे, यशोदा रामचंद्र सकपाळ, सुलभा दिलीप पवार, बौद्धाचार्य सितल श्रीधर जाधव.

सिंधुदुर्ग - तारामती नेरूरकर, जयश्री देवू पवार, पार्वती शंकर जाधव, पार्वती आजगांवकर, जयश्री विष्णू जाधव, रूपाली गुणाजी जाधव, सावित्री लक्षमण सांगेरकर, राधाबाई नारायण इन्सुलीकर, कृतिका कृष्णा जाधव, सत्यवती नागेश कदम, सुशिला काळसेकर, सविता मधुकर आजगांवकर, संतोष वालावलकर, मोहन जाधव, मिलिंद जाधव, विजय जाधव, जीजा धर्माजी जाधव, ऋतुजा ऋषिकेश जाधव, माधवी मधुकर जाधव तसेच रत्नागिरी-नगर वाचनालय, मुंबई मराठी ग्रंथसंग्रहालय, सेंट्रल लायब्ररी, मुंबई आणि मुंबई विद्यापीठ यांचे मोलाचे ग्रंथ सहकार्य.

* 9 7 8 8 1 7 9 9 1 9 9 2 7 *

FCW - #0070 - 061026 - C0 - 216/140/11 - PB - 9788179919927 - Matt Lamination